मुंबई व मनाली येथील सिरीजअंतर्गत कृष्णाच्या बहुआयामी व्यक्तित्वावर
प्रश्नोत्तरांसहित दिल्या गेलेल्या २१ Osho talks पैकी सात
Osho talksचा संग्रह

कृष्णसखा

ओशो

अनुवाद
स्वाती चांदोरकर

मेहता पब्लिशिंग हाऊस

KRISHNA SAKHA by OSHO
Originally published in Hindi
under the title : Krishna Smriti (Chapters 8 to 14)

The material in this book is a transcript of a series of original OSHO Talks 'Krishna Smriti, Chapters 8 to 14' given to alive audience. All of Osho's talks have been published in full as books, and are also available as original audio recordings. Audio recordings and the complete text archive can be found via the online OSHO Library at www.osho.com/library

Licence of the Marathi Translation with Mehta Publishing House
Translated into Marathi Language by Swati Chandorkar

कृष्णसखा / वैचारिक

अनुवाद : स्वाती चांदोरकर

author@mehtapublishinghouse.com

मराठी अनुवादाचे व प्रकाशनाचे हक्क : मेहता पब्लिशिंग हाऊस, पुणे.

संस्थापक : सुनील अनिल मेहता

प्रकाशक : अखिल सुनिल मेहता, मेहता पब्लिशिंग हाऊस,
१९४१, सदाशिव पेठ, माडीवाले कॉलनी, पुणे - ४११०३०.

मुद्रक : पार्कसन्स ग्राफिक्स

मुखपृष्ठ : फाल्गुन ग्राफिक्स

प्रथमावृत्ती : मे, २०२२

किंमत : ₹ २७०

P Book ISBN 9789391151423
E Book ISBN 9789391151508
E Books available on : amazonkindle Apple Books Google Play Books

भूमिका

जीवन म्हणजे एक विशाल कॅनव्हास, ज्यावर क्षणाक्षणातल्या भावनांच्या कुंचल्याने अनेकानेक रंग मिळून सुख-दु:खाचं चित्र साकारलं जातं. माणूस पूर्वापार, अनेकानेक युगं निर्मळ आनंदाच्या शोधात क्षणनूक्षण या चित्राला चांगलं चितारण्याच्या प्रयत्नात आहे. हे चित्र हजारो वर्षांपासून मानवसंस्कृतीचा अविभाज्य भाग बनलं आहे. कुणा एकाचं नाव घेतलं तर प्रकृती हसते, प्रसन्न होते.

आदिकाळापासून माणसाने एखादं चित्र आपल्या मनात साठवून कधी त्याची पूजा, कधी आराधना, तर कधी चिंतन-मनन असं करत करत त्याने ध्यानावस्थेपर्यंतचा प्रवास केला. इतिहासात, पुराणात अशी अनेक चित्रं आहेत, जी युगानुयुगं मानव-संस्कृतीला प्रभावित करीत आहेत. महावीर, ख्राइस्ट, बुद्ध, राम यांनी मानवजातीला गहिरा स्पर्श केला आहे. या सगळ्यांच्या गोष्टी वेगवेगळ्या आहेत. कृष्णाने या सर्वांच्या रूपाला, गुणांना स्वत:मध्ये सामावून घेतलं आहे. कृष्ण हे एक असं नाव आहे ज्याने जीवनाला पूर्णता दिली. एका बाजूला नाचणं, गाणं, रासलीला; तर दुसऱ्या बाजूला राजनीती. सर्वसाधारणपणे परस्परविरोधी गोष्ट. पण कृष्णाने त्यांना स्वत:मध्ये सामावून आनंदाने बासरीही वाजविली. अशी सहजक्रिया करणारं कृष्णाचं हे व्यक्तिमत्त्व – त्याचं चरित्र आश्चर्य वाटण्याजोगं, अचंबित व्हावं असंच आहे.

ओशोंनी कृष्णाला त्यांच्या दृष्टिकोनातून आपल्यासमोर ठेवलं आहे. आपल्या दार्शनिक आणि चिंतनशील पारदर्शक दृष्टीने या पुस्तकाच्या माध्यमातून आमच्यापर्यंत पोहोचवलं आहे. व्यक्तित्व जेव्हा मोठं, विशाल असतं तेव्हा त्याची मूर्ती बनवणं हे सोपं काम नाही. केवळ बाह्यरूप बनवणं पुरेसं नसतं. व्यक्तित्वाचे सर्व पैलू उभारणं गरजेचं असतं. श्रेष्ठ कलाकार तोच आहे, जो मूर्तीत अशा गोष्टीही निर्माण करू शकेल, ज्यांना सामान्य डोळे बघू शकत नाही.

भारतीय जनमानसांना कृष्ण नवीन नाही. कृष्णाची मूर्ती, चेहेरेपट्टी परिचित आहे. मग तो लहानपणातला – ती मूर्ती सूरदासांची असो की महाभारतातली की भिन्न कवींनी विभिन्नतेने साकारलेला कृष्ण असो. लोककथा, आख्यायिकांमधला कृष्ण. आहे तो अगदी परिचित. त्याचं चित्र आमच्या मनात स्थिर छायाचित्रासारखं विराजमान झालेलं आहे.

परंतु ओशोंनी या पुस्तकात केवळ कृष्णाचा फोटो काढलेला नाही, तर त्यांच्या विचारशृंखलेतून कृष्णाच्या जीवनाला अशा विचारांच्या रंगांनी रंगवलं आहे. जे कॅमेऱ्याच्या डोळ्यांना दिसू शकत नाहीत; केवळ कुंचल्यातूनच प्रकट होऊ शकतात.

पूर्णतेचं नाव कृष्ण!

कॅमेरा केवळ मूर्त आकृत्यांना प्रतिकृती देऊ शकतो; पण कलाकार त्याच्या कुंचल्यातून अमूर्ततेला रेखांकित करतो. 'कृष्ण-स्मृती' अशाच न दिसणाऱ्या, अनोळखी छटांना संकलित, ओशोंच्या मोठ्या प्रवचन-शृंखलेतून उभारलेलं आहे. श्रोत्यांची जिज्ञासा, कुतूहल आणि कृष्णाचं व्यक्तिमत्त्वामुळे निर्माण होणाऱ्या अनेक प्रश्नांच्या उत्तरांतून एखाद्या झऱ्यातून वाहणाऱ्या थेंबाथेंबातून काचेसारखे पारदर्शी विचार-चिंतन या पुस्तकातून प्रवाहित झाले आहेत.

कृष्ण यथार्थवादी आहेत. त्यांनी राग, प्रेम, भोग, काम, योग, ध्यान आणि आत्मा-परमात्मा यांसारख्या विषयांना त्यांच्या यथार्थ स्वरूपातच स्वीकारलं आहे आणि युद्ध आणि राजनीतीलाही त्यांनी वास्तविकतेतून स्वीकारलं आहे. ओशो म्हणतात की कृष्ण युद्धवादी नाहीत. त्यांचं व्यक्तिमत्त्व पूर्वाग्रही नाही. जर युद्ध व्हायचंच असेल तर पलायन योग्य नाही. जर युद्ध व्हायचंच असेल आणि त्यात मनुष्याचं हित आहे, तर युद्धाचा आनंदाने स्वीकार करायला हवा. एखाद्या ओझ्याप्रमाणे त्याला ओढत नेणं हे अयोग्य आहे. कारण ओझं समजून लढलं तर पराजय निश्चित!

ओशो युद्ध आणि शांतीच्या द्वंद्वाला समजावत कृष्णाच्या व्यक्तिमत्त्वाला अधिक सुलभतेने सादर करतात. कारण कृष्ण जीवनाला युद्ध आणि शांती या दोहोंतून पार जाऊ देऊ इच्छितात. शांतीसाठी युद्धाचं सामर्थ्य हवं.

मनुष्याच्या युद्धाच्या मानसिकतेला ओशोंनी अगदी सहजतेने उलगडलं आहे. ते म्हणतात की, मनुष्य सद्‌गुण आणि दुर्गुणातूनच आकार घेतो. अनुपात कमी-जास्त असू शकतात. असा अतिचांगला मनुष्य या जगात नाही, ज्याच्यात जराही वाईट नाही. आणि असा वाईट माणूस शोधता येणार नाही ज्याच्यात थोडंही काही चांगलं नाही. म्हणून प्रश्न नेहेमी अनुपात आणि प्रबळता यांचा आहे. स्वतंत्रता, व्यक्ती, आत्मा, धर्म ही मुख्य आहेत ज्यांच्या दिशेने शुभचेतना साथ असेल. कृष्ण अशाच चेतनेचे प्रतीक आहेत.

कृष्णावर का बोलायचं, याचं फार सुंदर उत्तर ओशोंनी दिलं आहे. कृष्णाचं महत्त्व भूतकाळासाठी कमी आणि भविष्यकाळात जास्त आहे. सत्य आहे की कृष्ण आपल्या काळापेक्षा कमीत कमी पाच हजार वर्षं आधी जन्मले. सर्व महत्त्वाच्या व्यक्ती आपल्या काळाआधी जन्म घेतात आणि सर्व गौण व्यक्ती आपल्या काळानंतर जन्म घेतात. इतकाच महत्त्वपूर्ण आणि गौण यातला फरक आहे. आणि

सर्वसाधारण व्यक्ती आपल्या काळानुसार जन्म घेतात. अशा महत्त्वपूर्ण व्यक्तींना समजून घेणं सोपं नसतं. त्यांचा वर्तमान आणि भूतकाळ त्यांना समजून घेण्यास असमर्थता अनुभवतात. ओशोंनी किती छान सांगितलं आहे की, जेव्हा आम्ही त्यांना समजून घेऊ शकत नाही तेव्हा आम्ही त्यांची पूजा करू लागतो अथवा त्यांना विरोध करतो. आम्ही अपशब्द तरी बोलतो अथवा प्रशंसा तरी करतो. दोन्ही पूजाच आहेत. एक शत्रूची आहे, एक मित्राची आहे.

ओशोंच्या तेजस्वी नजरेने कृष्णाला आपल्या वर्तमानासाठी पाहिलं. दुःख, निराशा, उदासीनता, वैराग्य यांसारख्या गोष्टी कृष्णाने या पृथ्वीवर केल्या नाहीत. पृथ्वीवर जगणाऱ्या उल्हास, उत्सव, आनंद, गीत, नृत्य, संगीताला कृष्णाने विस्तारित केलं. कृष्णाने या 'संसारा'तल्या सर्व गोष्टींना त्यांच्या वास्तविक अर्थानेच स्वीकारलं.

कृष्णाच्या बहुआयामी व्यक्तिमत्त्वाला आणि रहस्यपूर्ण कृतींना ओशोंनी सहज, सुंदर आणि सरळ सोप्या भाषेत कथित केलं. त्यांच्या या दृष्टीची कशाशीही तुलना होऊ शकत नाही. कृष्ण चोरी करण्यात कुशल, तर महावीर बेकार, असफल. कृष्ण निपुणतेने लढू शकतो तर बुद्ध लढूच शकत नाही. जीझस कधी बासरी वाजवतील अशी नुसती कल्पनाही आपण करू शकत नाही; पण कृष्ण फासावर लटकू शकतो. कृष्णाला जीझसच्या व्यक्तिमत्त्वात आपण बघूच शकत नाही.

हे संपूर्ण ज्ञान, हा ऊहापोह मोठ्या प्रवचनांच्या माध्यमातून, प्रश्नोत्तरातून तशा रूपातून उलगडत जातो. मनुष्यमनात उमटणाऱ्या तमाम जिज्ञासा आणि कुतूहलाला, त्या आतुरतेला शांत केलं गेलं आहे. प्रेम, नैतिकता, पत्नी, प्रेयसी, स्त्री-पुरुष विवाह, आध्यात्मिक संभोग, राधा-कृष्ण संबंध आणि हजारो प्रश्नांना यात सहजतेने सामावलं गेलं आहे, समाधान केलं गेलं आहे. प्रतीक आणि यथार्थाच्या तराजूत तोलत मानवी संवेदनांना आणि शरीराच्या जैविक आवश्यकतांना तथा मन, बुद्धी आणि शरीर यात्रेत स्त्री-पुरुषाच्या पूर्णतेचा युक्तिसंगत ऊहापोह ठोस मानसशास्त्राच्या पार्श्वभूमीवर केला गेला आहे. राधा आणि कृष्ण, कृष्ण आणि सोळा हजार गोपिका यांच्यातल्या नैतिक-अनैतिक परिभाषा उदाहरणाने इतकी पारदर्शकतेने उलगडत जातात की, तर्काची साखळी शिथिल होऊन जाते. कृष्णाची पार्श्वभूमी, त्यात विवाह, स्त्री-पुरुष संबंध, प्रेम आणि सामाजिक पार्श्वभूमीत हे विचार देश-कालाच्या सीमारेषा तोडून व्यक्तीला एक नवा अर्थ देतात. या सर्व संबंधांत जवळीक, आकर्षण, ऊर्जा, वाहणे, तृप्ती, तरलपणा आणि सृजनतेला अतिशय सुंदरतेने सादर केलं आहे.

या विस्तृत चर्चेत कृष्णाशी जोडल्या गेलेल्या समस्त पात्रांना सोडून कृष्णापासून फ्रॉइडपर्यंतच्या मानसशास्त्रीय गोष्टी आणि गांधींपर्यंतचं दर्शन सामावलं गेलं आहे.

कृष्णाला एक भव्य कॅनव्हास समजून आमचं वर्तमान, वर्तमान जीवनातल्या रंगांना आणि भविष्यातल्या चित्राला अतिशय सुंदरतेने रेखाटलं गेलं आहे. कोणतीही गोष्ट बाहेरून समाविष्ट केलेली नाही. आपल्या विशिष्ट शैलीतून ओशोंनी आपल्या मनाच्या गाभ्यापर्यंत पोचविली आहे. कृष्णाच्या पक्ष अथवा विपक्षतेत नेण्याचा आग्रह नाही; पण ओशोंच्या नजरेत आलेल्या कृष्णाला जाणणं, बघणं, समजणं आणि अनुभवणं ही जिज्ञासा या पुस्तकातून साध्य होते. जिथे एका बाजूने शांतता मिळते, तिथेच त्या सर्वव्यापी व्यक्तिमत्त्वाबद्दल मौलिक चिंतनाची सुरुवात होते. विनासायास एक टोक, एक पदर हाती येतो.

ओशोंनी या आपल्या पुस्तकात कुठेही पुजाऱ्याची भूमिका घेतलेली नाही. विविध छटांचा केवळ विस्तार केला आहे. ज्याला जी छटा आवडेल, त्याच छटेचा विचार करून त्याने आनंद उपभोगावा. कृष्णाचा जीवनपट इतर आराध्य व्यक्तींसारखा सपाट आणि आदर्शाच्या शिखरावर विराजमान होणारा नाही. उलट अत्यंत अकल्पित ढंगात चढाव-उतारांनी आणि रहस्यांनी भरलेला असूनही आपल्या पृथ्वीवर उभा आहे. त्याची केवळ पूजा नाही तर त्याला जगताही येऊ शकतं. संसाराचं बंधन आणि मनाची गाठ सुटू शकते.

हे सर्व सांगताना ओशो सावध करतात की त्यांचं अनुकरण करताना सावधानता पाळा. कारण प्रत्येकाचं जीवन अमूल्य आहे आणि अनुकरणामुळे पतन होऊ शकतं.

कृष्ण पूर्णत्वाचं प्रतीक आहे. मनुष्य समाजासाठी आनंदाचा एक सुंदर आविष्कार आहेत, जिथे कोणत्याही गोष्टीला पूर्वग्रहामुळे नाकारता येत नाही. एक सहज, सकारात्मक, प्रेमपूर्ण जीवनाला 'उत्सव' करणारे कृष्ण ज्यांचं हे रूप, चित्र या पुस्तकात साकार होतं, ते सर्वथा नवं आणि आनंददायी आहे.

– डॉ. दामोदर खडसे

प्रस्तावना

कृष्ण देव आहेत की देवांचा अवतार, की असामान्य मनुष्य? असे प्रश्न आज युगानुयुगे पडत आहेत. आणि या अशा प्रश्नांना उत्तर नसतं तरीही चर्चा होते आणि होत राहणार.

आपण एक कल्पना करतो, की आपल्याला कुणाची साथ आवडेल? हवीहवीशी वाटेल? आणि ती कल्पनेतली व्यक्ती प्रत्यक्षात कधीच अवतरत नाही. आपल्या अपेक्षा रास्त नसतात का? की आपण आपल्या कुवतीपेक्षा जास्त अपेक्षा ठेवतो?

कृष्ण म्हटलं की आपली कल्पना प्रत्यक्षात अवतरली आहे असं वाटतं. ज्याला कृष्णाचा जो भाग हवा त्याने तो घ्यावा. बाळ, बालक, कुमार, तरुण, पुरुष... आणि आपली अपेक्षा पूर्ण करावी.

कुणाला त्याचं बाळाचं रूप भावेल तर कुणाला कुमाररूप आकर्षित करेल.

ओशो म्हणतात त्याप्रमाणे पूर्ण कृष्ण स्वीकारणं हे अशक्य आहे. कारण मग आपणच कृष्ण होऊन जाऊ. आपण तसे होऊ शकत नाही, आपल्याला तसा तो झेपणारच नाही. तेवढी आपली शक्ती नाही, मानसिकता नाही, आवाका नाही. म्हणून कृष्णाचे भाग केले गेले. केले गेले नाहीत तर ते झाले. एक भाग दुसऱ्या भागाचा स्वीकार करत नाही. त्यांना तो कृष्ण अपरिचित वाटतो. आणि तरीही कृष्ण मात्र पूर्ण आहेत.

असा सखा मिळणं हे ...

लहानपणी कृष्णावर आधारित एक सिनेमा बघितल्याचं आठवतंय. राधेबरोबर रासलीला करणारा कृष्ण बघून इतर गोपिकांना हेवा वाटतो. कृष्ण त्यांना सांगतो, मी तुमचा आहे. तुमच्याशी रासलीला करतो आहे. आणि मग खरोखरच प्रत्येक गोपिकेबरोबर एकाच वेळेस कृष्ण रासलीला करताना दिसतो.

ही श्रद्धा आहे. हा विश्वास आहे. कृष्ण फक्त आपल [illegible] खेळत आहे... हा विश्वास प्रत्यक्षात कृष्णाला त्या त [illegible] अस्तित्व जाणवून देण्यास भाग पाडतो.

जर आम्ही तेवढा विश्वास, श्रद्धा ठेवतो तर कृष्ण आ [illegible] द्धा सखा होऊ शकतो. होऊ शकतो असं नाही, तर तो आहेच. पण आमची नजर मात्र अस्पष्ट, धुरकट झालेली आहे.

आणि हाच सखा जेव्हा रणांगणावर अवतरतो तेव्हा सारथी होतो, दिशादर्शक होतो.

महाभारत खरंच झालं होतं का? या प्रश्नालाही अर्थ नाही. गीता आहेच ना???

सखा आहेच ना??? नसता तर त्याच्या नावाने दहीहंडी हा सण साजरा झाला नसता. या सणाला आता विद्रुपता आली आहे, हा भाग अलाहिदा.

आपला सखा शोधता आला पाहिजे.

– **स्वाती चांदोरकर**

पुस्तकाविषयी

महत्त्वपूर्ण व्यक्ती काळाच्या आधी जन्म घेतात. कृष्ण आपल्या काळापेक्षा कमीतकमी पाच हजार वर्षं आधी जन्माला आले. भूतकाळात जाऊन कृष्णाला समजून घेणं योग्य नाही. कदाचित भविष्यात कृष्णाला समजण्याची योग्यता आमच्यात येऊ शकते. ज्यांना समजण्याची योग्यता आमच्यात नाही, आम्ही त्यांची पूजा करू लागतो; परंतु आता तो काळ जवळ येतो आहे, जो सांगेल की कृष्णाची पूजा नाही तर त्याला जाणणं सुरू होत आहे. कृष्णाला अनुसरणं सुरू होईल.

कृष्ण या पृथ्वीवरच्या जीवनाला पूर्णतः स्वीकारतात. ते कुणी परलोकात जगणारं व्यक्तिमत्त्व नाही. या पृथ्वीवर, याच लोकात जगणारं व्यक्तिमत्त्व आहे. बुद्ध, महावीरांचा मोक्ष या पृथ्वीपासून कुठेतरी दूर आहे. कृष्णाचा मोक्ष याच पृथ्वीवरचा आहे. इथेच आणि आत्ताच.

ज्या दिवशी विज्ञान त्या सर्व दुःखांना, जीवनात ज्यांना दुःख म्हटलं जातं, त्या दुःखांना वेगळं करेल, त्या दिवशी कृष्णाची बासरी सार्थकी लागेल. त्या दिवशी कृष्णाचं गीत आणि नृत्य सार्थकी लागेल. त्या दिवशी आयुष्य म्हणजे सुख आहे, जे सर्वांगाने नाचेल आणि त्याची फुलं बहरतील.

त्याग हा भविष्य घडवू शकत नाही. कृष्णांना अनुसरण्याने भविष्यात दुःख कमी होत जातील आणि सुख वाढत जाईल. म्हणून मी असा विचार करतो की कृष्णांचं मोल रोज रोज वाढत जाणार आहे.

भूतकाळातील धर्म ही संकल्पना दुःखदायक होती. आयुष्याला, जीवनाला समग्र रूपाने स्वीकारणारा धर्म अजून जन्माला यायचा आहे. अशा धर्माचा संस्थापक कृष्णच असू शकतात.

एकमेव कृष्ण असे आहेत जे समग्र जीवनाचा स्वीकार करतात. म्हणून सर्व अवतारांना अंशात्मक अवतार म्हणतात. फक्त कृष्णांना पूर्ण अवतार म्हटलं जातं.

अनुक्रमणिका

१

'भगवान श्री, कृष्णाच्या बाल्यावस्थेतल्या आणि इतर इतक्या कथा आहेत– जशा चाणूर, मुष्टिक नावाच्या पहिलवानांना पछाडणं, कंस-वध, कालिया-मर्दन, कीर्ती, अघ, बक, घोटक, पूतना वगैरे राक्षसांचा नाश, वणवाप्राशन वगैरे. या सर्व सत्यकथा आहेत का? की प्रतीकं आहेत? कोणकोणती लक्षणं आणि प्रतीकं आहेत? त्याचबरोबर गीतेतल्या 'विनाशायच दुष्कृताम्'चा अर्थ आपण सांगता की दुष्टांचं परिवर्तन, त्यांना सुधारणं; परंतु कृष्णाने दुष्टांचा वध का केला आणि करवला?'

याबाबतीत सर्वप्रथम एक गोष्ट समजून घेणं आवश्यक आहे, जी कायम लोकांना पेचात टाकते. एक छोटंसं बाळ आहे कृष्ण, इतक्या शक्तिशाली लोकांना कसं काय हरवू शकणार? लोकांपाशी हा पेच सोडवण्याचा एकच उपाय होता, तो म्हणजे कृष्णाला देव मानणं, परम शक्तिशाली मानणं. मग सर्व कोडी सुटतात. परंतु याचा अर्थही असाच होतो की छोट्या शक्तीवर मोठी शक्ती विजय मिळवते. कोणी राक्षस आहे, शक्तिशाली पहिलवान आहे. कृष्ण लहान दिसतात; परंतु ते महाशक्तिशाली आहेत; पण माझं असं मत आहे की, या अशा व्याख्येमुळेच कृष्णाच्या व्यक्तित्वाला समजून घेता आलं नाही. अशा व्याख्या मुळातच चुकीच्या, भ्रांत आहेत. कारण त्यांचं मूळ, त्यांचा आधार हा आहे की मोठी शक्ती, छोट्या शक्तीवर विजय प्राप्त करते. मी वेगळं काही सांगतोय, ते समजून घ्या.

या जगात ज्याला जिंकायचं नसतं तो जिंकतो आणि ज्याला जिंकायचं असतं तो हरतो. प्रत्यक्षात जिंकण्याच्या इच्छेतच हार लपलेली आहे. आणि ज्याला

क्षणन्क्षण जगण्याचं महान प्रतीक : कृष्ण!

जिंकायचं नसतं, या भावनेतच त्याची जीत आहे; कारण या भावनेत 'मी जिंकलेलोच आहे' हा भाव लपलेला आहे. असं बघा की दोन माणसं, जी जिंकू इच्छितात, बारकाईनं बघाल तर दोघांनाही हीन भावनेने ग्रासलेलं आहे. त्यांना ठाऊक आहे की हीन आहोत, जिंकून सिद्ध करायचं आहे की श्रेष्ठ आहोत. ज्याला हीनता नाही त्याला श्रेष्ठ आहोत हे सिद्ध करण्याची आवश्यकताच नाही.

जर 'ताओ'प्रमाणे समजून घेतलं तर सोपं जाईल.

लाओत्सोने एकदा आपल्या मित्रांना सांगितलं की आयुष्यात मला कुणी हरवू शकत नाही, तर एकाने विचारलं की कसं ते आम्हालाही सांगा. कारण जिंकावं असं आम्हालाही वाटतं. लाओत्से हसू लागले. म्हणाले, 'जर असं आहे तर तुम्हाला ते रहस्य समजणं अशक्य. कारण तुम्ही माझं पूर्ण ऐकून घेतलंच नाहीत. मी म्हणालो की मला आयुष्यात कुणी हरवू शकणार नाही कारण मी हरलेलोच आहे. मी अगदी पहिल्यापासून हरलेलो आहे. जिंकणं मला अशक्य होतं कारण मला कधी जिंकावंसं वाटलंच नाही. जर तुम्हाला असं वाटतंय की हे रहस्य तुम्हाला समजतंय तर तुम्ही चूक आहात. तुम्ही जिंकण्याची अपेक्षा ठेवता, तीच तुमच्या हरण्याचं कारण बनते. सफलतेची आकांक्षाच शेवटी असफलतेत रूपांतरित होते आणि जीवनाची अतिआकांक्षाच शेवटी मृत्यू बनते. स्वस्थ राहण्याचं वेडेपणच आजारपण घेऊन येतं. जीवन अगदी अद्‌भुत आहे. इथे आम्ही जी गोष्ट अगदी जोरजोरात, ठासून मागतो, तिलाच हरवून बसतो. जी गोष्ट आम्ही मागत नाही, ती मिळून जाते. प्रत्यक्षात आम्ही मागत नाही याचाच अर्थ ती मिळालेलीच आहे.'

कृष्ण मोठे शक्तिवान आहेत म्हणून जिंकतात असं मी म्हणणार नाही; कारण मग हे तर असंच झालं की मोठा मासा छोट्या माशाला खाऊन टाकतो, मग त्यात कृष्णाची विशेषता राहत नाही. राक्षस मोठे बलवान असतील तर ते जिंकतातच. हे

शक्तीचं गणित आहे. पण ज्यांनी आजपर्यंत कृष्णाच्या जिंकण्याची व्याख्या केली आहे, ती अशा तऱ्हेच्या विचारांमुळेच.

जीझसचं एक वचन आहे 'धन्य आहेत विनम्र! कारण पृथ्वीचं राज्य त्यांचंच असेल.' अगदी उलट गोष्ट आहे. कृष्ण जिंकण्यासाठी अजिबातच आतुर नाहीयेत. मुलं जिंकण्यासाठी आतुरलेली नसतातच, केवळ खेळण्यासाठी आतुरलेली असतात. जिंकणं फार नंतर येतं जेव्हा चित्त आजारी पडतं, रुग्ण होतं. कृष्ण तर खेळ खेळत आहेत. मोठ्या राक्षसांशी लढत आहेत, तेव्हाही खेळतच आहेत. राक्षस जिंकण्यासाठी आतुरलेले आहेत एका विनम्र बालकाविरुद्ध, ज्याला जिंकायचं आहे असा विचारही नाही. जो अजून खेळतो आहे. अतिशय निष्पाप, भोळा आणि नाजूक आहे. राक्षस त्याच्यापुढे हरतात, हरतील.

जपानमध्ये एक कला आहे, ज्यूडो अथवा जिजुत्सु. ज्यूडो ही कुस्तीची कला आहे, पण त्याचं रहस्य अगदी वेगळं आहे. त्याचे नियम आपल्या नियमांविरुद्ध आहेत. जर मी तुमच्याशी लढतोय, तर मी तुम्हावर आघात करेन. तुम्ही स्वत:चं रक्षण कराल. तुम्ही माझ्यावर आघात कराल, मी स्वत:चं रक्षण करेन. हा साधारण नियम आहे. ज्यूडोचा नियम उलटा आहे की मी तुमच्यावर आघात कधीच करणार नाही, ज्याने आघात केला तो हरेल. कारण आघात करताना शक्तीचा व्यय होतो. मी समोरच्याला माझ्यावर आघात करण्यासाठी फूस लावू की त्याने आघात करावा आणि मी स्वत: शांत राहू, हलूही नाही. त्याने आघात केला तर मी माझं शरीर आकसून घेणार नाही, त्याचा वार – आघात शरीरात मुरवून घेईन.

कधी विचार केला आहे? एक दारूड्या तुमच्याबरोबर बैलगाडीतून प्रवास करतोय आणि बैलगाडी उलटते, तर तुम्हाला दुखापत होईल; पण त्या दारूड्याला होणार नाही. काय रहस्य आहे? दारूड्या जास्त बलवान आहे? तुम्ही कमजोर आहात? नाही. जेव्हा गाडी उलटली तेव्हा तुम्ही जागृत होतात, तुम्हाला लगेचच वाटलं की गाडी उलटली आता स्वत:ला वाचवलं पाहिजे. तुम्ही घट्ट, दृढ झालात, नसा, शरीर, हाडं एकवटून, घट्ट ठेवलीत. जमिनीच्या विरोधात उभे राहिलात. दारूड्याला माहीतच नाही, गाडी उलटली, त्यांनी जमिनीशी सहयोग केला. जेव्हा दारूडा पडतो तेव्हा तो एखाद्या गाठोड्यासारखा पडतो, इजा होत नाही. म्हणून दारूडे रोज पडतात; पण जखमी होत नाहीत. मुलं पडतात, पण हाडं मोडत नाहीत. तुम्ही तेवढे पडलात तर एका दिवसात सर्व नष्ट होऊन जाईल. का? मुलाची ताकद जास्त आहे का? नाही. तो पडताना विरोध करत नाही. पडतानाही मान्यता असते.

मी असं म्हणत नाहीये की कृष्णाला ज्यूडो माहीत होतं. सर्व मुलांना ज्यूडो माहीत असतं. हेच लहान मुलांच्या आयुष्याचं रहस्य आहे. कृष्ण जिंकले – सर्व कथा ऐतिहासिक आहेत असं मी म्हणत नाही. मी तर त्यातल्या मानसिक सत्यावर

बोलतोय. कृष्ण जर जिंकले तर तो त्यांच्यासाठी खेळ होता, अभिनय होता. मजा होती. ते आक्रमण करणारे नव्हते, कुणाला हरवण्यासाठी निघाले नव्हते. कोणी दुसरा जिंकण्यासाठी आला होता. आणि मी मानतो की कृष्णासारख्या मुलावर जर कुणा पहिलवानाने चढाई केली तर आम्ही म्हणू शकतो की तो पहिलवान हरला. कारण एका लहान मुलावर आक्रमण करणारा आतून हरलेला माणूस असणार. त्याच्यात किंचितही आत्मविश्वास नसणार. तो हरलेलाच आहे. त्याच्याशी लढाई करण्याची काही आवश्यकताच नाही. आम्ही जेव्हा आक्रमण करतो कुणावर, उत्सुक असतो, तेव्हा खूप आतून आम्ही आमची हीनता स्वीकारलेली असते. खरं तर जे श्रेष्ठ आहेत ते कुणावर आक्रमण करतच नाहीत. कारण त्यांना असा कुणी माणूस दिसत नाही जो त्यांच्यापेक्षा हीन आहे. काही गरजच नाही आक्रमणाची. आतल्या हीनतेची रुखरुख आक्रमण करण्यास भाग पाडते.

कृष्णाचं कमजोर असणं, लढण्यासाठी आतुर नसणं, कुणावर तरी विजय मिळवण्याची आकांक्षा नसणं हेच त्याचं रहस्य आहे. घटना ऐतिहासिक आहेत की नाहीत, त्याच्याशी संबंध नाही; परंतु ज्यूडोची संपूर्ण फिलॉसॉफी, पूर्ण कला कृष्णाच्या आयुष्यात सुरू राहते. मी तर म्हणतो की कृष्ण ज्यूडोचे पहिले मास्टर आहेत. ना जपान, ना चीन, ना भारतात कुणाला माहीत आहे की या यशाचं रहस्य काय? त्यांचं रहस्य हेच आहे की त्यांना जिंकायचंच नाहीये, एक खेळ आहे. बस! त्या खेळात ते तल्लीन झाले आहेत. दुसरा ताण, चिंता, जिंकण्यासाठी आतुर. तो स्वतःच्या आत तुटलेला, खंडित झालेला, स्वतःच स्वतःशी हरणारा. लहान मुलांना हरवता येणं कठीण आहे. हाच याचा अर्थ आहे.

> *'भगवान श्री, यशोदेला मुखात ब्रह्मांडचं दर्शन करवणं आणि अर्जुनाला युद्धात विश्वरूप दर्शन करवणं या दोन्ही विशेष घटनांचं तात्पर्य सांगावं आणि हेही सांगावं की दिव्यदृष्टी देऊन ती पुन्हा घेतलीही जाऊ शकते का? जशी कृष्णाने अर्जुनाला देऊन पुन्हा परतून घेतली?'*

आमच्याकडे डोळे नाहीयेत, अन्यथा आम्हाला सर्वत्र विशालतेचं दर्शन होईल. डोळे नाहीयेत आमच्याकडे अन्यथा आम्हाला सर्वत्र ब्रह्मांड दिसलं असतं; कारण ते तसं आहे. कृष्ण तर केवळ निमित्त आहे. त्यांच्या मुखात यशोदेला ब्रह्मांड दिसू शकतं. असंच कुणा आईला आपल्या मुलाच्या मुखात ब्रह्मांड दिसत नाही. कृष्ण तर केवळ निमित्त आहेत. हरवतं हळूहळू, ही गोष्ट वेगळी. पण आधी दिसतं. सर्व आयांना दिसतं; परंतु यशोदा पूर्ण अर्थाने आई होती, म्हणून पूर्ण ब्रह्मांड दिसलं

आणि कृष्ण पूर्णपणे मुलगा होते, म्हणून निमित्त बनू शकले. यात काही जादू नाही. चमत्कार नाही. जर तुम्ही मला प्रेमाने बघाल, तर ब्रह्मांड दिसू शकतं. तशी नजर हवी आणि योग्य निमित्त हवं. एका लहानशा फुलात संपूर्ण जग दिसू शकतं. आहेही लपलेलं. इथे अणुरेणूत ब्रह्मांड लपलेलं आहे. एका लहानशा थेंबात संपूर्ण समुद्र सामावलेला आहे. एका थेंबाला पूर्णपणे बघितलं तर पूर्ण समुद्र दिसेल.

अर्जुनालाही दिसलं, तेही कृष्णाच्या अपार प्रेमात होते. अशी मैत्री क्वचित घडते, जशी ती मैत्री होती. त्या मैत्रीतल्या क्षणात जर कृष्ण निमित्त झाले आणि अर्जुनाला दिसलं तर काही आश्चर्य नाही, चमत्कार नाही. आणि असं नाही की एकदाच घडलं. अनेकदा पुन्हा पुन्हा घडलं. त्याचा उल्लेख होत नाही ही बाब अलाहिदा. संग्रहित होत नाही ही गोष्ट अलाहिदा.

हे नक्कीच समजून घेण्यासारखं आहे की दिली गेलेली दिव्यदृष्टी पुन्हा घेतली जाऊ शकते का?

ना दिव्यदृष्टी देता येते, ना पुन्हा घेतली जाऊ शकते. एखाद्या क्षणी दिव्यदृष्टी घडते आणि हरवते. एखाद्या क्षणी तुम्ही तुमच्या चेतनेच्या अशा शिखराला स्पर्श करता, जिथून सर्व स्वच्छ दिसू लागतं. परंतु त्या शिखरावर जगणं फार कठीण आहे. जन्मोन्‌जन्म जातात त्या शिखरावर जगण्यासाठी. त्या शिखरावरून परतून यावं लागतं. जसं जमिनीवरून तुम्ही उडी घेता, गुरुत्वाकर्षणाच्या कक्षेतून बाहेर जाता. मोकळ्या आभाळात, मुक्त पक्ष्यांसारखं, एखाद्या क्षणासाठी. पण क्षण जातो न जातो तुम्ही पुन्हा जमिनीवर येता. क्षणासाठी तुम्ही पक्षी होणं हे जाणलंत. अगदी असंच चेतनेचं गुरुत्वाकर्षण, त्याचं एक वेगळं चुंबकीय तत्त्व आहे, जे पकडून ठेवणारं आहे. एखाद्या क्षणी, प्रसंगी तुम्ही इतकी उडी घेता की विशाल, विराट दिसतं. एक क्षणमात्र! जणू वीज चमकली. मग पुन्हा तुम्ही जमिनीवर येता. निश्चितच आता तुम्ही ते राहत नाही, जे या दर्शनाआधी होता, असूही शकत नाही. कारण क्षणासाठी विराट बघितलंत, तर आता पूर्वीचे कसे राहाल? तुम्ही दुसरे झालात; परंतु जे बघितलंत, ते मात्र हरवलं.

काळोख्या रात्री वीज चमकली. क्षणासाठी फूल दिसलं, डोंगर दिसला आणि पुन्हा काळोख झाला. पण आता मी बदललो. मला आधी माहीत नव्हतं की फुलं आहेत, डोंगर आहेत. पण आता मला माहीत आहे. गडद काळोख आहे. पण त्या फुलांना हा काळोख माझ्यापासून हिरावून घेऊ शकत नाही. डोंगर हिरावून घेऊ शकत नाही तो काळोख. आता मला माहीत आहे. आता ते माझाच एक भाग झाले आहेत. आता ते दिसोत न दिसोत अगदी खोलवर मला ठाऊक आहे की डोंगर आहे, फुलं आहेत, वृक्ष आहेत. त्यांचा अज्ञात सुगंध मला स्पर्श करतो. वाऱ्यावरून त्यांचा निरोप माझ्यापर्यंत पोहोचतो. काळोख त्यांना लपवू शकतो. पण माझ्यातून

पुसून टाकू शकत नाही.

दिव्यदृष्टी कोणी देत नाही; परंतु कृष्ण असं बोलताना दिसतात की मी तुला दिव्यदृष्टी देतो. म्हणून गोंधळ होतो. खरं तर माणसांची भाषा गुंतागुंतीची आहे. इथे आम्हाला अशा शब्दांचा प्रयोग करावा लागतो, जे वस्तुत: जिवंत नाहीत. इथे आम्हाला देण्याघेण्याच्या गोष्टी बोलाव्या लागतात. आपण नेहमी म्हणतो की अलाणा फलाण्याला प्रेम देतो. पण प्रेम असं देता येतं? ती काय वस्तू आहे का? प्रेम घडतं – होतं – देता येत नाही. परंतु भाषा असं म्हणते की, मी प्रेम देतो. आई मुलाला प्रेम देते? की प्रेम होतं? ते घडलं, दिलं नाही. ना कोणी प्रेम देतं, ना कोणी प्रेम घेतं. प्रेम घडतं. घडतंही आणि हरवतंही. शिखर घडतं आणि हरवतं. तिथे राहाणं कठीण आहे. हिलेरी आणि तेनसिंग एव्हरेस्टवर गेले. झेंडा फडकावला आणि परत आले. तिथे राहणं कठीण. पण कदाचित एव्हरेस्टवर राहण्याची सोयही होऊ शकेल. पण चेतनेच्या उंचीवर थांबणं, राहणं कठीण आहे.

पण थांबता येईल. कृष्णासारखी व्यक्ती थांबू शकते. अर्जुनासारख्या व्यक्ती उडी मारतात, बघतात, परतून येतात. ही घटना घडते. यात देणं-घेणं काहीही नाही. पण आमची भाषा तशी आहे. सहानुभूती दिली असंही म्हणतात. सहानुभूती देता येते? जो योग्य शब्द आहे, तो हा की कृष्ण आणि अर्जुनामध्ये दिव्यदृष्टी घडली. त्यात कृष्ण निमित्त बनले, अर्जुन उडी मारणारा ठरला. पण भाषा... जसं मी म्हणालो की मी इथे बसलो आहे आणि जर मला कुणी प्रेमाने उघड्या डोळ्यांनी बघितलं तर काही घडेल. पण जेव्हा तसं तुम्हाला घडेल तेव्हा तुम्हीही म्हणाल की तुम्ही दिलंत. पण मी कुठे देणारा आहे?

केमिस्ट्रीत एक समजून घेण्यासारखा शब्द आहे कॅटेलॅटिक एजंट. म्हणजे ज्याच्या सान्निध्यात गोष्टी घडतात; पण तो अलिप्त असतो. उदाहरणार्थ, हायड्रोजन आणि ऑक्सिजनला जर आपण मिळवलं आणि पाणी बनवायचं असेल तर त्यासाठी विद्युत हवी. जर वीज नसेल तर हायड्रोजन आणि ऑक्सिजन वेगवेगळे राहतील. आकाशातही वीज चमकते ती हवेतलं हायड्रोजन आणि ऑक्सिजन एक होण्यासाठी. पण अनेक शोध घेऊनही ते समजलेलं नाही की विजेचं कॉन्ट्रिब्यूशन आहे. काहीही कॉन्ट्रिब्यूशन नाही. वीज काहीच करत नाही, पण तिचं अस्तित्व मात्र आवश्यक आहे. त्यामुळेच पाणी बनेल, बनतं. केमिस्ट्रीत अशी अनेक उदाहरणं मिळतात; पण शोध घेतल्यावर समजतं की त्यांच्यातून काही जात नाही, येत नाही.

कृष्ण जे आहेत ते कॅटॅलिटिकल एजंट आहेत आणि ज्यांना आम्ही आत्तापर्यंत गुरू म्हणत होतो तो केवळ आमचा गैरसमज आहे. जगात कुणीही गुरू नाहीत, केवळ एजंट आहेत. चेतनेतही घटना कुणाच्या तरी अस्तित्वामुळे घडू शकते. कृष्णाच्या सान्निध्यात घटना घडते तर बिचारा अर्जुन निश्चितच म्हणेल की, 'तुम्ही

मला दिलंत.’ रामकृष्णाच्या सान्निध्यात विवेकानंदांना काही घडतं, तर विवेकानंदही म्हणतील, ‘तुम्ही दिलंत.’ आणि रामकृष्णांना भाषेचा वाद नको असेल तर तेही म्हणतील, ‘ठीक आहे.’ माझ्यासारखी माणसं सोडली तर भाषेची कटकट कोणी ओढवून घेत नाही.

चित्रकार वॉनगॉग यांना जर विचारलं की, तुम्ही हे जे चित्र काढलं आहे... तर तो म्हणेल, ‘मी नाही काढलं, हे माझ्याकडून झालं.’ आपल्याला वाटेल, त्याने काय फरक पडतो? पडतो. खूप फरक पडतो. माझ्या आतून ते आलं. माझ्याकडून बनवलं गेलं. मी नाही काढलं. मी केवळ तिथे होतो, केवळ साक्षी!

तर दिव्यदृष्टीची ही घटना अर्जुन-कृष्ण यांच्यामध्ये एकदा नव्हे, तर अनेकदा घडली. कधी बुद्ध-मौगल्लान, बुद्ध-सारिपुत्र, महावीर-गौतम, जीझस-ल्यूक, रामकृष्ण-विवेकानंद यांच्यामधे घडली हजारदा... हा चमत्कार नाही. चमत्कार अज्ञानातून निर्माण होतो. चमत्कार घडतच नाहीत. जे घडतं ते सर्व सत्य, तथ्य आहे. या जगात सगळं काही तथ्य आहे, सत्य आहे. पण जेव्हा ते समजत नाही, तेव्हा चमत्कार समजला जातो.

दिव्यदृष्टी भीतिदायक असते का? जशी अर्जुनाला भीतिदायक वाटली?

विचारत आहेत की दिव्यदृष्टी भीतिदायक असते का? अर्जुनाला वाटली तशी? भीतिदायक असू शकते. जर पूर्वतयारी नसेल, तर अचानक मिळणारं सुखही भीतिदायक वाटतं. लॉटरी लागली तर समजतं. दारिद्र्य कमी लोकांना मृत्युमुखी पाडतं, श्रीमंती हल्लाच करते.

मी एक कथा नेहमी सांगतो. एका माणसाला लॉटरी लागली. त्याची बायको अचानक पाच लाख मिळालेले बघून घाबरली. नवरा गरीब, दिवसाला पाच रुपये मिळवणारा. अचानक एवढे पैसे? काय करावं? म्हणून ती चर्चमध्ये गेली. फादरला म्हणाली, “मला भीती वाटत्ये. एवढी रक्कम ऐकून नवऱ्याला हार्टअॅटॅक आला तर?” फादर म्हणाला, “घाबरू नका. मी येईन तेव्हा.”

पाद्री घरी गेला तिच्या. म्हणाला, या सुखाचं विभाजन केलं पाहिजे. तुझ्या नवऱ्याला येऊ दे. मी एक योजना केली आहे. तो आल्यावर फादर म्हणाला की तुला लॉटरीत पन्नास हजार रुपये मिळाले आहेत का? आधी पन्नास हजार, मग सांगू एक लाख. जेव्हा लाख पचवू शकेल तर मग आकडा वाढवत न्यावा. तो नवरा म्हणाला, ‘पन्नास हजार मिळाले आहेत? पंचवीस हजार चर्चला देणगी देतो.’ ते ऐकताच फादरला हार्टअॅटॅक आला.

अर्जुनाबरोबर घडलेली घटना अशी आकस्मिक होती. सारिपुत्र अथवा मौगल्लानवर घडलेली घटना आकस्मिक नव्हती. पूर्वसूचित होती. जी माणसं ध्यानाच्या दिशेने यात्रा करत आहेत त्यांच्यासाठी दिव्यत्वाचा अनुभव कधी घाबरवणारा नसतो; पण ज्यांची तशी ध्यानयात्रा नाही त्यांच्यासाठी दिव्यत्वाचा प्राथमिक अनुभव भीतिदायक ठरू शकतो. कारण इतकं अचानक आणि आनंदपूर्ण आहे की या दोन्ही गोष्टी सहन करता येणं कठीण जातं. हृदयाचे ठोके थांबू शकतात. दुःख इतकं घाबरवत नाही. कारण दुःखाची तयारी असते, मनाने ते मानलेलं आहे, सवयीचं आहे. सकाळपासून संध्याकाळपर्यंत दुःखातच तर जगत असतो. ती आमची जगण्याची पद्धत आहे. म्हणूनच मोठ्यातलं मोठं दुःख जरी आलं तरी आम्ही दोन-चार दिवसांतच सावरतो आणि पुन्हा दिनक्रम सुरू होतो. परंतु सुख ही आमच्या जीवनाची पद्धत नाही. छोटंसं जरी सुख मिळालं तरी झोप लागत नाही, चैन पडत नाही. आणि अर्जुनाला जे सुख मिळालं ते साधारण सुख नव्हतं. तो आनंद होता. एका क्षणात उतरून आलं होतं. त्याची तीव्रता खूप होती. तो घाबरला, ओरडू लागला. नको-नको हे माझ्या सामर्थ्याच्या पलीकडचं आहे. स्वाभाविक आहे.

जगात मोठ्यातलं मोठं दुःख झेलणारे, सहन करणारे शक्तिशाली लोक आहेत. पण असे शक्तिशाली लोक खूप कमी आहेत, जे सुखाला झेलू शकतील. प्रार्थना आम्ही सुखासाठी करतो, पण अचानक सुख मिळालं तर आम्हीही म्हणू, पुरे, नको! सहन होत नाही. म्हणून परमात्मा सुख विभागून देतो. क्षण-क्षण, हळू-हळू, अगदी प्रयत्नपूर्वक. खूप रडा, खूप ओरडा, खूप मागा, हळूहळू आणि मग अचानक घडते, तर घाबरायला होतं.

'भगवान श्री, पहिल्या प्रश्नातला दुसरा भाग राहिला. 'विनाशाय च दुष्कृताम्' याचा अर्थ असा होता की दुष्टांचा नाश नाही, त्यांचं परिवर्तन. परंतु कृष्णाने अनेक दुष्टांचा नाश केला, त्यांना परिवर्तित नाही केलं, असं का?'

हेही समजलं पाहिजे. आम्हाला जो वध वाटतो, तो कृष्णासाठी वध नाहीये. ज्यांना गीता समजते, ते समजतील. कृष्णाच्या दृष्टिकोनातून ना कुणी मारलं जातं, ना कुणी मरतं. मग कृष्ण काय करत आहेत? परंतु आम्हाला दिसतं की त्यानं कुणा राक्षसाला, पूतनाला मारलं.

समजून घेण्यासाठी खोलवर जायला हवं आणि समजण्यापलीकडच्या सूत्रांवरही विचार व्हायला हवा. जर धर्माच्या विज्ञानातून बघायला जावं, तर याचा अर्थ केवळ इतकाच एक विशिष्ट राक्षस, दुष्ट संस्थानाला नष्ट केलं गेलं. त्याच्या दुष्ट संस्कारांना,

शरीराला, चित्ताला पूर्णत: नष्ट केलं गेलं. आणि त्याच्यातल्या आत्म्याला जुन्या सवयी आणि संस्कारातून मुक्त केलं गेलं. धर्माच्या अर्थाने इतकंच सांगता येईल. आणि जर कृष्णाला असं दिसतं की हा मनुष्य या शरीराच्या साहाय्याने रूपांतरित होऊ शकणार नाही. म्हणून त्याला नव्या शरीराच्या यात्रेवर पाठवणं योग्य. या शरीराला इतकं जडत्व आलं आहे की आता परिवर्तन संभव नाही, म्हणून जर नवीन शरीर मिळालं तर ते सहजसोपं होईल. जसं एखाद्या सत्तरीतल्या माणसाला प्रायमरी शाळेत शिकण्यासाठी पाठवलं, जर विज्ञानात तेवढी प्रगती झाली तर आम्ही त्या सत्तरीच्या माणसाला लहान मुलाचं शरीर देण्याचा प्रयास करू. कारण प्रौढ माणसाला शिक्षित करणं कठीण आहे. कारण तो इतका शिक्षित झाला आहे, त्याच्या पाटीवर इतकं काही लिहिलं गेलं आहे की त्यावर आता नवीन काही अक्षरं लिहिता येणं कठीण आहे. आणि जरी लिहिली गेली तरी ती दिसणार नाहीत. समजलं जरी, तरी सवयी पाठलाग करतात.

म्हणून ही मजेशीर गोष्ट आहे की रावणाला जेव्हा रामाच्या हातून मरण आलं तेव्हा त्याने आभार मानले. कृष्णाकरवी जे मरण पावले त्यांनाही आभार मानता आले असते. गहिऱ्या अंत:करणातून आभार उमटतात. एक जाळं तुटलं, नष्ट झालं आणि एका नव्या यात्रेला सुरुवात झाली. क, ख, ग...! पण आम्हाला असंच दिसतं की मारून टाकलं माणसाला. जर माझ्या दृष्टिकोनातून बघितलं तर मी म्हणेन, नवं जीवन दिलं त्या माणसाला. एक नवी सुरुवात. पूर्ण कोरी पाटी.

कृष्ण, माझ्या दृष्टिकोनातून कोणी मरत नाही. याचा अर्थ असा नाही की तुम्ही हिंसा करा, सर्वांना मारत जा. त्या दिवशी तुम्हाला मारायची परवानगी देता येईल ज्या दिवशी तुम्ही समजाल की कोणीही मरत नाही; परंतु त्याचवेळेस तुमची स्वत:ची मरायची तयारी असणं आवश्यक आहे, तेव्हा खरं ते समजेल. तर कृष्ण हीच तयारी पूर्णत: दाखवतात. मृत्यूंच्या जबड्यात ते वारंवार जातात. तीच परीक्षा आहे. लहानसं मूल सर्पाशी झुंजतं; महाशक्तिशाली राक्षसाशी लढतं. काय, यातून काय समजतं? समजतं इतकंच की मरत कुणीही नाही. मृत्यू हे एकमात्र असत्य. एकमात्र भ्रम! एकमात्र माया, जी नाहीये पण दिसते. मृत्यू जर असत्य आहे तर मग आम्हाला शरीर बदलणं आता गरजेचं झालं आहे, याचाही अनुभव येऊ शकतो.

असं समजा, एक किडनी खराब झाली तुमची आणि डॉक्टरांनी ती काढून दुसरी लावली तर आम्हाला काही त्रास होत नाही. एका अर्थाने तरीही तुमचं शरीर बदललंच की! हृदयाचंही तसंच. आत्ता आम्ही एक एक भाग बदलू शकत आहोत. पण आज ना उद्या आम्ही संपूर्ण शरीर बदलू शकू, यात कठीण काहीच नाही. आत्तापर्यंत प्रकृती, निसर्ग शरीराला बदलत होतं. कृष्णाच्या काळी हे विज्ञान विकसित नव्हतं की वैज्ञानिकाला सांगू की या राक्षसाच्या शरीराला बदलून टाक.

निसर्गावरच सोपवून द्यावं लागत होतं; परंतु भविष्यात असं घडू शकतं. तेव्हा आम्ही कृष्णाला पूर्ण समजू शकू, कारण आत्ता आमच्यापाशी स्वच्छ, तथ्य नाहीये.

म्हणून मी असं मानत नाही की दुष्टांना नष्ट केलं, मी मानतो की त्यांचं रूपांतर केलं. रूपांतराच्या यात्रेवर त्यांना पाठवलं गेलं. त्यांना निसर्गाच्या कार्यशाळेत पाठवलं की बाबा रे, कृपा करून त्यांना शरीर द्या – मन, डोळे, हात-पाय – म्हणजे ते पुन्हा नवा प्रवास करू शकतील.

'अशा तऱ्हेने नवीन शरीर मिळाल्यावर पूर्वीचे संस्कार आणि मन असलेलं सूक्ष्म शरीरसुद्धा बदललं जातं का?'

ते आपलं आपण नाही बदलत. परंतु कृष्णासारख्या व्यक्तीच्या हातून मरण प्राप्त झालं तर खूप फरक पडतो. सर्वांना नाही मिळत. ज्यांचं पुण्यकर्म खूप असेल त्यांना फळ मिळतं.

साधारणत: नाही बदलत. जर एखादा माणूस मरतो, तर शरीरच बदलतं. त्याच्या आतलं काहीही बदलत नाही. पण कृष्णासारख्या माणसाच्या हातून मृत्यू प्राप्त होत असेल तर ती मोठी घटना आहे, कारण कॅटेलॅटिक एजंट हजर आहे. अशा माणसाच्या सान्निध्यात मरण घडतं, तर तुमची शरीरातून मुक्तता होताच त्या माणसाचे जे व्यक्तिमत्त्वातले सूक्ष्मतम किरण आहेत, जे जाळं पसरवतात, ते तुमच्यात समाविष्ट होतात. तुम्ही ते पकडता, प्राशन करता. जे तुमचं शरीर कृष्णाला भेटण्यासाठी प्रतिबंध होत होतं, ते निघून जातं. कृष्णाची भेट सोपी होते. त्या मिलनात काही घडतं. ते मिलन अर्जुनासाठी होऊ शकतं; कारण अर्जुन आपल्या शरीराबाहेर येऊ शकतो. आम्ही प्रेमात शरीराबाहेर उडी मारतो. शत्रुत्वात आम्ही शरीराबाहेर जाऊ शकत नाही. शरीराच्या आत, शरीराला एका किल्ल्याप्रमाणे बनवून बसून राहतो.

प्रेम आणि घृणा यात हाच फरक आहे. जर आपलं एकमेकांवर प्रेम आहे, तर आपण शरीराबाहेर येतो आणि तिथे आपलं मिलन होतं. जिथे शरीरं भेटू शकत नाहीत, पण शत्रुत्वात आपण शरीराचा गड बनवतो. एकमेकांना एकमेकांचं शरीर दिसत राहतं. मिलन जास्तीत जास्त शरीर पातळीवरच होतं, याहून पलीकडे नाही.

बदलण्यासाठी अर्जुनाला मारण्याची आवश्यकता भासत नाही कारण तो प्रेमाने भरलेला आहे. ज्यांना मारण्याची आवश्यकता भासते, जे घृणेने भरलेले आहेत. त्यांचे किल्ले जमीनदोस्त होणं आवश्यक आहे. तेव्हा ते शरीराबाहेर जाऊ शकतात आणि तोच क्षण निर्माण होतो, जो अर्जुनाबरोबर त्याला न मारता निर्माण होतो. परंतु कृष्णाची अनुकंपा दोघांशी आहे. समतोल, त्यात काही फरक नाही. पण हे

समजण्यासाठी थोडं बाहेर, हे समजण्यापलीकडचं आहे. म्हणून मी म्हणालो की समजून घेण्याचा प्रयत्न करू नका. ऐका आणि विसरून जा.

> *'भगवान श्री, मार्शल मेकलूहानचं सूत्र आहे 'मीडियम इज मेसेज' माध्यमच संदेश आहे. कुणी एकाने मेसेजच्या जागी मसाज म्हटलं आणि अभिनव अर्थ प्राप्त झाला. तसंच आम्ही कृष्णाच्या बासरीला जीवात्म्याच्या परमात्म्याला प्रेमपुकार म्हटलं तर गैर काय?*
>
> *महाभारताच्या वेळेस कृष्णाचं पांचजन्य शंख वाजवणं, तसंच बासरीबरोबर सुदर्शन चक्र असणं हे काही प्रतीकात्मक अर्थ सांगतात का?'*
>
> *रासक्रीडेबाबत भागवतात एक श्लोक आहे, ज्यात गोपिकांबरोबर खेळणारे कृष्ण यांचं वर्णन 'यथा अर्भक स्व प्रतिबिंब विभ्रम:' या भावकल्पनेचा अर्थ काय? आणि एक रहस्यवादी म्हणतात की जीवात्म्याचा अहंकार परमात्म्याचं भोजन आहे. या विधानाप्रमाणे रासलीला करणारे कृष्ण गोपिकांचा अहंकार नष्ट होण्यासाठी अचानक अदृश्य झाले होते का?*

मार्शल मेकलूहान अद्भुत विचारवंत आहेत. त्यांचं वक्तव्य माध्यमच संदेश आहे. खूप महत्त्वपूर्ण आहे. असं नेहमीच समजलं जात नाही. असं समजलं जातं की संदेश वेगळी गोष्ट आहे आणि माध्यम वेगळी. संदेश माध्यमामार्फत प्रकट होतं. पण संदेशच माध्यम नाहीये आणि माध्यमच संदेश नाहीये. द्वैतवादी दृष्टी या तऱ्हेचं अंतर तोडते. प्रत्येक गोष्टीला दोन भागांत तोडते. शरीर वेगळं, आत्मा वेगळा. शरीर माध्यम आहे, आत्मा संदेश आहे. ते म्हणतं गती वेगळी, गतिवान वेगळा. प्रकाश वेगळा, प्रकाशवान वेगळा. जग वेगळं, परमात्मा वेगळा.

ठीक ही जी द्वैतवादी दृष्टी आहे, तीच अभिव्यक्तीचं माध्यम आणि अभिव्यक्तीच्या संदेशात आहे. मार्शल मेकलूहानना मी अद्वैतवादी म्हणतो. त्यांनी माध्यम आणि संदेश यात प्रथम अद्वैताची घोषणा केली आहे. ते असं म्हणतात की जे तुम्ही म्हणता, ज्या तऱ्हेने म्हणता, ज्या मार्गे म्हणता, आणि ज्या माध्यमाद्वारे तुम्ही म्हणता, या दोन वेगळ्या गोष्टी नाहीयेत. एकच गोष्ट आहे. हे समजून घेण्यासाठी काही गोष्टी समजणं आवश्यक आहे.

एक मूर्तिकार मूर्ती बनवतो आहे; पण मूर्तिकार आणि मूर्ती वेगवेगळे असतात. हे आम्हाला स्पष्ट दिसतं. मूर्ती बनते. मूर्ती वेगळी उभी असते, मूर्तिकार वेगळा उभा

असतो. मोठा गहिरा अद्वैतकार हवा, जो म्हणेल की मूर्ती आणि मूर्तिकार एकच आहेत. कठीण आहे, आमचे डोळे हे मान्य करणार नाहीत. आमचं मन, बुद्धी म्हणेल की हा काय वेडेपणा? उद्या मूर्तिकार मरेल; पण मूर्ती राहील. खूप सखोल बघणारी नजर हवी, जी म्हणेल की मूर्तिकार कसा काय मरणार, जोपर्यंत मूर्ती आहे. मूर्तिकार कितीही दूर गेला तरी... पण दूर कसा जाऊ शकणार? आता स्पेसचा संबंध राहिला नाही. त्या दोहोंत एक आत्मिक एकता आहे, तादात्म्य आहे, जे अनंतापर्यंत राहील. परंतु हे मूर्तिकाराच्या उदाहरणातून समजणं कठीण जाईल. नृत्य घेऊ. नृत्यकार आणि तो कृष्णाशी जास्त जवळचाही आहे.

एक नर्तक नाचत आहे. नर्तक आणि नृत्य दोन आहेत की एक? हे सोपं पडेल. नर्तक वेगळा केला तर नृत्य हरवतं. नृत्यवेगळं केलं तर नर्तक हा नर्तक राहत नाही; साधारण माणूस होतो. नर्तक आणि नृत्य एक आहे. बासरी आणि बासरीवादक एक आहे. गीत आणि गायक एक आहेत. निसर्ग आणि परमात्मा एक आहेत. सांगणारा आणि ज्या माध्यमातून सांगतोय ते एक आहे. बऱ्याच गोष्टींत हे बघणं सोपं जाईल; कारण आमची स्थूल नजर ते ओळखू शकते की हो, नृत्य आणि नर्तक एक आहेत. परंतु जर खूप अद्वितीय दृष्टी असेल, तर इथेही दोनात तोडता येतं; कारण नृत्य तर बाहेर घडणारी, प्रकट अशी एक क्रिया आहे. आणि नर्तक आत लपलेला एक प्राण आहे. प्राण नाचत नाही, प्राण तर नाचाच्या मध्यात, मध्ये उभा आहे. नाच बाहेर चालला आहे. द्वैतवादी म्हणेल की नर्तकाची इच्छा असेल तर तो आपलं नृत्य बघू शकतो. साक्षी होऊ शकतो. तेव्हा ते दोन होतील. जे 'दोन' म्हणून आम्हाला दिसतं, ते एक होऊ शकतं; साक्षी दृष्टीने.

पण बासरी वाजवली जात आहे. कुठे आहे ती जागा जिथे बासरी वाजवणारे ओठ आणि बासरी वेगवेगळी असते? आणि जर खरंच वेगळे आहेत तर ओठ बासरी कशी काय वाजवू शकतात? मग तर मध्ये अंतर होईल. ओठ वेगळे, बासरी वेगळी होईल. एकत्र कसे येतील? ओठांवर स्वर निर्माण होतील. बासरीपर्यंत पोहोचतील कसे? नाही. बासरी आणि ओठ वेगवेगळे दिसतात. जर नीट समजलं तर बासरी ओठांचं वाढलेलं रूप आहे.

असं अजून वेगळ्या रीतीने समजा. जसं मार्शल मेकलूहानला पसंत पडेल, तसं समजा. एक दुर्बीण आहे, जिच्यातून आम्ही आकाशाकडे बघतो. जे तारे केवळ डोळ्यांना दिसत नाहीत ते दुर्बिणीतून दिसतात. दुर्बीण आणि डोळे दोन वेगळ्या गोष्टी आहेत की असं समजूया की दुर्बीण डोळ्यांचं वाढीव स्वरूप आहे? विज्ञानाने डोळ्यांना मोठं केलं, वाढवलं. जेव्हा मी माझ्या हाताने तुम्हाला स्पर्श करतो, तेव्हा माझा हात स्पर्श करतो की मी? दिसताना दिसतं की माझा हात आहे, पण माझ्या हातात आणि माझ्यात काही अंतर आहे. जिथे मी संपतो तिथे माझा हात सुरू होतो?

नाही, माझा हात हे माझं एक्स्टेन्शन आहे. जर मी हातात एक काठी घेतो, त्याने स्पर्श करतो, तर कदाचित तुम्ही म्हणाल की मी स्पर्श करत नाहीये. पण आत्ताही मीच स्पर्श करतो आहे. काठी माझ्या हाताचा वाढीव भाग आहे. मी फोनवरून बोलतोय तर माझ्या ओठांचाच वैज्ञानिक दृष्टीने फोन हा वाढीव भाग आहे. तसं जर बघितलं तर दुर्बीण माझ्या डोळ्यांचा वाढीव भाग आहे. पण मग तारे माझ्या डोळ्यांपासून वेगळे का असावेत? मी ताऱ्यांना बघू शकतो, याचाच अर्थ ताऱ्यांमध्ये आणि माझ्या डोळ्यांमधे काही आंतरिक संबंध असायला हवा. अन्यथा कसं बघू शकणार? मी कानांनी तर ताऱ्यांना बघू शकत नाही. डोळ्यांनी संगीत ऐकू शकत नाही. डोळे आणि तारे यांच्यात ताळमेळ, हार्मनी हवी. अंत:संबंध हवा. तर केवळ दुर्बीणच वाढ नाही, तर तारेसुद्धा वाढ आहेत. उलट विचार केला तर ताऱ्यांची वाढ माझे डोळे आहेत. तेव्हा आम्हाला अद्वैत दिसेल. तेव्हा आम्हाला गोष्टी 'एक' दिसतील. तेव्हा गोष्टींचा आंतरविस्तार दिसेल. आणि तेव्हा सर्व एक होईल. देन मीडियम इज मेसेज. तेव्हा माध्यमच संदेश आहे आणि संदेशच माध्यम आहे.

योग्य विचारताय की कृष्णाची बासरी आणि त्यावर वाजवलेले स्वर परमात्म्यासाठी केली गेलेली प्रार्थना नाहीये का? प्रार्थना असं मी म्हणणार नाही. कारण कृष्णासारखा माणूस प्रार्थना करणार नाही. कुणाकडे करणार प्रार्थना? प्रार्थनेने एक अंतर निर्माण होतं. भेद होतो. प्रार्थना करणारा वेगळा होतो, ज्याला प्रार्थना केली जात आहे त्याच्यापासून. प्रार्थना द्वैत आहे. हे जरा समजून घ्यायला हवं.

प्रार्थना द्वैत आहे. नाही, बासरी वाजवताना कृष्ण प्रार्थनेत नाहीयेत, ध्यानात आहेत. ध्यान अद्वैत आहे. प्रार्थना आणि ध्यान यात हाच फरक आहे. प्रार्थना द्वैतवादीचा शोध आहे. तो म्हणतो, मी इथे आहे, तिथे परमात्मा आहे. निवेदन करतो. ध्यान अद्वैत स्थिती आहे. तो म्हणतो, तिथे कुणी नाही. परमात्मा नाही, मीच आहे, सगळे आहेत. कृष्णाची बासरी प्रार्थनेसाठी उमटलेलं गीत नाही, ध्यानातून उमटलेला स्वर आहे. कुणा परमात्म्यासाठी केली गेलेली प्रार्थना नाही, स्वत:ला दिलेला धन्यवाद आहे. स्वत:साठी प्रकटलेली अनुग्रहित भावना. हा अहोभाव आहे, प्रार्थनेत संकोच आणि भीती असते, आकांक्षा असते. प्रार्थना ऐकली जाईल, जाणार नाही, अशी शंका तर उरतेच. कोणी प्रार्थना ऐकणारं आहे की नाही, असा संदेहही असतोच.

अनुग्रहात काही प्रश्न नसतो. कोणी ऐकतंय की नाही हा प्रश्न नाही. तो कुणासाठी तरी नाही. ध्यान जे आहे ते कुणासाठी तरी नाही. त्यावर कुणाचा पत्ता लिहिलेला नाही. सरळ भाव-अनुग्रहाचा, जो सर्वांसाठी आहे. आकाशाने ऐकलं, तर ऐकलं. फुलांनी, ढगांनी, वाऱ्याने नेलं तर नेलं. त्यामागे कोणतीही आकांक्षा नाही. ती आपल्या आपणच पूर्ण गोष्ट आहे. बासरी वाजत्ये, बस संपलं. कृष्णाने आपल्या

हृदयाला निवेदन केलं आहे. कुणाला तरी निवेदन केलेलं नाहीये. म्हणून कृष्ण आनंदाने बासरी वाजवू शकले. मीरा तितक्या आनंदाने नाचू शकली नाही. ती ध्यानात नाहीये. ती प्रार्थनेत आहे. मीरेसाठी कृष्ण तिथे परक्यासारखे उभे आहेत. कितीही जवळ असले तरी परके. किती जवळ – तरीही दूर आणि कितीही असले तरी एक होऊ नाही शकले.

म्हणून मीरेच्या नृत्यात ती स्वतंत्रता नाहीये जी कृष्णाच्या नृत्यात आहे. मीरेच्या घुंगरांत पारतंत्र्याचा थोडासा स्वर आहे. तिच्या भजनात दुःख, पीडा, वेदना आहे. कृष्णाच्या बासरीत आनंदाव्यतिरिक्त दुसरं काहीच नाही. मीरेच्या भजनात अश्रू आहेत. कुणाचा तरी पत्ता लिहिलेला आहे. पोहोचेल, न पोहोचेल. ऐकेल न ऐकेल. माहीत नाही येईल – न येईल. 'शय्या' तिने तयार ठेवली आहे. प्रतीक्षा सुरू आहे. तिच्या भजनामागे उद्दिष्ट आहे. भय आहे, कंपन आहे. कृष्णाच्या मनात कंपन नाही. ध्यानातून उमटलेले स्वर आहेत, परमात्म्यातूनच उमटलेले. अनंताकडे – विस्तीर्ण... काही पत्ता नसलेले, विनाकारण वाजणारी बासरी.

आम्ही म्हणतो, कुणी बासरी वाजवतंय, मजेत वाजवतंय. खरं तर बासरीचा अर्थच असा आहे की कुणी माणूस मजेत आहे. मजेत आता दुसरं काही करण्यासारखं राहिलं नाही. नाटक काम आहे. काही मिळत नाही. पण काहीतरी मिळालेलं आहे, जे फुटून बाहेर पडतंय.

'भगवान श्री, साधारणतः तुम्ही असं म्हणत असता की 'प्रेअर इज अ स्टेट ऑफ कॉन्शसनेस' आणि कधी कधी असंही म्हणता की 'प्रेअर इज अ स्टेट ऑफ ग्रॅटिट्यूड' तर मग प्रेअर अद्वैत का असू शकत नाही?'

नाही, असं मी कधीही म्हणत नाही की 'प्रेअर इज अ स्टेट ऑफ माइंड.' मी म्हणतो, 'प्रेअरफुलनेस इज अ स्टेट ऑफ माइंड' प्रार्थना नाही, प्रार्थनामयता– प्रेअरफुलनेस. प्रार्थना नाही, प्रार्थनापूर्ण होणं.

एक माणूस सकाळी प्रार्थना करत आहे, ही वेगळी गोष्ट आहे. एक माणूस उठतो, बसतो, चालतो आणि प्रार्थनापूर्ण आहे. बूट घालतानाही प्रार्थनापूर्ण आहे. बूटही उचलून ठेवतो, तर असे ठेवतो, जणू देवाची मूर्ती ठेवतो आहे. तो माणूस प्रार्थनापूर्ण आहे. रस्त्याच्या कडेला पडलेल्या फुलापाशीही असा उभा आहे, जणू स्वयंपरमात्मा त्याच्यासमोर उभा आहे, तर जसा उभा राहील तसा. हा माणूस प्रार्थनापूर्ण आहे, हा कधी प्रार्थना करत नाहीये. याने कधी प्रार्थना केली नाही. प्रार्थनेला मी कधी चेतना म्हणत नाही. 'प्रार्थनापूर्ण हृदय' ही वेगळी गोष्ट आहे

याशिवाय. प्रार्थनापूर्ण हृदय याचा अर्थ ध्यान, मग काही फरक राहत नाही.

प्रार्थना तेच करतात जे प्रार्थनापूर्ण नाहीयेत. प्रार्थनापूर्ण प्रार्थना करणार कशी? त्याने तर प्रार्थना जिंकली आहे, तोच प्रार्थना आहे. तो याहून काही वेगळं करतच नाही. तो करू शकतच नाही. प्रार्थना तोच करतो जो यापेक्षाही काही करतो. व्यवसायही करतो, घृणाही करतो, क्रोधही करतो, त्यातच प्रार्थनाही करतो. कामाची यादी आहे, त्यातच प्रार्थना हे एक काम आहे. तेही करतो; परंतु प्रार्थनापूर्ण तो आहे जो व्यवसाय करतो तर तीही प्रार्थना आहे.

आता कबीर आहेत, कपडा जरी विणतोय, जर कुणी त्याला विचारलं की आता का कापड विणत बसला आहेस? तर ते म्हणतील, 'ही माझी प्रार्थना आहे. मी चालतो, तर ते माझं ध्यान आहे, माझं उठणं-बसणं-खाणं – सर्व ध्यानच आहे.' ते म्हणतात, 'साधो सहज समाधी भली'. जे करता तीच समाधी. जे करता, तीच समाधी आहे. तेच ध्यान आहे, तीच प्रार्थना आहे.' कबीर आपलं कापड विकण्यासाठी बाजारात नाचत नाचत जात आहे. कुणी कापड घ्यायला आलं, तर ते सांगतात, 'इतकं सुंदर कापड मी याआधी कधीही बनवलं नाही. प्रार्थनेलाही प्रत्येक धाग्यात मी गुंफलंय.' कबीर त्या माणसाला 'राम' म्हणतो. राम, कुणी विकणारा नाही, कुणी विकत घेणारा नाही. रामच बनवणारा, रामच कपडा घालणारा, रामच विणतो आहे. ही स्थिती प्रार्थनापूर्ण आहे. म्हणून कबीराला कुणीही मस्जिदमध्ये जाताना बघितलं नाही, ना कुणी प्रार्थना करताना बघितलं, ना कधी मंदिरात बघितलं. उलट ते निरंतर म्हणायचे की तुमचा देव इतका बहिरा आहे का की इतक्या मोठ्याने तुम्ही ओरडता? कारण आम्हाला तर न ओरडताही समजतं की त्याने ऐकलं. न बोलताच समजतं की तो समजला. तू इतक्या जोरात का ओरडतो आहेस मुल्ला?' कबीर त्या सर्वांची टिंगल करतात जे प्रार्थना करतात. हा माणूस प्रार्थनापूर्ण आहे म्हणून टिंगल करू शकतो. म्हणून मी प्रार्थनापूर्ण राहा असं म्हणतो, प्रार्थना करा असं म्हणत नाही.

'तो प्रश्न होता चक्र-सुदर्शन आणि पांचजन्याबद्दल...
रासक्रीडेबद्दल... 'यथा अर्भक स्व प्रतिबिंब विभ्रमः'?

कृष्णाशी निगडित असलेल्या सर्व गोष्टींना मोठा प्रतीकार्थ आहे. असायलाही हवा. कृष्णासारख्या व्यक्तीशी जो जोडला गेला, तो निर्मूल्य असू शकत नाही. अमूल्य असू शकतो. पण आम्ही त्याचं मूल्य जरी समजू शकलो तरी खूप. अमूल्यला समजणं जरा कठीण गोष्ट आहे.

कृष्णाचा पांचजन्य – त्यांचा शंख – मोठा प्रतीकार्थ आहे. माणसाची पाच इंद्रियं, पाच द्वार, माणूस आपल्या पंचद्वाराच्या माध्यमातून उद्घोष करतो. डोळे,

नाक, कान, तोंड. पाच इंद्रियं म्हणजे पाच दरवाजे आहेत जगाशी संबंध जोडण्यासाठीचे. जेव्हा कथाकार सांगतात की कृष्णाने पांचजन्य वाजवला तर याचा अर्थ असा की युद्धात ते आपल्या पाचही इंद्रियांसहित समग्र रूपाने हजर होते. याहून काही वेगळा अर्थ नाही. युद्ध हे त्यांच्यासाठी काम नव्हतं. त्यांच्यासाठी कोणतीही गोष्ट हे काम नव्हतं. कबीर जसे कपडा विकायला बाजारात गेले. पूर्ण – पूर्णपणे – तसे कृष्ण पांचजन्य वाजवून उद्घोष करतात की, मी पूर्णपणे युद्धात आलो आहे. मागे काहीही राहिलेलं नाही. ते मागे काही सोडतही नाहीत. ते पूर्णत्वाने असतात, जिथे असतात तिथे पूर्णत्वाने असतात. म्हणून पाच इंद्रियांचं प्रतीक पंचजनांना ते वाजवतात आणि सांगतात की मी माझ्या समस्त इंद्रियांसहित हजर आहे. ही माझ्या असण्याची घोषणा आहे. ते सर्व शंख आपापल्या अस्तित्वाची घोषणा करत आहेत. सर्व शंखांची वेगवेगळी नावे आहेत आणि प्रत्येक जण आपापला शंख वाजवतो, ही ती घोषणा आहे. प्रत्येक शंखाचा वेगवेगळा स्वर आहे आणि प्रत्येक शंखाचा प्रत्येक व्यक्तीशी आंतरिक संबंध आहे. परंतु कृष्णाच्या शंखाशी सामना कुणीही करू शकत नाही. समग्र रूपात तिथे कुणीही उपस्थित नाहीये, ते एकटेच आहेत. आणि मजेशीर गोष्ट अशी की तिथेच ते युद्ध करण्यासाठीही उपस्थित नाहीत. ते तिथे लढण्यासाठी आलेलेच नाहीत.

सत्य असं आहे की पूर्ण तोच उभा राहू शकतो, ज्याची वचनबद्धता नाही. जर वचनबद्धता असेल तर तुम्ही अपूर्ण उभे असाल. वचनबद्धतेमध्ये मागे काही ना काही राहतं. शेष उरतं. कमीत कमी तो तर उरतोच जो वचन देतो. जेव्हा वचनबद्धता नसते, तेव्हा आम्ही पूर्णपणे असतो कारण काही कारणच नसतं. म्हणून कृष्ण युद्ध करण्यासाठी तिथे गेलेलेच नाहीत; परंतु पूर्णपणे युद्धात आहेत. हा माणूस युद्धात हजर आहे. युद्ध करण्यासाठी हजर नाहीये. याचा केवळ अर्थ असा आहे की काही ठरवून आलेला नाही. युद्ध करण्याचा निर्णय त्याच्या मनात नाही. काही प्रयोजनच नाही, काही मिळणारही नाही, युद्धाशी संबंधच नाही. कोण जिंकतं, कोण हरतं. याने काही बिघडत नाही. स्वत:चं हित, स्वार्थ नाही. तरीही एक क्षण येतो, हा माणूस, एक क्षण येतो युद्धातला आणि उतरतो युद्धात. सुदर्शन चक्र घेऊन. हे नाव त्यांच्या चक्राचं आहे.

हे नाव मोठं प्रतीकात्मक आहे.

खरं तर ज्यांनी काव्य लिहिलं, त्यांनी शब्दांची खूप मेहनत, खूप कष्ट घेतले. काव्याचा प्राणच मुळी शब्द आहे आणि शब्दांवर छिन्नी-हातोडी घेऊन शेकडो वर्षं त्यांनी कष्ट घेतले.

आता कृष्णाचे चक्र आहे, त्याला नाव दिलं आहे सुदर्शनाचं. ते चक्र मृत्यूचं वाहक आहे आणि नाव सुदर्शन! मृत्यू दिसायला सुंदर नसतो. पण कृष्णाच्या हातात

मृत्यूसुद्धा सुदर्शन होतो, इतकाच अर्थ आहे. आम्ही ॲटमबॉम्बला सुदर्शन असं नाव नाही देऊ शकत. ॲटमसारखाच संहारक आहे, त्याचा आघात अचूक आहे. त्याने मृत्यू निश्चित आहे. ते सुटतं तर मारूनच परततं. मृत्यू जिथे निश्चित आहे, त्या मृत्यूच्या शस्त्राला आम्ही सुदर्शन म्हणू? पण म्हटलं आहे. कृष्णासारख्या व्यक्तीकडून मिळणारा मृत्यूही सुंदर आहे, सुंदर होतो. हिटलरसारख्या माणसाच्या हातातलं फूलही सुदर्शन नाहीये. प्रश्न हा नाहीये की काय आहे तुमच्या हातात, प्रश्न हा आहे की कुणाच्या हातात आहे? तो हात कुणाचा आहे. कृष्णाकडून मिळणारा मृत्यूही आनंददायी असू शकतो. त्या रणावर उभे असलेले मित्र आणि शत्रू दोघेही हे स्वीकारतात, की ते मरण आनंदपूर्ण आहे. सौभाग्याचा क्षण आहे तो. म्हणून त्यांच्या शस्त्रालाही जे नाव देतो ते 'सुदर्शन' असतं.

युद्धाचा एक क्षण येतो, ते सुदर्शन चक्र हातात घेऊन युद्धात उडी घेतात. हे त्यांच्या सहज उत्स्फूर्त असण्याचं प्रतीक आहे. असा माणूस क्षणासाठी जगतो. असा माणूस मागच्या क्षणाशी बांधलेला नसतो. जर नीट समजायचं असेल तर अशा माणसाचं कोणतं वचन नसतं. संभवत: जेसपर्सने माणसाची परिभाषा केली आहे. माणसाच्या अनेक परिभाषा केल्या जाऊ शकतात. कोणी म्हणतं, 'मॅन इज अ रॅशनल बीइंग.' मनुष्य बुद्धिवान प्राणी आहे. जेसपर्सची परिभाषा आहे की 'मॅन इज अ प्रॉमिसिंग ॲनिमल.' माणूस जो आहे तो वचन देणारा प्राणी आहे. कृष्ण माणूस नाहीये. ते वचन देत नाहीत. 'क्षणा'त जगणारा माणूस आहे. क्षण जे काही घेऊन येईल तसा जगेल. जर क्षणाने तशी परिस्थिती निर्माण केली तर ते स्वत:ला थांबवणार नाहीत. क्षणाने जर युद्ध आणलं तर ते युद्धात उतरतील. क्षण-क्षण जीवनाचा जो अर्थ असतो आणि निश्चितच क्षण क्षण जगणारा माणूसच मुक्त जगू शकतो. कारण जे वचन देतात, ते भूतकाळाशी बांधले जातात. जे भूतकाळाशी बांधले जातात, त्यांची भविष्याची स्वतंत्रता रोज संकीर्ण होत जाते, आणि भूतकाळ भविष्यावर ओझं बनून राहतो.

तर कृष्ण लढाईसाठी उतरतात. लढण्यासाठी आलेले नाहीत, विचारही नव्हता. तरीही कठीण आहे. जी माणसं कृष्णाबद्दल विचार करतात, त्यांना आश्चर्य वाटतं की ते युद्धात का उतरले? कारण अशा माणसांवर विश्वास कसा ठेवायचा जो जशी स्थिती, तसा जगणारा आहे. त्याला असं म्हणू शकत नाही की काल तुम्ही तसे होतात, आज असे कसे? ते म्हणतील काल-आज नाहीये. खूप पाणी वाहून गेलं. गंगा जिथे होती तिथे आज नाहीये. आज मी असा आहे, उद्या मी कसा असेन, मला माहीत नाही. उद्या येईल, तेव्हा समजेल अशा तऱ्हेच्या माणसाची भविष्यवाणी नाही सांगता येत. ज्योतिषी हरतो. उद्याचा कृष्ण उद्याच जन्म घेईल. आजचा आणि उद्याचा कृष्ण यांच्यात शृंखला नाही.

हे जरा नीट बघू.

दोन तऱ्हेचं जीवन असतं. एक जीवन असतं शृंखलाबद्ध आणि एक जीवन असतं अणूसारखं. जो माणूस शृंखलेत जगतो, त्याच्या काल आणि आजमध्ये सेतू असतो. त्याचा आज कालच्यातून निर्माण होतो. त्याचं ज्ञान त्याच्या स्मृतीतून निघतं, त्याच्या जीवनाचं फूल त्याच्या कालच्या राखेतून फुलतं. ते फुलणं नसतंच.

पण एक दुसरं जीवन आहे. हे जीवन आण्विक आहे. त्यात आजचं असणं कालच्यातून निर्माण होत नाही, आजमधूनच असतं. हे आजचं जे सर्व अस्तित्व आहे, त्यातून अलग होतं. आजच्या विराट अस्तित्वातून, आजच्या क्षणातून, येणाऱ्या क्षणातून पुन्हा येणाऱ्या क्षणातून आजचं जीवन प्रकट होत राहतं. सेतुबद्ध नाही. रोज-रोज, प्रतिक्षण असा माणूस प्रत्येक क्षण जगतो. प्रत्येक क्षण मरतो. आज जगतो. रात्री झोपतो, आजसाठी मरतो. उद्या सकाळी पुन्हा जगतो. पुन्हा तो प्रत्येक क्षणी नवा आहे, कधी जुना होत नाही. असा माणूस कायम तरुण आहे. ताजा आहे. त्याचं असणं हे समस्त अस्तित्वातून असतं, तिथूनच येतं, म्हणून त्याचं असणं भागवत आहे.

मी जो 'परमात्मा'चा अर्थ लावतो, तो हाच आहे. भगवान, देव – त्याला ना भूतकाळ आहे, ना भविष्य आहे. केवळ वर्तमान. कृष्णाला जर देव म्हटलं जातं, भागवत चेतना म्हटलं जातं, तर त्याचा काही वेगळा अर्थ नाहीये. अर्थ इतकाच की भगवान, परमात्मा, देव, त्यांचं असणं हे समग्र आहे, तिथूनच उपजलं आहे. म्हणून अशा माणसाची संगती शोधता येणं शक्य नाही. म्हणून त्यांच्या अनेक गोष्टींना दुर्लक्षित करायला हवं अथवा जबरदस्ती समजवावं लागेल. ताळमेळ बसवता येणार नाही. म्हणावं लागेल अथवा की ती 'लीला' जेव्हा आमच्या आकलनशक्तीच्या बाहेरची गोष्ट असेल, आम्ही तिला 'लीला' म्हणू.

> *'भगवान श्री, रामाचं जीवन तर वाल्मीकींनी राम होण्याआधी लिहिलं होतं. तेही भगवान होते, तर त्यांचं जीवन शृंखलाबद्ध कसं झालं?'*

हा प्रश्न खूप छान आहे. वाल्मीकींनी रामाचं जीवन त्यांच्या होण्याआधीच लिहिलं. रामाचं जीवन येऊ शकतं लिहिता. ते मर्यादोत्तम होते. त्यांचं जीवन आधी लिहिता येणं याचा अर्थ इतकाच की राम असे पुरुष, असा माणूस आहे की ते काय करतील हे नक्की सांगता येतं. ते चरित्र आहे. काय करतील, काय करणार नाहीत, हे आधीच ठरवलं जाऊ शकतं. असं नाही की वाल्मिकींनी लिहिलं होतं. यात एक गंमत आहे लपलेली. या देशाने अशी गंमत केली आहे, गमती केल्या आहेत, ज्या

आम्हाला पकडता येत नाहीत. या घटनेचा अर्थ असा की रामाचं जीवन इतकं आखलेलं आहे की रामाने ते जगण्याअगोदरच कवी वाल्मीकी ते लिहू शकले. असं नाहीये की वाल्मीकींनी ते आधी लिहिलं, नंतरच लिहिलं; परंतु रामाचं जीवन एकसंध असल्यामुळे ही गंमत अशा लोकमानसात प्रचलित झाली, जे या गमतीचा अर्थ लावू शकतात. ही गंमत प्रचलित झाली की रामाचंही काही आयुष्य आहे, ते तर चरित्र आहे, जसा एखादा चित्रपट लिहिला जातो. आधी लिहिला जातो. मग दाखवला जातो. रामाची गोष्ट पक्की आहे, निश्चित आहे. त्याबाबतीत असं सांगितलं जाऊ शकतं की सीताहरण होईल तर राम काय करतील. हेही की सीतेला लंकेवरून आणल्यावर तिची अग्निपरीक्षा होईल आणि तरीही एक धोबी शंका व्यक्त करेल तर तिला वनवासात जावं लागेल. हे सर्व निश्चित आहे. कृष्णाच्या संदर्भात असं नाही. काहीही निश्चित नाही.

'भगवान श्री, आपण मार्टिन बूबरच्या भाषेत कृष्णाला 'इंटरप्रिट' करता?'

नाही, मार्टिन बूबर फिरून द्वैतवादी आहेत. अद्वैतवादी नाहीयेत. खरं तर त्यांची जी मूळं आहेत ती हिब्रू आणि ज्यू विचारांची आहेत. तर ते जे सांगतात ते जास्तीत जास्त मी आणि तू मध्ये जास्तीत जास्त खोल अंतर निर्माण होईल. संबंध निर्माण होतील, यासाठी आतुर आहेत. 'मी' आणि 'तू' मध्ये मोठा आंतरिक भाव निर्माण होतो. असा भाव की, मी तूमध्ये आणि तू मीमध्ये वाहून जाऊ शकतो; परंतु तू आणि मी मिटवून टाकण्याची तयारी बूबर करत नाहीत. जीझसना क्रूसावर चढावं लागलं कारण त्यांनी असं वक्तव्य केलं जे अद्वितीय होतं. जीझस म्हणाले, 'आय ॲन्ड माय फादर आर वन.' हे धोकादायक आहे. यहुदींना हा विचार समजला नाही. त्यांना ते सहन झालं नाही. तुम्ही कितीही काहीही म्हणा, परमात्मा वर आहे आणि तुम्ही त्याच्या चरणाशी आहात. तुम्ही ही घोषणा करू शकत नाही की तुम्ही परमात्मा आहात. मुसलमानांनी सूफींचा छळ केला, त्यांना देहदंड दिला. त्याचं कारणही तेच आहे. जेव्हा मन्सूर म्हणाला, 'अनलहक, मीच ईश्वर आहे.' तर सहन झालं नाही. मोहम्मदलाही देवत्व नाही देऊ शकले मुसलमान. त्यालाही संदेशवाहक, पैगंबर! अवतार नाही. कारण परमात्मा वेगळा आहे आणि आम्ही वेगळे आहोत. आम्ही त्याच्या पायाशी. उंचातली उंच जागा, ती त्याच्या चरणांशी आहे.

'तो सुपरमॅन झाला ना? मीच ब्रह्म होऊन जातो, याचं तात्पर्य काय?'

सुपरमॅन म्हणणं कठीण आहे. जेव्हा आम्ही म्हणतो की मीच ब्रह्म होतो, तर माणूस राहतच नाही. जेव्हा मी ब्रह्म होतो, तेव्हा मी ब्रह्मच – ब्रह्मच उरतो. माणूस नाही.

रामाच्या बाबतीत संभव आहे. ही गंमत गहिरी आहे. पण आम्ही खूप गंभीर माणसं आहोत आणि जी माणसं रामाबद्दल वगैरे विचार करतात, ती माणसं फारच गंभीर आहेत. त्यांना गंमत, विनोद समजत नाही. गंभीरतेने व्याख्या करत जातात. विनोद असा आहे की राम तू माणूस असा आहेस की वाल्मीकी कवी तुमची कथा अगोदर लिहू शकतात. याहून अधिक काही नाही.

'शृंखलाबद्ध जीवनात आणि सहजजीवनात आठवणी संपून जातील?'

नाही, शृंखलाबद्ध जीवनात तुमचं असणं तुमच्या आठवणीतून येतं. सहज जीवनात तुमचं असणं आपल्या आठवणींचा उपयोग करेल. इतकाच फरक आहे. तुम्ही तर प्रत्येक क्षणी नवे असाल. सहजजीवनात, तुमची इच्छा असेल तर तुम्ही आठवणींचा उपयोग कराल. स्मृती तुमच्या चित्ताच्या संग्रहालयात पडून राहतील, असतील, संपणार नाहीत. पण त्या अशा असतील जशा तुमच्या तळघरातल्या वस्तू. जेव्हा आवश्यक असेल तेव्हा बाहेर काढा. म्हणून बुद्धाने नाव दिलं आहे, ते म्हणतात, आगार. म्हणतात आवास! स्मृती-आगार. एक संग्रह. चेतनांचा एक संग्रह. तुम्हाला तुमच्या घरी परतून जायचं आहे. तुम्हाला घराची आठवण, स्मृती येणं गरजेचं आहे. तुम्ही त्याचा उपयोग कराल.

'अर्जुनाला समजवताना पुराणस्मृतींनी अडथळा नाही आणला?'

ती वेगळी गोष्ट आहे. आता मी जे सांगतो आहे ते सहजजीवन जगणाऱ्यांची स्मृती नष्ट होऊन जाईल, त्याबद्दल. स्मृती पूर्ण ताजी, पूर्ण जिवंत असेल; परंतु सहजजीवनवाली चेतना प्रतिक्षण नवी होऊन त्याचा उपयोग करेल, त्याची मालिका असेल. शृंखलाबद्ध जीवनाची चेतना असताना व्यक्ती नवीन होणार नाही. मागच्या आठवणीच नव्या व्यक्तीला जन्म देत राहतील. ती मालिका होईल आठवणींची आणि व्यक्ती गुलाम होईल.

आता तुम्ही... काय विचारत होतात?

'कृष्ण अर्जुनापाशी, अथवा कृष्ण अर्जुनाचं जे नातं आहे तिथे कृष्णाने केव्हातरी एखाद्या क्षणी स्मृती आगारातला काही वापर केला नाही? आणि पूर्ण जीवन तत्क्षणीचं जगले?'

जीवन तर प्रत्येक वेळी तत्क्षण आहे. स्मृतींचा उपयोग ते करतात, हेच मी सांगतोय. स्मृतींचा उपयोग करण्यात ते मालक आहेत आणि आपल्या स्मृतींचा उपयोग करणारे आम्ही. मालक नाही, गुलाम आहोत. स्मृती तुमचा उपयोग करत आहे. तुम्ही नाही.

एक माणूस तुमच्याजवळ बसला आहे. तुम्ही त्याला त्याची जात विचारता. तो म्हणतो, मी मुसलमान आहे. बस, मुसलमानाबद्दल तुमच्या मनात एक आठवण आहे, ती तुम्ही या माणसाला लागू कराल. या मुसलमानाचं त्या आठवणीशी काहीही देणं-घेणं नाही. तुम्ही दूर जाऊन बसलात त्याच्यापासून, की हा मुसलमान आहे. इथे तुम्ही आठवणीचे गुलाम झालात. भारतातील हिंदू मुसलमानांना मारतील तर पाकिस्तानमधले मुसलमान तिथल्या हिंदूंना मारतील. काय हा वेडेपणा? स्मृती काम करत आहे. केवळ आठवणींवर तुम्ही जगत आहात. तुम्ही आठवणींचे गुलाम झालात. भारतात मुसलमान मारले जातात हिंदूंकडून, तर पाकिस्तानात राहणाऱ्या हिंदूंना तुम्ही मुसलमान मारणार? या दोन मुसलमानांत, दोन हिंदूंत काय संबंध आहे? पण नाही... मुसलमानांची स्मृती तुम्ही प्रत्येक मुसलमानावर लागू करणार. स्मृती तुमचा वापर करत आहे. तुम्ही स्मृतींचा उपयोग करू शकत नाही आहात. जर करू शकला असता तर म्हणाला असता की, हा 'अ' मुसलमान आहे, तो 'ब' मुसलमान आहे. दोघांचा काहीही संबंध नाही एकमेकांशी.

सहजजीवन स्मृतींचा उपयोग आहे. शृंखलाबद्ध जीवन स्मृतीची कहाणी आहे.

'आपण म्हणालात की ज्यांना कृष्णाच्या हातून मृत्यू प्राप्त होतो ते पुण्यकर्माचं फळ आहे आणि जेव्हा आपण असं म्हणता तेव्हा मनाला एक आनंददायी वेदना होते. एक प्रश्न विचारतो, उत्तर द्या. हे जे नाटक आपण करत आहात, ते अकारणच आहे?'

अगदी अकारण आहे. बिलकूल अकारण... हे नाटक होत आहे.

आणि पुण्यकर्माचं फळ असं मी म्हणतो तेव्हा त्याचा अर्थ इतकाच आहे की

या जीवनात जे काही घडतं, या प्रकट जीवनात जे काही घडतं, ते अकारण नाहीये. कृष्णाची जर भेट होते, तर तीही आकस्मिक नाहीये. तर मग त्यांच्या हातून मरण हे अचानक असं असूच शकत नाही. या जगात 'अचानक' काहीच घडत नाही. कुणाशी भेटतो, भांडतो, प्रेम करतो, कुणी मित्र आहे, कुणी शत्रू– काहीही अचानक नाही. आणि जेव्हा प्रकट जगात काही अकारण प्रकट होतं, तर आम्ही त्याला चमत्कार म्हणतो. कारण ते अप्रकट जगाची माहिती घेऊन येतं. कृष्णाचं असणं अगदी अकारण, विनाकारण आहे. अर्जुनाचा कृष्णाशी संबंध अकारण नाहीये.

हे समजणं जरा कठीण वाटेल.

कृष्णासारख्या व्यक्तीशी आमचा संबंध एक दिशेने असतो. आम्ही त्याच्यावर प्रेम करतो. तेही आमच्यावर प्रेम करतात, असं म्हणता येणार नाही. ते प्रेमपूर्ण आहेत, इतकंच म्हणू शकतो. आम्ही त्यांच्याजवळ जातो, त्यांचं प्रेम मिळतं आम्हाला. म्हणून असं होऊ शकतं की आपल्याला वाटतं, ते आमच्यावर प्रेम करतात. आमच्याकडून आम्ही प्रेम करतो, ते प्रेमपूर्णच आहेत. समोरून प्रेम येत नाही, समोर प्रेम आहे. वन वे ट्रॅफिक!

कृष्णाकडून कुणाचा मृत्यू अगदी अकारण आहे. पण जो मारला गेला आहे, ते अकारण नाही. त्याच्याकडून कारण आहे. तो आपलं जीवन एका मोठ्या, लांबच लांब शृंखलाबद्ध व्यवस्थेत व्यतीत करतो आहे, ते सहजजीवन नाहीये. राक्षसाचं जीवन सहज कसं काय असू शकेल? अथवा ज्यांचं जीवन सहज नाही, त्यांचं जीवन राक्षसाव्यतिरिक्त काय असू शकतं? म्हणून जर त्याचा मृत्यू कृष्णामार्फत होतो आहे, तर त्याच्या भूतकाळातल्या शृंखलेला जोडली गेलेलीच ही कडी आहे. त्याच्या भूतकाळातूनच आलेली. कृष्णासाठी अकारण आहे. तो जर मरत नाही तर कृष्ण त्याचा शोध घेत फिरत नाहीत. तो समोर आला आहे, तर अलाहिदा! जर कृष्ण कुणावर प्रेम करत असतील तर ते त्याचा शोध घेत हिंडत नाहीत. तो समोर आला तर अलाहिदा! जर कृष्णाला कुणीही भेटत नाहीत, ते एकटे जंगलात बसलेत तरीही ते प्रेम करत राहणार. त्या जंगलातल्या शून्यावर, निशब्द एकांतावर, निर्जनतेवर. त्यांना प्रेम मिळत राहणार. त्यात काही फरक पडत नाही.

'आपण जे कृष्णाबद्दल सांगत आहात, वर्णन करत आहात त्यांच्या गुरांचं, तर असं वाटतंय की त्यांच्या भक्तीच्या प्रवाहात आम्ही वाहून जात आहोत. असं नाहीच का की त्यांच्यात काही दोषच नाहीत? त्यांच्या प्रत्येक कर्माचं समर्थनच करत आहोत. मग ती रासलीला असो, वस्त्रहरण असो, अश्वत्थामाचा मृत्यू असो, युधिष्ठिराकरवी असत्यवदन

असो? अशाच रीतीने जर आम्ही विचार करू लागलो तर मला वाटतं की तर्कशुद्ध दृष्टिकोनापर्यंत आम्ही पोहोचू शकणार नाही.'

हे अगदी योग्य आहे. कृष्णात आम्ही थोडे दोष का नाही बघायचे? पण बघण्याचा प्रयत्न वैज्ञानिक असेल? तसा प्रयत्न तर्कशुद्ध असेल? नाही. जर आम्ही ठरवतो की दोष बघायचे नाहीत तरी ते तर्कशुद्ध नसेल. आम्ही दोष बघूच, असं जरी ठरवून चाललो तरीही ते तर्कशुद्ध नसेल.

तर्कशुद्ध असंच असेल की आम्ही कृष्णाला बघावं आणि ते जसे दिसतात तसं बघावं. मला जसे दिसतात तसं मी करत आहे. तुम्हीही तसंच बघा, हा आग्रह नाहीये. ते तर्कशुद्ध नसेल. तुम्हाला दोष दिसतात, बघा, माझं मान्य करू नका. मला जसे दिसतात, तसं मी बघतो. वेगळं बघण्याचा प्रयत्न करेन तर ते तर्कशुद्ध राहणार नाही. तो केवळ प्रयत्न होईल.

दुसरी गोष्ट– दुसरी गोष्ट अशी की तर्कशुद्ध दृष्टिकोन! थोडा विचार करायला हवा. जगात सर्व गोष्टी अशा आहेत का ज्यावर तर्कशुद्ध दृष्टिकोन लागू पडेल? काही गोष्टी आहेत अशा ज्यावर तर्कशुद्ध दृष्टिकोन लागू पडत नाही. जसं की प्रेम- उपाय नाही. प्रेम असणं हे तर्कशुद्ध नाही. जर तसा विचार केला गेला तर 'प्रेम' आहे हेच अमान्य करावं लागेल. यात प्रश्न असा आहे की एक तर प्रेम तर्कशुद्ध नाही असा विचार करायला हवा – आणि हेच तर्कशुद्ध असेल. कारण प्रेम जसं आहे, तसाच विचार केला जाईल ना?

हे असं समजू :

जसं मी म्हणालो की डोळे बघतात, कान ऐकतात. जर आम्ही डोळ्यांच्या पद्धतीने कानाने ऐकलेल्या गोष्टींचा विचार करू तर कठीण होऊन जाईल. डोळे म्हणतील, कान तर बघतच नाहीत आणि डोळे ऐकू शकत नाहीत. तर डोळे हे मान्य करतीलच कसं की कान ऐकतात?

शास्त्र ही जी प्रक्रिया आहे, ती अशी आहे की तिच्यात 'मॅटर'शिवाय इतर काही असतच नाही. 'पदार्था'व्यतिरिक्त काहीही येत नाही. डोळ्यांना प्रकाशाव्यतिरिक्त अन्य काही समजत नाही. कानांना ध्वनीव्यतिरिक्त अजून काही समजत नाही. मग एकच उपाय राहतो की शास्त्रज्ञ सांगतात की पदार्थाव्यतिरिक्त काहीही नाही. आता तर शास्त्रज्ञ अधिकच संकटात सापडले आहेत. कारण पदार्थ शोधत-शोधत ते तिथपर्यंत पोहोचले जिथे पदार्थही आवाक्यात येत नाहीत. तर गेल्या पंधरा-वीस वर्षांत शास्त्रज्ञांना मान्य करावं लागलं की असंही काही आहे, जे आमच्या हातात येत नाहीये. पण आहे. कारण ते जर नाकारतात, तर जे आवाक्यात आलं आहे,

त्याचा पायाच ढासळतो. जर 'इलेक्ट्रॉन' अमान्य करतात, तर ॲटम आवाक्याच्या बाहेर जातो कारण तो त्यावरच उभा आहे, जो आवाक्यात येत नाहीये. पण ते असंही म्हणतात की आज ना उद्या ते आमच्या आवाक्यात येईल, असं होऊ शकतं.

पण प्रेम कोणत्याही प्रयोगशाळेच्या आवाक्यात येणार नाही. त्यांना, शास्त्रज्ञांना वाटत असेल की हृदयाच्या गोष्टी म्हणजे कविकल्पना. पण आम्हाला आमच्या अनुभवांवरून माहीत आहे की हृदय आहे. अनेक क्षण असे येतात की आम्ही फुप्फुसाने नाही तर हृदयाने जगतो.

एक माणूस प्रेमासाठी मृत्यू स्वीकारतो. आम्ही मजनूला बघितलं आहे. जो हृदयासाठी वेडा आहे. आता हे वेडेपण खोटं म्हणायचं का? मजनू आहे. वेडा असेल, चुकीचा असेल, पण आहे. लैलाचा विचार करतो, काव्य करतो, गाणी गातो. आत जगतो, पण जगतो तरी! आणि फुप्फुसं तपासून लैला हाती लागत नाही, पण त्याच्या हृदयात मात्र ती आहे. फुप्फुसं तपासली तर धडधड पकडता येते, रक्तप्रवाह समजतो, ऑक्सिजन समजतो, एक गोष्ट मात्र राहते ज्यासाठी संपूर्ण फुप्फुस तपासलं जातं, पण ती आवाक्यात नाही येत. मग काय म्हणायचं की ती नाहीच आहे. पण असं कसं म्हणणार? मग एकच उपाय राहतो. शास्त्रीय दृष्टिकोन सोडून देणे.

कृष्ण, शास्त्रीय दृष्टिकोनातून जर आपण बघू तर महापुरुष वाटतील. ज्यांच्यात दोषही असतील. चांगलेपणाही असेल. पण मग लक्षात ठेवा, ते 'कृष्ण' राहणार नाहीत. मी ज्या कृष्णाच्या शोधाबद्दल बोलत आहे, ते कुणा महापुरुषाबद्दल नाही. मी एका 'घटने'बद्दल बोलत आहे. ही घटना शास्त्र, तर्कशुद्ध यात समजू शकली जाणार नाही. आणि हे तर तुम्ही समजू शकताच की मी शास्त्र विरोधातला माणूस नाहीये. मी शास्त्र तिथपर्यंत घेऊन जातो, जिथपर्यंत ते पोहोचतही नाही. जिथे त्याला दम लागतो, श्वास तुटतो, तेव्हा सोडतो. माझ्यावर जर आरोप व्हायचाच असेल तर तो अतिवैज्ञानिक असा होऊ शकतो.

'तर मग कधी-कधी मन आणि हृदय, विचार आणि भाव एक होत नाहीत?'

अनेकदा होतात. आणि जेव्हा एक होतात तेव्हा महत्त्वपूर्ण घटना घडते. खरं तर खोलवर बघता विचार आणि भाव एकच असतात. वरवर वेगवेगळे दिसतात. जसं झाडाच्या फांद्या वरवर वेगवेगळ्या दिसतात आणि खाली मात्र एकत्रच असतात. तसेच, विचारही आमच्या फांद्या आहेत असण्याच्या. भावही आमच्याच फांद्या आहेत. आणि ज्या दिवशी आम्ही जाणतो की विचार आणि भाव एकच

आहेत, त्या दिवशी शास्त्र आणि धर्म वेगवेगळे राहत नाहीत. त्या दिवशी शास्त्राची सीमा होऊन जाते आणि एक अतिक्रमणाचं जगही होतं जिथे धर्म सुरू होतो.

कृष्ण धर्मपुरुष आहेत. आणि मी त्याच दृष्टिकोनातून बोलत आहे. जसे ते मला दिसतात, तसंच मी सांगतो. त्यात तुम्ही त्यांना तसंच माना, असा आग्रह जराही नाही. मला जसे दिसतात, तसे जरासे जरी तुम्हाला दिसू लागले तर ते तुमच्यात बदल घडविणारे ठरतील.

आता उद्या बोलू.

◆

२

'रासबिहारी असूनही श्रीकृष्णांना ब्रह्मचारी म्हटलं गेलं, याचं मर्म काय? आजच्या आधुनिक समाजात रासलीलेचं महत्त्व काय आहे? कृपया यावरही प्रकाश टाका.

रास समजण्यासाठी हे महत्त्वाचं आहे समजणं की पूर्ण जीवनच रास आहे. जसं मी म्हणालो की संपूर्ण जीवन सर्व विरोधी शक्तींनी सामावलेलं आहे. आणि जीवनातलं सर्व सुख विरोधीशी मिलन यात लपलेलं आहे. तर 'रास' याचा जो जागतिक अर्थ आहे, तो समजून घेणं योग्य होईल. नंतर कृष्णाच्या जीवनात त्याची अनुछाया, ती समजून घेऊ.

सर्वत्र बघा, चहुदिशांना बघा, रासच तर चालू आहे. आकाशात पळणारे ढग, समुद्राच्या लाटा, बिया फुलांपर्यंत प्रवास करत आहेत, भ्रमर गीत गात आहेत, पक्षी गाणी गात आहेत, माणसं प्रेम करत आहेत... ऋण आणि धन विद्युत आकर्षित होत आहेत एकमेकांशी, स्त्री आणि पुरुष याच्या प्रेमकथा – लीला अव्याहत चालूच आहेत. या इतक्या विशाल निसर्गात जर बघितलं तर 'रास'व्यतिरिक्त काहीही होत नाहीये.

'रास' अगदी छोटा अर्थ निर्माण करतं. खरं तर त्याला एक वैश्विक अर्थ आहे. पहिला अर्थ तर या जगाच्या निर्मितीत, सृजनतेत मूळ आधार विरुद्ध शक्तींचं मिलन हा आहे. आम्ही एक घर बनवतो. दार बनवताना एकमेकांविरुद्ध विटा लावून आर्च तयार करतो. एकमेकांविरुद्ध विटा पूर्ण भवन तोलून धरतात. एकसारख्या विटा आम्ही बांधू शकतो पण मग भवन बनणार नाही. शक्ती जेव्हा दोन भागांत विभागली जाते तेव्हा खेळ सुरू होतो. शक्तीचं विभाजनच जीवनाच्या समस्त पातळ्यांवरच्या खेळांची सुरुवात आहे. जेव्हा शक्ती एक होते तेव्हा प्रलय होतो. शक्ती दोनात

विशाल जागतिक रासलीलेचे प्रतीक : कृष्ण!

विभागली जाते, तेव्हा खेळ सुरू होतो. सृजन सुरू होतं.

रासचा जो अर्थ आहे, तो जो सृष्टीचा प्रवाह आहे, तोच सूचक आहे. जीवन दोन विरोधात खेळत आहे. हे विरोध लढूही शकतात, तेव्हा युद्ध होतं. हे विरोधी मिळूही शकतात तेव्हा प्रेम होतं. परंतु लढणं असो अथवा मिलन असो 'दोन' असणं गरजेचं आहे; अनिवार्य आहे. सृजन दोनाशिवाय कठीण आहे. कृष्णाच्या रासक्रीडेचा अर्थ काय असेल या संदर्भात?

इतकं पुरेसं नाहीये की आम्ही कृष्णाला गोपिकांबरोबर नाचताना बघतो. ही आमची अगदी स्थूल नजर आहे. जेवढं डोळे बघू शकतात तितकंच दिसतं. परंतु कृष्णाचं गोपिकांबरोबर नृत्य करणं हे साधारण नृत्य नाहीये. हे नृत्य त्या विशाल रासाचं एक छोटंसं नाटक आहे. त्याचं एक आण्विक प्रतिबिंब! ते जे समस्त मध्ये चालू आहे, नृत्य त्याची एक छोटीशी झलक आहे. ही झलक आहे म्हणूनच हे संभव होऊ शकलं की, त्या रासाचा कोणताही कामुक अर्थ राहिला नाही. तो अर्थ फारच मागे पडला. कृष्ण कृष्ण म्हणून नृत्य नाही करत. पुरुष म्हणून नृत्य करतात. गोपिका स्त्री म्हणून नृत्य नाही करत, प्रकृती म्हणून नृत्य करतात. प्रकृती आणि पुरुष यांचं ते नृत्य आहे.

ज्यांना यात कामुकता दिसते, ते समजू शकलेले नाहीत. नीट समजू तर पुरुषशक्ती आणि स्त्रीशक्तीचं नृत्य चालू आहे. तिथे व्यक्तीशी काहीही देणं-घेणं नाही. 'स्वतंत्र इन्डिव्हिज्युअल्स'ला अर्थ नाही. म्हणून हे शक्य होऊ शकलं की एक कृष्ण अनेक गोपिकांबरोबर नृत्य करू शकले. अन्यथा एक व्यक्ती अनेकांबरोबर कसं काय नाचू शकणार? एक व्यक्ती एकाच वेळेस अनेक स्त्रियांबरोबर प्रेमाचा खेळ खेळू शकणार नाही, शकत नाही. आणि प्रत्येक गोपीला वाटतं की कृष्ण माझ्याबरोबर नृत्य करत आहेत. प्रत्येक गोपीला स्वत:चा कृष्ण मिळू शकला. आणि

कृष्ण असे हजारोंमध्ये विभागले गेले. हजार गोपिका आहेत, तर हजार कृष्ण आहेत.

निश्चितच आम्ही हे व्यक्तित्वाची मानलं तर कठीण होईल. विशाल प्रकृती आणि विशाल पुरुष यांमधलं ते नृत्य आहे. नृत्याचीच का निवड केली या अभिव्यक्तीसाठी? जसं मी सकाळी म्हणालो की नृत्य निकटतम आहे अद्वैताच्या. नृत्य उत्सव आहे. रहस्य आहे.

आणखी एका दृष्टिकोनातून बघू.

मनुष्याची पहिली भाषा नृत्य आहे. जेव्हा मनुष्याकडे शब्द नव्हते, तो बोलत नव्हता तेव्हा त्याचे हात-पाय, चेहरा बोलायचा. आजही मुका बोलू शकत नाही तर त्याचे हात-पाय, चेहऱ्यावरचे भाव बोलतात. भाषा तर फार नंतर विकसित झाली. फुलपाखरांना भाषा माहीत नाही. पण त्यांना नृत्य समजतं. पक्ष्यांचंही तसंच.

रासमध्ये नृत्यच का आलं?

हावभावाची भाषा अगदी गहिरी आहे. मनुष्याच्या मनाला अगदी खोलवर भावणारी, स्पर्श करणारी. जिथे शब्द पोहोचत नाहीत, तिथे नृत्य पोहोचतं. व्याकरण पोहोचत नाही तिथे घुंगरांचे आवाज पोहोचतात. जिथे काही समजत नाही तिथे नृत्य समजवू शकतं. म्हणून जगात कुठेही नर्तक गेला, तर तो समजावू शकतो सर्व भावभावना, त्यासाठी भाषा समजणं आवश्यक नाही. हेही आवश्यक नाही की काही सभ्यता अथवा संस्कृतीची आवश्यकता आहे त्याला समजण्यासाठी. माणसाच्या अचेतनेत, सामूहिक अचेतनेतही नृत्य आहे.

हे जे नृत्य रंगतंय चंद्राखाली, आकाशाखाली, या नृत्याला मी साधारण नृत्य म्हणत नाहीये. जे कुणाच्या तरी मनोरंजनासाठी, दाखवण्यासाठी केलं जातं. हे नृत्य आहे भावनांच्या उद्रेकाचं. इतका आनंद भरून राहिला आहे, अगदी ठासून की तो नृत्याद्वारे वाहतो आहे. आणि हा आनंद वाहण्यासाठी जर दोन्ही शक्ती एकत्र आहेत, तर सोपं जातं. स्त्री नसेल तर पुरुष वाहू शकत नाही. कुंठित होतो, बंद होतो. नदी नाही, सरोवर होतो. स्त्री वाहू शकत नाही जर पुरुष नसेल. बंद होऊन जाते. दोघांचं असणं मात्र लगेचच वाहून जाण्यास प्रेरक ठरतं. आम्ही जे नेहमी स्त्री-पुरुषाचं प्रेम समजलो आहोत, त्या प्रेमातही असंच वाहणं आहे. जर काश, आम्ही त्याला व्यक्तित्वाची बनवलं नसतं, तर ते वाहणं पारमार्थिक अर्थाने झालं असतं.

स्त्री आणि पुरुष यांच्यातलं जे आकर्षण आहे, ते आकर्षण एक-दुसऱ्याच्या सान्निध्यात त्यांच्यात लपलेल्या शक्तींचं वाहणं आहे. म्हणून स्त्रीजवळ पुरुष स्वतःला कमी समजतो. स्त्री पुरुषासमोर स्वतःला कमी समजते. दूर होऊन त्यांच्या मनात तणाव निर्माण होतो. हे कमी वाटणं काय आहे? त्यांच्यात काहीतरी भरलेलं होतं, जे वाहून गेलं आणि ते हलके झाले. मागे रिकामपण उरतं. पण आम्ही स्त्री-

पुरुषांना बांधण्याचा प्रयत्न करत राहतो. नियम आणि व्यवस्था देतो, तसं वाहणं क्षीण होऊन जातं. वाहणं थांबतं. व्यवस्थेचा गहिऱ्या लीलांशी काहीही संबंध नाही. आणि कृष्णाचा हा रास अगदी अव्यवस्थित आहे. म्हणायला हवं अगदी 'केऑटिक' आहे. 'केऑस' आहे. नित्शेचं एक अद्‌भुत वचन आहे, ज्यात त्याने म्हटले आहे 'ओन्ली आउट ऑफ केऑस स्टार्स आर बॉर्न?' फक्त गहन अराजकतेमुळे चांदण्यांचा जन्म होतो. जिथे कोणतीही व्यवस्था नाही, जिथे केवळ शक्तीचा खेळ चालू असतो. कृष्ण एक व्यक्ती म्हणून लगेचच संपून जातात, शक्ती म्हणून राहतात. लवकरच गोपिका संपून जातात व्यक्ती म्हणून आणि शक्ती उरतात. स्त्री आणि पुरुषाचं ते नृत्य तृप्तता देतं. गहन आनंद देतं. आणि तो आनंद वाहू लागतो. हा आनंद नृत्य होऊन सर्वत्र जगातल्या कणाकणांत भरून राहतो, व्यापून टाकतो.

कृष्ण ज्या चंद्राखाली नृत्य करत होते, तो चंद्र आजही आहे. ज्या झाडांखाली नाचत होते ती झाडं आजही आहेत, ज्या डोंगराजवळ नाचत होते, ते डोंगर आजही आहेत. ज्या धरतीवर नाचत होते, ती धरती आजही आहे. कृष्णातून जे वाहिलं होतं ते सर्वांमधे लपलेलं आहे.

आता शास्त्रज्ञ एक खूप नवी गोष्ट सांगतात. व्यक्ती तर मृत पावते पण तिच्यातून उमटलेले तरंग, लहरी कायमसाठी मागे उरतात. या अस्तित्वात सामावून जातात. लीन होतात. त्या पृथ्वीवर जिथे कृष्ण नाचले होते, त्या पृथ्वीवर जर आजही कुणी नाचतं, तर कृष्णाचा प्रतिध्वनी ऐकू येतो. जिथे त्यांनी बासरी वाजवली, ज्या पहाडांनी ती ऐकली तिथे कुणी बासरी वाजवतं तर प्रतिध्वनी ऐकू येतात. ज्या यमुनेच्या किनारी ते जात, तिला बघत, स्पर्श करत, त्या यमुना तटावर आजही नृत्य होतंय तर व्यक्ती विलीन होते, तो अव्यक्ती पुन्हा घेरून राहतो.

रास म्हणजे स्त्री आणि पुरुष यांच्यातली जी विशाल विभक्त शक्ती आहे, तिचं मिलन, तिचं भरभरून वाहणं. हेच प्रतीक असं मी मानतो. आणि या भाषेत जर आम्ही मानलं तर आजही 'रास'चा उपयोग आहे आणि नेहमी राहील. इथे मी नेहमी अनुभवलेलं आहे, जे मी तुम्हाला सांगतो की ध्यानासाठी आम्ही बसतो, तर अनेकदा मित्रांनी मला सांगितलेलं आहे की बायका-पुरुषांना वेगवेगळं बसवा. सोयीचं होईल. त्यांची 'सोयी'ची दृष्टी अज्ञानी आहे. त्यांना समजत नाही की बायकांना एकत्र केलं आणि पुरुषांना एकत्र केलं तर ते सजातीय, एकसारख्या शक्ती एकत्र होतील आणि त्यांच्यात जी 'वाहण्याची' संभावना आहे ती कमी होईल. त्यांना नाही समजत. मला असंच समजतं की आम्ही जर ध्यान करत आहोत तर स्त्री-पुरुष एकत्र असावेत. त्यांच्या आकलनाबाहेरच्या काही गोष्टी घडतील. ज्या त्यांच्या समजुतींशी संबंधित नाहीत. तुम्ही तुमच्या पत्नीजवळ उभे नाही आहात– विनाकारण तुमच्यातून काही प्रवाहित होऊ लागेल, प्रकट होण्यासाठी, वाहून जाण्यासाठी सहयोग होईल.

स्त्रीलाही सहयोग मिळेल.

मनुष्यजातीच्या मनाचा इतका ताणतणाव, स्त्री आणि पुरुषांना दोन जातींत तोडल्यामुळे निर्माण झाला आहे. शाळेतून, कॉलेजातून स्त्री आणि पुरुष यांना दोन भागांत विभागलं आहे. जेव्हा जगाची संपूर्ण व्यवस्था विरोधी शक्तींची जवळीक यावर अवलंबून आहे आणि जितकी ही जवळीक सरळ आणि सहज असेल, तितकी परिणामकारक असेल.

रासचं महत्त्व कायम असणार. त्याचं महत्त्व त्याच्यात लपलेल्या गहन तत्त्वांमध्ये आहे. ते तत्त्व इतकंच आहे की स्त्री आणि पुरुष अपूर्ण आहेत. जवळ येऊन ते पूर्ण होतात. आणि जर विनाअट जवळीक असेल तर अद्‌भुत अर्थाने पूर्ण होतात. जर अट असेल तर त्यांची पूर्णता पूर्ण होत नाही. जोपर्यंत पृथ्वीवर स्त्री आणि पुरुष आहेत तोपर्यंत वेगवेगळ्या रूपांत हा रास चालू राहणार. असं होऊ शकतं की तो तितकी महत्त्वपूर्णता, गहनता आणि तितकी उंची गाठू शकणार नाही, प्राप्त करू शकणार नाही, जी कृष्णाबरोबर प्राप्त झाली असती. पण जर आपण समजू शकलो तर प्राप्त करता येईलही. आणि सर्व आदिवासींचा अनुभव आहे, दिवसभर काम करतील, रात्री एकत्र येतील, मग स्त्री-पुरुष असा प्रश्न राहणार नाही. ते केवळ स्त्री-पुरुषच राहतील. मग ते नाचतील, गातील, रात्र अशीच घालवतील. मग निजतील. झाडांखाली, झोपडीत. थकून भागून! आणि म्हणूनच त्यांच्या मनात जी शांती आहे आणि त्यांची मनं जी प्रफुल्लित आहेत त्यांच्या दीन-हीनतेतही जी गरिमा आहे, ती सभ्य माणसांना सर्व सोयी उपलब्ध असूनही मिळू शकत नाही. काहीतरी, कुठेतरी चूक होत आहे. कोणीतरी गहिरं सत्य समजू शकत नाहीये.

> *'भगवान श्री, रामावतारात जशी अहल्या शिळा होऊन पडली होती आणि रामाची वाट बघत होती आणि शिळेतून अहिल्या साकारली, तसंच कृष्णावतारात भगवान कृष्णचंद्रांचं समागम कुब्जाबरोबर झालं, यालाही काही आध्यात्मिक अर्थ आहे? ते काय आहे, हे कृपया सांगा.'*

आयुष्यात सर्व काही प्रत्येक क्षणात घडत नसतं. क्षण आहेत, ज्यासाठी वाट बघावी लागते. काळ-वाट बघावी लागते. काळ-योग्य वेळेची. अनेक दृष्टिकोनांतून बघावं लागतं या गोष्टीला.

दगडासारखी पडून राहिलेली स्त्री, तसं नाही, मी तर म्हणतो, दगडच झालेली. दगड होणं ही कविकल्पना आहे. पण कुणी स्त्री जी रामामुळेच खुलेल, त्याच्या स्पर्शामुळेच, तर जोपर्यंत राम मिळत नाही तोपर्यंत ती दगडच राहणार. असं नाही

की खरोखरच शिळा होऊन पडली होती. ते तर कवी – त्याची विचारांची पद्धत आहे. पण जी स्त्री रामाच्या स्पर्शामुळेच खुलू शकते, जिवंत होऊ शकते, चेतना मिळवू शकते, तिला आणखीन कुणाचा तरी स्पर्श जड करेल. कथेचं मर्म इतकंच आहे की प्रत्येकाची आपली एक प्रतीक्षा आहे. आणि क्षण यायच्या अगोदर तसं घडत नाही. प्रतीक्षा संपत नाही. जी दगडाप्रमाणे पडून राहिली होती, ती दगडच झाली होती आणि हे विचार करण्यासारखं आहे. जोपर्यंत स्त्रीला तिचा प्रियकर मिळत नाही, तोपर्यंत ती दगडच असते. तोपर्यंत तिच्या आत सर्व शिळाखंड, तिचं हृदय दगडासारखं. जोपर्यंत प्रियकर भेटत नाही, त्याच्या प्रेमाचा स्पर्श लाभत नाही, प्रेमाची सावली, प्रेमाची ऊब मिळत नाही, तोपर्यंत तिचं मन, तिची आंतरावस्था शिळेप्रमाणेच असते. अनंतकाळापर्यंत दगडच राहील.

असंही समजून घ्यायला हवं. स्त्री जी आहे ती ग्राहक अस्तित्व आहे. आक्रमक नाहीये. तिचं मन गर्भासारखं. इंग्रजीतला शब्द वूमन, मजेशीर आहे. अर्थ असा 'मॅन विथ अ वूंब' स्त्री जी आहे ती गर्भासहित एक पुरुष आहे. स्त्रीचं समस्त अस्तित्व एक ग्राहक आहे. आक्रमक नाही. पुरुषाचं संपूर्ण व्यक्तिमत्त्व ग्राहक आहे. जे पुरुषांत नाही ते स्त्रीमध्ये आहे आणि जे स्त्रीमध्ये आहे, ते पुरुषात नाही. म्हणून ते दोघं एकत्र येतात तेव्हा पूर्ण होतात.

स्त्रीची जी ग्राहकता आहे, ती प्रतीक्षा बनते आणि पुरुषाचं जे आक्रमण आहे तो शोध बनतो. अहिल्या तर शिळा बनून प्रतीक्षा करेल, राम प्रतीक्षा नाही करणार. राम अनेक रस्ते शोधेल. ही अगदी मजेशीर गोष्ट आहे की क्वचितच कुणा स्त्रीने कधी प्रेम व्यक्त केलं. प्रेम निवेदन स्वीकारलं आहे, केलं नाही. असं नाहीये की स्त्री आधी प्रेम व्यक्त करू इच्छित नाही, असंही नाहीये की ती भावना तिच्यात आधी निर्माण होत नाही. पण त्या भावनेची आधी प्रतीक्षाच बनते. प्रेम वाट बघत राहतं, अनंत जन्म! खरं तर जेव्हा स्त्री आक्रमण करते तेव्हा तिच्यातलं स्त्रीत्व हरवून जातं आणि तेव्हा ती कमी आकर्षक बनते. तिच्या वाट बघण्यातच तिचा अर्थ आणि तिचं व्यक्तिमत्त्व, तिचा आत्मा आहे. ती स्वत:हून सांगू शकत नाही की, 'माझं तुझ्यावर प्रेम आहे.' ज्याच्यावर प्रेम करते, त्यालाही सांगत नाही. ती वाट बघते तिच्या प्रियकराने पुढाकार घ्यावा याची आणि पुढाकार घेतल्यावरही स्त्री लगेचच होकार देत नाही. तिचं संपूर्ण व्यक्तिमत्त्व 'हो' सांगेल पण वाणी नकार देईल. कारण लगेचच होकार, तर त्यातही जरा आक्रमकता दिसते.

कृष्णासाठीही प्रतीक्षारत कुणी असू शकतं. आणि कृष्णाशिवाय क्वचितच कुणी स्त्री असेल, जी तो आनंद, हर्ष, उत्फुल्लता, फुलण्याला स्वीकार करू शकणार नाही. या देशाच्या नियमात एक अद्भुत नियम होता, जो समजून घेण्यासारखा आहे. तो नियम हा की सर्वसाधारणपणे स्त्री आक्रमक नसते, ना

निवेदन करते, ना प्रार्थना करते. परंतु जरा कदाचित स्त्री निवेदन, प्रार्थना करते तर पुरुषाचा नकार अनैतिक आहे. कारण हे अतिशय क्वचित घडणार आहे आणि जर तो नाकारतो तर तो आपलं पुरुषत्व नाकारतो. हा नियम म्हणूनच बनवला गेला होता; कारण असं कधी घडत नव्हतं. पण क्वचित घडतं असं... अर्जुनाच्या जीवनातला एक उल्लेख आहे, जो मी तुम्हाला आठवायला सांगतो.

अर्जुन ब्रह्मचर्याची साधना करत होते आणि एका सुंदर स्त्रीने अर्जुनाला तो साधनेत असताना बघितलं आणि ती म्हणाली की माझी इच्छा आहे की मला तुमच्यासारखा पुत्र हवा. हेही वेगळं आहे की स्त्री याचना करते, तर प्रेयसी अथवा पत्नी होण्यासाठी नाही, तर आई होण्यासाठी. अर्जुन संभ्रमात पडला. एक वर्षासाठी ब्रह्मचर्य स्वीकारलं होतं. ते तोडता येणं शक्य नव्हतं. आणि नियम! आणि नियम मोठा अर्थपूर्ण आणि पुरुषगत आहे. नियम की स्त्री जर निवेदन करते, तर अस्वीकार करायचं नाही, ते अनैतिक आहे आणि अर्जुनाला अनैतिकही व्हायचं नाहीये. पुरुषऊर्जेला जर कोण्या ग्राहकशक्तीने निवेदन केलं आणि पुरुषऊर्जा वाहण्यास नकार देते, तर ती पुरुषऊर्जा नाही. अर्जुनाने सांगितलं की मी तयार आहे; पण हे नक्की कुठे आहे की माझी मुलं माझ्यासारखीच होतील? म्हणून चांगलं होईल की तू मलाच तुझा पुत्र मान. मी तुझा पुत्र होतो, तुझी इच्छा पूर्ण होईल.

अशीच घटना बर्नार्ड शॉच्या जीवनात घडली. एका सुंदर अभिनेत्रीने त्यांना सांगितलं की आपण लग्न करू. इच्छा आहे की आपली मुलं दिसायला माझ्यासारखी आणि बुद्धीने तुमच्यासारखी असावीत. बर्नार्ड शॉने तिला सांगितलं की 'देवी, याविरुद्धही होऊ शकतं. असंही होऊ शकतं की तुमची बुद्धी आणि माझी चेहरेपट्टी आपल्या मुलाला मिळू शकते.' पूर्वेला कुणीही असं उत्तर देऊ शकत नव्हतं. हा तर स्त्रीशक्तीचा अपमान झाला आणि नकारातही शिष्टता नव्हती.

कृष्णासाठी कुब्जाची प्रतीक्षा आहे. कृष्ण नाकारू शकत नाहीत. नकार कृष्णाच्या जीवनात नाहीच. आणि जर कुब्जाची इच्छा असेल की शारीरिक स्तरावर मिलन व्हावं, तर कृष्ण तेही नाकारू शकत नाहीत; कारण कृष्णाच्या मनात शरीरालाही विरोध नाही. शरीर आहे आणि त्याची एक स्वतःची जागा आहे. शरीर म्हणजे सर्व असं नाही, हे वेगळं, पण शरीरही आहेच. त्याचा स्वतःचा वेगळा आनंद, वेगळा रस, स्वतःचं असणं आहेच. कृष्ण हे नाकारत नाहीत. कृष्ण एकत्रित शरीर आणि आत्मा, पदार्थ आणि परमार्थ घेऊन गेले. म्हणून कृष्णाने जर यासाठी नकार दिला, की शरीर स्तरावर संभोग नाही, तर पुरुषशक्तीने स्त्रीशक्तीचा अपमान केला. ते शरीर पातळीवर संभोगासाठी संमत आहेत. कुब्जाची आकांक्षा पूर्ण करण्यास मान्यता देतात. त्यासाठी त्यांना प्रयत्न करावे लागत नाहीत. संमत होण्यात प्रयास नाहीत. या मान्यतेत हेच दिसून येतं की जे घडतं आहे, त्यासाठी सहजस्वीकृती आहे.

आम्हाला कठीण वाटतं. कृष्णाचं शारीरिक पातळीवरचं संभोग घेणं, आम्हाला पचवता येत नाही, कारण आम्ही द्वैतवादी आहोत. शरीर आणि आत्मा भिन्न मानणारे आहोत. माझ्या दृष्टिकोनातून आणि हाच दृष्टिकोन कृष्णाचाही आहे की शरीर आणि आत्मा दोन वेगवेगळ्या गोष्टी नाहीत. संभोग आणि योग भिन्न-भिन्न नाहीत, पदार्थ आणि परमात्मा दोन नाहीत. शरीर आत्म्याचा असा भाग आहे की जो आमच्या नजरेत, हातात पकडता येतो आणि आत्मा शरीराचा असा भाग आहे जो आमच्या हात, डोळे, बुद्धीच्या कक्षेबाहेरचा आहे. शरीर दृश्य आत्मा आहे आणि आत्मा दृश्य शरीर आहे. दोघेही एक आहेत आणि ते तुटत नाहीत, खंडित होत नाहीत. शरीर पातळीवर ज्याला आम्ही संभोग म्हणतो, आत्मा पातळीवर तो योग आहे. शरीर पातळीवर ज्याला आम्ही संभोग म्हणतो, आत्मा पातळीवर तीच समाधी आहे. कृष्णाच्या मनात संभोग आणि समाधीमध्ये विरुद्धता नाही. संभोगच समाधीचं दार बनतं. समाधीच संभोगापर्यंत उतरून आपले किरण पोहोचवते.

परंतु कुब्जाची गोष्ट तीच जाणे. कुब्जासाठी काय आहे... त्यापेक्षा कृष्णासाठी काय आहे, ते मी सांगतोय. कुब्जाची अशी भूमिका आहे, असं मला वाटत नाही. तिच्यासाठी संभोग समाधी बनेल, असंही मला वाटत नाही; परंतु हे प्रयोजनाबाहेरचं आहे. कुब्जाने जे मागितलं ते तिच्या पात्रापुरतं कृष्ण ते पात्रही भरण्यास संमत आहेत. ते असं नाही म्हणत की तुझ्याजवळ समुद्रासारखं पात्र हवं, कारण माझ्याकडे समुद्राइतकं, सारखं देण्यासारखं आहे. कुब्जा म्हणते की माझ्याजवळ अगदीच लहान भिक्षापात्र आहे. त्यात केवळ शरीरच सामावू शकतं. आत्मा वगैरे मी काही जाणत नाही. कृष्ण म्हणतील, जितकं आहे, तितकं घेऊन जा. म्हणून शारीरिक पातळीवरही कृष्णाचं मिलन संभव आहे.

'आज सकाळी तुम्ही राम आणि कृष्णाची तुलना केलीत. मीरा आणि हनुमानाची तुलना केलीत. आपल्या परंपरेत राम आणि कृष्ण, मीरा आणि हनुमान दोघांनाही समकक्ष ठेवलं जातं. कोणी जास्त महत्त्वपूर्ण असा भाव नाहीये. असं होऊ शकतं की हनुमानाचं स्वत: असणं तेच असेल जो तो आहे. रामाचं जे स्वत: असणं आहे ते तेच असेल जे ते आहेत. आणि काही लोक असे असतील ज्यांना हनुमान आणि रामाचं हे स्वत: असणंच अनुकूल वाटेल. तर मग हा परधर्म असणार नाही का की ते हनुमान आणि रामाला समकक्ष न मानून भिन्न न मानून कृष्ण आणि मीरेचा मार्ग स्वीकारू बघतील?'

मी जे म्हणालो, ते केवळ भिन्न-भिन्न असं म्हणालो. हीन नाही म्हणालो. वेगवेगळं म्हणालो. आणि ज्यांना हनुमानाशी श्रद्धा आहे, ते केवळ माझ्या सांगण्यामुळे हनुमानाला हीन म्हणणार नाहीत आणि माझी निजता हनुमानापाशी नाही, म्हणून मी आणखीन कुणाची निजता लक्षात ठेवून खोटं वक्तव्य देऊ शकत नाही. तुम्ही मला विचारलं आहेत. मीच उत्तर दिलं आहे. जर मला निवड करायची असेल तर मला मीरा निवडायला आवडेल. माझ्यासाठी, माझी निवड राम नसून कृष्ण असेल. हे माझं मत आहे. असं नाही की तुम्ही रामाला सोडून कृष्णाला निवडा. माझं म्हणणं समजून घेतलंत, तर तितकं पुरेसं आहे. तुमच्या श्रद्धेला तुम्हाला जिथे न्यायचं असेल तिथे न्या.

माझ्या दृष्टिकोनातून रामाचं व्यक्तिमत्त्व मर्यादित आहे आणि मला वाटत नाही की जे रामाला मानतात, ते रामाला अमर्यादित म्हणतील. खरं तर रामाला मानणारे, रामाला एवढ्यासाठीच मानतात कारण ते 'मर्यादा' आहेत. आणि ज्यांचं ज्यांचं चित्त 'मर्यादा'त जगतं, त्यांच्यासाठी राम अनुकूल आहेत. मी असं म्हणतो आहे की मर्यादा म्हणजे सीमा. मर्यादेबाहेरही गोष्टी असतात. पूर्ण सत्याला तर कृष्णच व्यापू शकतात, राम नाही. आणि असं नाहीये की तुमच्या परंपरेने भेद केलेले नाहीत. तुमची परंपरा रामाला कधीही पूर्णावतार म्हणत नाही. तुमची परंपराही फरक-तफावत निश्चित करते.

हनुमान आणि मीरेच्या बाबतीत तुमच्या परंपरेने कधी तुलना केली आहे, हे मलाही माहीत नाही. राम आणि कृष्णात तुमच्या परंपरेने तुलना केली आहे आणि कृष्णाला पूर्णावतार म्हटलं आहे. आणि हेही सत्य आहे की रामाला मानणारे कृष्णाला मानू शकले नाहीत. अगदी कान बंद करून टाकलेत, कृष्ण हे नावही ऐकायचं नाहीये. आणि कृष्णाला मानणारे रामाला समजू शकले नाहीत. स्वाभाविक आहे. पण तथ्य सांगू, कारण मी तर कुणालाच मानणारा नाही. मला जसं दिसतं तसं मी सांगतो. मला जे दिसतं की रामाचं व्यक्तित्व साफ, उजळणारं, शुद्ध! तितकं कृष्णाचं नाहीये. हेच त्याचं गहिरेपण आहे. रामाने एका मोठ्या जंगलातला काही भाग कापून-छाटून स्वच्छ केला. वृक्ष, वेली, गवत सर्व स्वच्छ केलं, दगड हलवले, ती जागा बसण्यायोग्य केली. पण ते विराट जंगलही आहे, जे त्या जागेला चहुबाजूंनी घेरून आहे. अस्तित्व त्याचंही आहे.

डी. एच. लॉरेन्स नेहमी सांगत असे की, आम्ही केव्हा माणसांना जंगलासारखं बघू शकू? आत्तापर्यंत आम्ही माणसांना एखाद्या बागेप्रमाणे बघितलं आहे. राम एक बाग आहेत, कृष्ण एक विराट जंगल आहेत, ज्यात कोणतीही व्यवस्था नाही, जिथे रस्ते नाहीत, जिने नाहीत, जिथे भयंकर जीवजंतू आहेत, हल्ला करणारे वाघ, सिंह

आहेत. काळोख आहे. चोर-डाकू असूही शकतात. जीवनाला धोकादायक असंही असू शकतं. कृष्णाचं व्यक्तिमत्त्व एका विशाल, प्रचंड जंगलासारखं, अनियोजित. रामाचं व्यक्तिमत्त्व एका लहानशा बागेसारखं, स्वच्छ, सुंदर, आखीव-रेखीव! कसलाही धोका नाही. जंगली जनावरं नाहीत. मी नाही सांगत की तुम्ही बाग तयार करा. एवढंच सांगतो आहे की बाग बाग आहे, जंगल जंगल आहे. आणि कधी बागेचा कंटाळा आला तर समजेल की जंगलातच खरं राज्य आहे, जंगलातच खरं गुपित आहे. ते आम्ही लावलेलं नाहीये.

तुमच्या परंपरेने राम आणि कृष्णात तुलना केली आहे; परंतु मीरा आणि हनुमानात केलेली नाही आणि त्याची काही आवश्यकताही नाही. पण तुम्ही काल म्हणालात म्हणून मी सांगितलं की जेव्हा रामच बाग आहेत, तर हनुमानाला ठेवणार कुठे? एक कुंडी फक्त मावेल. जेव्हा मी रामाला म्हणेन की बंगल्याबाहेर एक छोटी बाग आहे... कधी-कधी बागेचा उबग येतो आणि तो यायला हवाही. तर मग हनुमानाला कुठे ठेवणार? हनुमान मग एक कुंडी आहेत. खूप स्वच्छ, कधी-कधी तर रामापेक्षाही स्वच्छ! कारण आणखी लहान जागा व्यापतात, म्हणून स्वच्छ!

'हनुमान नृत्य करतात कधी कधी...'

नृत्य करू शकतात. नृत्य करू शकतात बागेच्या मध्यभागी जेव्हा वारा वाहत असतो, झाडं डुलत असतात. परंतु जंगलात तांडव होतं. ती काही वेगळीच गोष्ट. आम्ही त्यालाच तर घाबरतो. ते नर्तन विराट आहे. आमच्या ताकदीबाहेरचं. हे नर्तन आमच्या आत आहे. हनुमान नृत्य करतील रामाच्या आज्ञेनुसार. मीरा नृत्य करते आणि कृष्ण जरी थांबवू बघतो तरी ते थांबत नाही. फरक फार प्राथमिक आहे. मीरा ओरडेल कृष्णाला. हनुमान रामाला नाही ओरडू शकणार. मीरा सांगेल, बाजूला हो कृष्णा, बस एका बाजूला, मध्ये मध्ये येऊ नकोस. नाचू दे. हे हनुमान नाही करू शकणार. ती एक आज्ञाधारक व्यक्ती आहे.

जगात अनुशासनाची गरज आहे, निश्चितच आहे. पण जीवनात जे विशाल, प्रचंड आहे, गहन, गंभीर आहे. ते सर्व अनुशासनमुक्त आहे. जीवनात जे शीव, सत्य, सुंदर आहे ते अनुशासनाच्या मर्यादा तोडून फुटून बाहेर पडतं, तर मला जसं दिसलं तसं मी सांगितलं. असे हनुमान आहेत, अशी मीरा आहे. हीनता-श्रेष्ठता काय आहे. हे प्रत्येक व्यक्ती आपापलं ठरवेल. कुणाला हनुमान श्रेष्ठ वाटेल. त्यातून तो केवळ इतकंच सांगू शकेल की त्याचा श्रेष्ठतेचा मापदंड काय आहे. आणि जेव्हा मी म्हणतो की मीरा श्रेष्ठ वाटते तेव्हा त्याचा एकूण अर्थ इतकाच की माझी श्रेष्ठता काय आहे. यात मीरा आणि हनुमान गौण आहेत. एखाद्या खुंटीप्रमाणे.

मी स्वत:ला त्यावर टांगून देतो.

> *'भगवान श्री, श्रीकृष्णाच्या गो-भक्तीला तुम्ही कोणत्या दृष्टिकोनातून बघता? उत्क्रांतीच्या प्रक्रियेत डार्विनच्या वानराला मनुष्यदेहाची पूर्वगामी आणि आत्म्याच्या विकासात तुमच्यानुसार गो-मातेला पूर्वगामी मानण्यास जर संमत असाल तर स्पष्ट होत नाही की संपूर्ण पशुजातीत गायच आत्म्याशी संबंधित आहे. कृषिप्रधान देश असल्यामुळे आम्ही गायीला माता म्हणतो? गो-वधाच्या संदर्भात तुमचा काय विचार आहे?'*

चार्ल्स डार्विनने जेव्हा सर्वप्रथम हे सांगितलं की मानवाचं शरीर हे माकडांच्या कोणत्यातरी जातीच्या शृंखलेच्या पुढली कडी आहे असं वाटतं, तेव्हा हे स्वीकारणं खूप कठीण होतं. कारण जो माणूस परमात्म्याला आपला पिता मानतो, तो अचानक माकडाला आपला पिता मानण्यास तयार होईल, हे कठीण होतं. एकदम परमात्म्याच्या जागी माकड येऊन बसलं, तर अहंकाराला मोठा धक्का बसला. पण काही इलाज नव्हता. डार्विन जे सांगत होता, त्याला प्रबळ पुरावा होता. विरोध तर खूप झाला, पण कालांतराने स्वीकारण्यात आलं.

माकड आणि माणसांच्या शरीरात इतकी जवळीक आहे, माकडाच्या आणि माणसाच्या बुद्धीमध्येही जवळीक आहे. दोहोंचं राहणीमानही सारखं आहे, म्हणून हे नाकारणं कठीण आहे की माणूस कोणत्या ना कोणत्या रूपात माकडाच्या साखळीशी जोडलेला आहे. आजही आपण चालताना डावा पाय, उजवा पाय असे पुढे-मागे करत चालतो. तशी आवश्यकता नाही. हात स्थिर ठेवूनही चालू शकतो. डार्विन म्हणेल माकड जेव्हा चारही हातापायांनी चालत होतं, तेव्हाची सवय अजून सुटत नाही. केवळ शेपूट आता नाही. ती जागा रिकामी आहे.

अशा पद्धतीत हनुमान मोठे महत्त्वाचे, मोठा माणूस! डार्विनना हनुमान माहीत नव्हता, नाही तर त्यांनाही आनंद झाला असता. कारण हनुमानांचं वानर असणं हे ती मधली कडी होते. पूर्ण वानरही नाही आणि पूर्ण माणूसही नाही. 'ट्रांझिटरी पिरिअड' कारण वानर एकदम माणूस झालेला नाही. लाखो वर्षं लागली असतील. काही गोष्टी गळत गेल्या. काही नव्याने निर्माण झाल्या. लाखो वर्षांत असं झालं असेल की कडी तुटली. काही माकडं माकडं राहिली आणि काही माणसं झाली. मधला भाग गळून गेला. तो जो मधला भाग गळाला, हनुमान त्याचंच प्रतीक असणार. तो भाग आता उपलब्ध नाही. त्याचा शोध घेतला जात आहे खूप. तशी शोधाशोध चालू आहे की अवशेष सापडतात का, उत्खनन चालू आहे. मी नेहमी

एक सांगतो. माणसाच्या शरीराचा जिथपर्यंत विकास आहे, माणसाचं शरीर माकडाच्या विकासाची पुढली कडी आहे; परंतु जिथे माणसाच्या आत्म्यांचा संबंध आहे, तिथे माणसाचा आत्मा गायीच्या आत्म्याची पुढली कडी आहे. माणसापाशी आत्म्याचा जो प्रवास आहे तो गायीकडून आहे आणि शरीराचा प्रवास माकडाकडून आहे. अर्थात जे पुरावे डार्विनने दिले माकडापासून, माणसापर्यंतच्या प्रवासाचे, तसे पुरावे आत्म्यासंदर्भात देता येत नाहीत; परंतु दुसरे प्रमाण देता येऊ शकतात.

गायीला आई म्हणणारा देश केवळ कृषिप्रधान देश नाहीये. कारण बैलाला आम्ही पिता म्हणत नाही. गाईला आई म्हणण्याचं कारण केवळ तिची उपयोगिता हे नाहीये. कारण प्रत्येक उपयोगिता असणाऱ्या वस्तूंना आम्ही 'आई' म्हणत नाही. आई म्हणण्यामागे काही वेगळी कारणं आहेत.

माझ्या अनुभवावरून डार्विनच्या हिशेबाने जसं माकड पिता आहे, तशी गाय आई आहे. हे मी कोणत्या आधारे म्हणतो? सर्व आधार 'सायकिक रिसर्च'चेच असू शकतात. आणि जाती-स्मरणाच्या आधारे. हजारो मुनींनी, योग्यांनी यावर निरंतर प्रयोग केले आणि अनुभवलं की जितके ते मागे जातात – कितीतरी मागे, जो मनुष्यजन्म आहे पहिला, त्याच्याही मागे जिथे मनुष्य जन्म संपतो, तिथे गायीचा जन्म सुरू होतो. जर तुम्ही तुमच्या मागच्या जन्माच्या आठवणीत जाता, तर अनेक जन्म मनुष्याचे असतील. पण जिथे तो जन्म संपतो, तिथे गायीचा जन्म सुरू होतो. हे जाती-स्मरणाच्या परिणामाचं फळ आहे. या स्मृतीच्या आधारावर गायीला माता मानलं गेलं आहे.

आणि तसंही जर आम्ही सर्व पशुजगताचा शोध घेतो, तर गायीचा जो आत्मा दिसतो, तो दुसऱ्या पशूंमध्ये दिसत नाही. जर आम्ही गायीच्या डोळ्यांत बघतो तर त्या डोळ्यांत जी मानवता झळकते ती अन्य कुणा पशुप्राण्यांच्या डोळ्यांत झळकत नाही, तशी दिसत नाही. एक सरलता, विनम्रता गायीच्या डोळ्यांत दिसते. समस्त पशुजगतात आत्मिक दृष्टिकोनातून गाय विकसित दिसते. आत्मिक गुणवत्ता स्पष्ट जाणवते. तिचं विकसित होणं, हेच प्रमाण बनू शकतं की गायीचं पुढलं पाऊल जे असेल ते आत्मिक वाढीचं असेल. माकडाची शारीरिक अस्वस्थता जर बघितली तर वाटतं की लवकरच ते आपल्या शरीराबाहेर उडी मारेल. हे शरीर आता नको. ते सतत बेचैन, चंचल आणि त्रासिक आहे. तुम्ही लक्ष दिलं आहेत का? मुलं, लहान बाळं जेव्हा जन्माला येतात तेव्हा त्यांच्या डोळ्यांत गायीचा भाव असतो आणि शरीर माकडाच्या अवस्थेत असतं.

म्हणून मी म्हणतो की गायीला आई म्हणण्याचं कारण आहे. अतिशय मानसिक शोध घेतला आहे आणि शोध तर चालू आहेतच. लवकरच वैज्ञानिक ग्राह्यताही मिळेल.

प्रश्न कुठे आहे?

जर आम्ही हिंदूंचे अवतार बघितले तर ते माशापासून सुरू होऊन बुद्धापर्यंत येतात. आधी हेही जड जात होतं की मासा, हा अवतार! वेडेपणाच ना? पण आता जेव्हा विज्ञान आणि जीवशास्त्र सांगतं की जीवनाचं पहिलं अस्तित्व हे माशापासून सुरू झालं, तर आश्चर्य वाटतं. पण आता टवाळी नाही करू शकत याची. अवतार! अवतार याचा अर्थ होतो चेतनेचं अवतरण! कदाचित माशावर जीवन-चेतना प्रथम अवतरली. म्हणून पहिला अवतार – मत्स्य! आमच्याकडे अजूनही एक अद्‌भुत अवतार आहे – नरसिंह अवतार! जो अर्धा पशू आणि अर्धा मानव आहे. ही धर्माची भाषा आहे. डार्विनचं म्हणणं मान्य करण्यात त्रास होत नाही; परंतु नरसिंह...? ही धर्मभाषा आहे आणि यामागेही काही गहन अंतर्दृष्टी सामावलेल्या आहेत.

गाय आई आहे त्याच अर्थाने. ज्या अर्थाने माकड पिता आहे. आणि डार्विनने विचार केला शरीराचा कारण पाश्चिमात्य शरीराच्या बाबतीत संलग्न आहे. या देशाने विचार केला आत्म्याचा. कारण हा देश आत्म्याशी संलग्न आहे. या देशाला शरीर कुठून आलं याची काळजी नाही. ते कुठूनही येवो, पण आत्मा कुठून येतो हे आम्ही निश्चितच जाणून घेऊ इच्छितो. म्हणून लक्ष केंद्रित होतं ते आत्म्याच्या विकासावर, शरीराच्या विकासावर नाही.

दुसरं असं विचारलं आहे की गोवध संदर्भात माझं मत काय आहे... मी कोणत्याही वधाच्या बाजूचा नाहीये. तर गोवधाची गोष्टच सोडून द्या. परंतु मी बाजूचा आहे की नाही यामुळे वध थांबणार नाहीत. परिस्थिती गोवध करवत राहील. मी मांसाहारीच्या बाजूचा नाही. पण त्यानेही काही फरक पडत नाही. मांसाहार चालूच राहील. चालू राहील एवढ्याचसाठी की आजही आम्ही अशा परिस्थितीत नाही आहोत की संपूर्ण जगाला शाकाहारी भोजन देऊ शकू. संपूर्ण जग सोडून द्या. एखाद्या देशालाही त्याने तर पूर्ण शाकाहारी होण्याचा निर्णय घेतला तर ती गरज पूर्ण होऊ शकणार नाही. म्हणून मांसाहार आणि गोवधही चालूच राहील– गरज म्हणून!

ज्यांना गोवध बंद व्हावासा वाटतो, ते जे गोवध केल्याने लोकांना मिळतं, ते देण्याचा कोणताही प्रयास ते करत नाहीत ही गमतीशीर गोष्ट आहे. गोवध एखाद्या दिवशी बंद होईलही. आणि तो होईल त्याच लोकांमुळे जे गोवध करणाऱ्या बाजूचे आहेत. गोवध बंद अशा लोकांमुळे होणार नाही जे बंद होण्यासाठी, बंद व्हावा म्हणून आतुर आहेत, कारण त्यांच्याकडे तशी व्यवस्थाच नाही. केवळ घोषणाबाजी, कायदा... त्याने काहीही होणार नाही. आजही पृथ्वीवर सर्वांत अधिक गायी आपल्याकडे आहेत आणि अगदी अशक्त, आजारी अशा. ज्यांच्यापाशी कमी गायी आहेत आणि जे गोवध करतात, त्यांच्या गायी धष्टपुष्ट आहेत. आणि त्या गायी तीस-चाळीस लिटर दूध देतात. आणि आपल्याकडच्या गायी... अशा अस्थिपंजर

गायींना आम्ही जिवंत ठेवण्याचा प्रयास करत आहोत. त्यांना जिवंत ठेवण्याचा प्रयत्न इनडायरेक्टही असू शकतो. भोजनातिरिक्त साधनं गोळा करण्याची आवश्यकता आहे. अजूनही शाकाहारी योग्यतेने मांसाहारींच्या योग्यतेच्या भोजनाचे पर्याय मिळू शकलेले नाहीत.

ही एक मजेशीर गोष्ट आहे की गाय आणि माकड, दोघेही मांसाहारी नाहीत. माणसाचं शरीर जिथून आलं तो प्राणी शाकाहारी आहे. आणि आत्मा जिथून आला तो प्राणीही शाकाहारी आहे. अर्थात मुंग्या वगैरे माकडं खात असतील, पण ते वेगळं, तो मांसाहार नाही. गाय तर मांसाहारी नाहीच. कुणी अगदी भरवलंच, अथवा दुसरा पर्यायच नाही अशा परिस्थितीत खाल्लं गेलं तर ते वेगळं. हे दोन्ही यात्रापथ गैर-मांसाहारी आहेत आणि माणूस मांसाहारी का झाला? माणसाच्या शरीराची पूर्ण रचना गैर-मांसाहारी आहे. त्याच्या पोटातल्या हाडांचा साचा गैर-मांसाहारी आहे. चित्त-विचारांची प्रक्रिया, ढंग, गैर-मांसाहारींचा आहे; पण तरी माणूस मांसाहारी का? मांसाहार माणसाचा नाइलाज आहे. अजूनही शाकाहारी पूर्ण भोजन तयार करू शकले नाहीत.

म्हणून मला जितकं ज्ञान होतंय, त्यांनुसार गोवध चालूच राहील. चालू राहू नये. पण म्हणून... माझे प्रयत्न गोवध बंद होवो, न होवो, याबाबतीत जराही नाहीयेत. या गोष्टी फाजील आहेत. या गोष्टींना घेऊन आम्ही कालापव्यय करत आहोत. माझे प्रयत्न, माझी काळजी अशी आहे की, आम्ही माणसांना असं भोजन देऊ शकू की ज्यामुळे मांसाहारातून मुक्ती मिळेल. सिंथेटिक फूड – कृत्रिम अन्न – याव्यतिरिक्त आता दुसरा मार्ग नाही. आता जमिनीतून उगवणारं धान्य काही उपयोगी पडू शकत नाही. पुरेसं नाही. आता फॅक्टरीतून तयार होणाऱ्या गोळ्यांचा वापर करावा लागेल. साडेतीन ते चार अब्ज इतकी लोकसंख्या आणि ही संख्या रोज वाढत आहे. एवढ्या संख्येसाठी भोजन... अशक्य होत चाललं आहे. गोवध तर फार दूरची गोष्ट. तीस-चाळीस वर्षांनंतर नर-वधही सुरू होऊ शकतो. माणसं माणसांना खातील. आता जसं कुणी मरतं, तर आम्ही म्हणतो की नेत्रदान करा. पुढे मरणाऱ्या माणसाला असंही म्हणू की मांस डोनेट– दान करून जा. काही उपाय शिल्लक राहणार नाही. आणि जो माणूस मांस डोनेट करून जाईल त्याचा आम्ही सन्मान करू जसा आज नेत्रदान करणाऱ्यांचा करतो. लवकरच अशी परिस्थिती येईल जर लोकसंख्येवर नियंत्रण ठेवलं गेलं नाही तर की पार्थिवाला अग्नी देणं हे अन्यायकारक ठरेल. आणि हे असं होईल तर त्यात नवल नाही; कारण माणसांना खाणाऱ्या जमाती होत्या. त्यांच्यापाशी अन्य काही अन्न उपलब्ध नव्हतं. जिथे माणसांना खावं लागण्याची स्थिती जवळ येत चालली आहे तिथे आम्ही गोवधाविरुद्ध आंदोलन करत आहोत. हे कठीण आहे. अवैज्ञानिक आहे. परंतु गोवध थांबू शकतो.

सर्व वध थांबू शकतात. आम्हाला अन्नाच्या संदर्भात खूप क्रांतिकारी पावलं उचलणं आवश्यक आहे. जे गोवधाच्या विरोधात आहेत, त्यांनाही एक ठोस योजना देता यायला हवी. सर्व काही थांबायला हवं. सर्व वध थांबायला हवेत. गाय हे शेवटचं जनावर आहे, मनुष्याची कडी सुरू होण्यापूर्वीची. तिच्यावर दया हवीच करायला. तिच्याशी आमचे आंतरिक संबंध आहेत. तिची काळजी घेणं अत्यावश्यक आहे. एक छोटीशी कथा सांगतो–

एक पाद्री चर्चमध्ये व्याख्यान देण्यासाठी गेला. तीन-चार मैलांची वाट होती. तीही डोंगर-दऱ्यांतून जाणारी. वयस्कर पाद्री, त्याने एका आपल्या गावातल्या टांगेवाल्याला सांगितलं की मला घेऊन जा तिथे. तुझे जे काही पैसे असतील ते घे. टांगेवाला 'हो' म्हणाला. पण त्याने सांगितलं की, 'माझा घोडा झालाय म्हातारा, त्याची काळजी घ्यावी लागेल.' पाद्री म्हणाला, 'ठीक आहे. तू जेवढी दया, माया घोड्यावर करतोस, त्यापेक्षा कमी दया मीही करत नाही. घोड्याची काळजी घेतली जाईल.'

प्रवास सुरू झाला. अर्धा मैल गेला आणि चढण सुरू झाली. टांगेवाला म्हणाला, 'कृपया तुम्ही खाली उतरा. घोडा म्हातारा आहे. काळजी घ्यायला हवी.' पाद्री उतरला. मग असंच होत राहिलं. घाट आला की पाद्री उतरायचा. चार मैलांच्या वाटेवर अगदी फारच फार तर पाद्री एखादा मैल टांग्यात बसला. जिथे टांग्याची फारच आवश्यकता होती, तिथे त्याला चालायला लागलं आणि जिथे आवश्यकता नव्हती, तिथे तो टांग्यात बसला. चर्च आल्यावर पाद्रीने टांगेवाल्याला पैसे दिले. म्हणाला, 'पैसे तर तू घे. पण एक सांग. मी इथे भाषण द्यायला आलो. तू इथे पैसे कमवायला आलास. घोड्याला का आणलंस? आपण दोघंच आलो असतो, तर सोपं झालं असतं. याला का आणलंस?'

जीवन आवश्यकतेनुसार जगलं जातं. सिद्धांतावर नाही. माणूस मरणासन्न आहे, तर गाय वाचू शकत नाही. गाय वाचू शकते. त्यासाठी माणसाने सक्षम होणं गरजेचं आहे. मग गायच का, इतर जनावरंही वाचू शकतात. कारण गाय जर एक कडी आहे मागे, तर दुसरी जनावरही एखादी कडी तिच्या मागे आहे. मासासुद्धा आईच आहे, पण जरा दूरचं नातं आहे. यापेक्षा वेगळं तर काही नाही. परंतु जसजसा माणूस समृद्ध होत जातो, सुविधा जोडत जातो, तर गायीचंच रक्षण का करेल? तो माशांचंही रक्षण करेल.

वाचवण्याची दृष्टी स्वच्छ असायला हवी. पण वाचवण्याचा आग्रह, अट्टाहास जर सुविधा नसतील तर मूर्खपणाचा आहे.

आता ध्यानासाठी बसा. उर्वरित उद्या...

◆

३

'भगवान श्रीकृष्ण आध्यात्मिक पुरुष होते. त्याचबरोबरीने त्यांनी राजकारणातही भाग घेतला. आणि राजकारणी रूपात त्यांनी महाभारताच्या युद्धात जे केलं ते असं : 'भीष्मांसमोर शिखंडीला उभं करून त्यांना धोक्याने मारण्यास भाग पाडलं. द्रोणाला अश्वत्थामा मारला गेला, असं असत्य सांगून मारण्यास भाग पाडलं. कर्णाच्या रथाचं चाक जेव्हा जमिनीत रुतलं तेव्हा शस्त्रहीन कर्णाला मारण्यास भाग पाडलं. दुर्योधनाच्या मांड्यांवर प्रहार करण्यास भाग पाडून मारवलं. तर मग धार्मिक व्यक्ती राजकारणात येईल? आणि जरी आली तरी हे असं कपट करेल? आणि यावरून आमच्या जीवनात आम्ही हेच अनुकरण स्वत:च्या विजयासाठी हे असं कार्य करायचं? धोक्याचं? महात्मा गांधींनी जे साध्य केलं शुद्धतेने, शिवाय साधनांचीही शुद्धता यावर भर दिला. ते निरर्थक होतं? राजकारणात याची आवश्यकता नाही?'

धर्म आणि अध्यात्म यातला फरक सर्वांत आधी समजला पाहिजे. धर्म आणि अध्यात्म ही एकच गोष्ट नाही. धर्म ही जीवनाची एक दिशा आहे. जसं राजकारण एक दिशा आहे, कला एक दिशा आहे, विज्ञान एक दिशा आहे, तशीच धर्म ही एक दिशा आहे. अध्यात्म पूर्ण जीवन आहे. अध्यात्म जीवनाची दिशा नाहीये, संपूर्ण जीवन अध्यात्म आहे.

तर असं होऊ शकतं की धार्मिक व्यक्ती राजकारणात जाण्यास कचरेल; परंतु

स्वस्थ राजनीतीचे प्रतीकपुरुष : कृष्ण!

आध्यात्मिक व्यक्ती कचरणार नाही. धार्मिक व्यक्तीसाठी राजकारण कठीण पडेल, कारण धार्मिक व्यक्तीने काही धारणा ग्रहण केल्या आहेत ज्या राजकारणाच्या विरोधातल्या आहेत. आध्यात्मिक व्यक्ती कोणत्याही धारणा ग्रहण करत नाही, संपूर्ण जीवन स्वीकारते. जसं आहे तसं.

कृष्ण धार्मिक व्यक्ती नाही, आध्यात्मिक व्यक्ती आहेत. महावीर धार्मिक व्यक्ती आहेत, बुद्ध धार्मिक व्यक्ती आहेत अशा अर्थाने की त्यांनी जीवनाची एक दिशा निवडली. त्या दिशेसाठी त्यांनी जीवनातल्या इतर दिशांचा त्याग केला. कृष्ण अशा अर्थाने आध्यात्मिक व्यक्ती आहेत की त्यांनी संपूर्ण जीवनाची निवड केली. म्हणून कृष्णाला राजकारणाचं भय नाही. राजकारण हाही जीवनाचाच एक भाग आहे. आणि हे समजणं गरजेचं आहे की जी माणसं धर्माच्या नावाखाली राजकारणापासून दूर गेली, त्यांनी राजकारणाला अधार्मिक बनवण्यास मदत केली, राजकारणाला धार्मिक नाही बनवलं.

म्हणून सर्वप्रथम हे समजणं आवश्यक आहे की कृष्णासाठी जीवनातली सर्व फुलं, सर्व काटे एकत्रित स्वीकृत आहेत. ते निवड करत नाहीत. निवड न करता जीवनाला त्यांनी ते जसं आहे तसं स्वीकारलं. गुलाबाचं फुल, आम्ही समजतो की काटे त्याचे शत्रू आहेत. पण ते शत्रू नाहीत. गुलाबाच्या फुलांचं रक्षण करण्यासाठी ते आहेत. ते आतून जोडले गेलेले आहेत. दोन्ही संयुक्त आहेत. काट्यांना कापून गुलाबांना वाचवावं अशी अनेकांची इच्छा असेल; परंतु काटा गुलाबाचाच आहे, हे त्यांना समजायला हवं. तर मग गुलाब आणि काटा दोघांना एकत्र वाचवायचं आहे.

तर कृष्ण राजकारण सहज स्वीकारतात. त्यात उतरतात आणि ते त्यांना कठीण नाही. दुसरा जो प्रश्न आहे, तो अधिक विचार करण्यासारखा आहे. कृष्ण अशा साधनांचा उपयोग करतात, जी उचित आहेत असं म्हणता येणार नाही. अशा

साधनांचा उपयोग करतात, ज्याचं औचित्य कुणीही सिद्ध करू शकत नाही. असत्य, धूर्तता, कपट यांचा उपयोग करतात. पण एक गोष्ट समजणं खूप गरजेचं असल्यानं सोपं जाईल. जीवनात शुभ आणि अशुभ यामध्ये कधीही निवड नाहीये, फक्त सिद्धान्त सोडले तर. वाईट आणि चांगलं यातही निवड नाहीये. जीवनातली सर्व निवड रिलेटिव्ह आहे. प्रश्न हा नाहीये की कृष्णाने जे केलं ते वाईट होतं. प्रश्न हा आहे की जर त्यांनी तसं केलं नसतं तर त्यातून चांगलं झालं असतं की अजून वाईट झालं असतं? निवड जर चांगलं आणि वाईट यात असती तर सर्व मामला सोपा झाला असता. निवड कायम कमी वाईट, जास्त वाईट यात आहे. संपूर्ण जीवन हे असंच आहे.

मी एक घटना ऐकली आहे. एक पाद्री रस्त्यावरून जात होता. जोरात आवाज आला, 'वाचवा, वाचवा, मी मरेन.' काळोख आहे, गल्ली आहे. तो पाद्री धावत आत गेला. बघतो तर एका दुबळ्या माणसावर एक गलेलठ्ठ, मजबूत माणूस बसलेला होता. पाद्री ओरडतो, 'बाजूला हो. त्या दुबळ्या माणसावर का अत्याचार करतो आहेस?' तो ऐकत नाही हे बघितल्यावर पाद्री त्या माणसाला ढकलतो, पाडतो. तो दुबळा माणूस उठतो, पळतो. तेव्हा तो मजबूत माणूस म्हणतो, 'असे कसे तुम्ही? त्या माणसाने माझा खिसा कापला होता आणि तो आता पळून गेला.' पाद्री म्हणतो, 'हे तू आधी का नाही सांगितलंस? मला वाटलं तू एवढा ताकदवान, त्या दुबळ्या माणसाला दाबतो आहेस, मारतो आहेस. ही तर चूक झाली. शुभ करता करता अशुभ झालं.'

आयुष्यात जेव्हा आपण शुभ करायला जातो, तेव्हा हे बघणं गरजेचं आहे की अशुभ तर नाही ना होणार? उलटं बघणंही गरजेचं आहे की अशुभ करताना शुभ तर नाही ना होत? कृष्णासमोर दोन पर्याय आहेत. ते वाईट आणि चांगलं यामधले नाहीयेत. त्याच्या समोरचे पर्याय कमी वाईट आणि जास्त वाईट यामध्ये आहेत. आणि कृष्णाने ज्या ज्या धूर्तता आणि कपट अशा गोष्टींचा उपयोग केला, त्याहून कितीतरी जास्त धूर्त आणि कपट समोरचा पक्ष करत होता आणि करू शकत होता. समोरचा पक्ष साधारण वाईट नव्हता. असाधारण वाईट होता. त्या असाधारण वाईट रूपासमोर चांगल्याचं जिंकणं अशक्यप्राय होतं. गांधीजींनाही जर भारतात हिटलरी हुकमतीचा सामना करावा लागला असता, तर त्यांना समजलं असतं. हिंदुस्तानातली हुकमत हिटलरची नव्हती, एका उदार जमातीची होती. आणि त्यातही जर चर्चिल असता तर स्वातंत्र्य मिळणं कठीण होतं. त्यातही इटलीची हुकमत त्याने मूळ फरक पडला.

गांधीजी ज्या साधनशुद्धीच्या गोष्टी करतात, त्या समजून घेण्यासारख्या आहेत. योग्यच आहे ही गोष्ट की शुद्ध साधनांशिवाय शुद्ध साध्य कसं काय प्राप्त होऊ शकतं? परंतु या जगात ना काही शुद्ध साध्य असतं आणि ना काही शुद्ध साधन

असतं. इथे कमी अशुद्ध, जास्त अशुद्ध अशीच स्थिती आहे. इथे पूर्ण स्वस्थ आणि पूर्ण आजारी अशी माणसं नसतात. कमी आजारी आणि जास्त आजारी माणसं असतात. जीवनात पांढरा आणि काळा रंग नाहीये. जीवन करड्या रंगाचं आहे. पांढरा आणि काळा दोन्ही मिश्रित आहे.

म्हणून गांधींसारखी माणसं अनेक अर्थांनी कल्पनेत रमणारी आहेत. कृष्णजीवनाच्या वस्तुस्थितीशी. स्वच्छ. पारदर्शकतेच्या जवळ आहेत. कल्पनारम्यता कृष्णात नाही आणि ज्यांना गांधीजी शुद्ध साधनं म्हणतात, ती तरी शुद्ध कुठे आहेत? असू शकत नाहीत. हां, मोक्षात असतील शुद्ध साधनं आणि साध्य. या जगात सर्व मातीशी मिळतंजुळतं आहे. सोनं, हिरा असो मातीशी मिळालेलं आहे. माती आहेच तिथे. गांधीजींची शुद्ध साधनं शुद्ध नाहीत. जसं ते म्हणतात, 'अनशन,' 'उपास.' मी याला शुद्ध म्हणू शकत नाही. कृष्णही म्हणणार नाहीत. कारण दुसऱ्याला मारायची धमकी देणं अशुद्ध आहे, तर स्वत:ला मारण्याची धमकी देणं शुद्ध कसं काय असू शकतं? मी माझ्या छातीवर चाकू ठेवतो आणि सांगतो की जर माझं ऐकलं नाहीत तर मी मला मारून टाकेन, हे अशुद्ध आहे. चाकूची केवळ दिशा बदलली तर ती शुद्ध होते? तेही अशुद्धच आहे. आणि जर तो म्हणतो समोरचा की मार मला, नाही ऐकत. त्याला एक संधी आहे. एक निवड करू शकतो. परंतु तुम्ही स्वत:ला मारू बघता तर समोरच्याला तुम्ही दुबळं करता. तुमच्या मृत्यूचं उत्तरदायित्व तो घेऊ शकत नाही.

आंबेडकरांच्या विरोधात गांधीजींनी अनशन केलं. आंबेडकरांना हार मानावी लागली. गांधीजी बरोबर होते म्हणून नाही, तर इतक्या लहानशा गोष्टींसाठी गांधीजींना मारणं योग्य नव्हतं. इतकी हिंसा आंबेडकर करू इच्छित नव्हते. नंतर ते म्हणाले की, 'तुम्हाला जर असं वाटत असेल की माझं हृदयपरिवर्तन झालं तर चुकीचं समजत आहात. मी योग्य आहे, बरोबर आहे. गांधीजी चूक आहेत.' आता हे विचार करण्यासारखं आहे की शुद्ध साधन आंबेडकरांचं होतं की गांधीजींचं? यात अहिंसक कोण? मी मानतो की आंबेडकरांनी जास्त अहिंसा दाखवली. गांधीजींनी पूर्ण हिंसा केली. शेवटपर्यंत जोपर्यंत आंबेडकर मानत नाहीत तोपर्यंत ते मरणासाठी तयार होते.

या पृथ्वीवर दुसऱ्याला मारण्याची धमकी द्या अथवा स्वत:ला. जेव्हा आपण दुसऱ्याला मारण्याची धमकी देतो तेव्हा कमीत कमी त्याला आपण एक संधी देतो की त्याने थाटात मरावं आणि सांगावं की तुम्ही चूक आहात. आणि माझी मरायची तयारी आहे. परंतु आपण स्वत:ला मारण्याची धमकी देतो, तेव्हा आपण त्याला थाटात मरण्याची संधीही देत नाही. दोन्ही स्थितीत तो अडचणीत सापडतो. त्याने असं तरी सांगावं की चूक आहे आणि मरावं अथवा तुमच्या हत्येचं ओझं बाळगावं.

प्रत्येक स्थितीत आम्ही त्याला अपराधी करवतो. गांधीजींचं साधन शुद्ध नाहीये. दिसतं शुद्ध! आणि मी म्हणतो की कृष्णाने जे केलं ते शुद्ध केलं. तुलनात्मक सापेक्ष अर्थाने, ते ज्यांच्याशी लढत होते, त्यांच्यासमोर कृष्णाने जे केलं, त्याव्यतिरिक्त वेगळं काही करण्यासारखं नव्हतं; वेगळा उपाय नव्हता.

शस्त्रानेच मारत होते. पण युद्धात छळ आणि कपट हे शस्त्र आहे. आणि जर समोरचा शत्रू यांचा पूर्णतः उपयोग करण्यास समर्थ असेल तर स्वतःची हत्या करवून घेणं हा केवळ मूर्खपणा आहे. कृष्ण कुणा भल्या माणसाला धोका देत नाहीत. कुणा महात्म्याला धोका नाही देत आहेत आणि ज्यांचं वागणं जे गैर आहे, ते हजारो वेळा मापून झालेलं आहे, त्यांच्याशीच ते असा व्यवहार करत आहेत. आणि युद्ध होण्याअगोदर कृष्णाने सर्व प्रयत्न केले होते की शत्रुत्व जावं, मान्य करावं त्यांनी, म्हणजे युद्ध टाळता येईल. परंतु तसं घडलं नाही. युद्ध अटळ झालं. आणि जर अशांशी कृष्णाने भलेपणाने वर्तन केलं असतं तर महाभारतात कौरव जिंकले असते आणि पांडवांचा पराभव झाला असता. आणि मजेशीर गोष्ट अशी आहे की आम्ही म्हणतो, 'सत्यमेव जयते!' सत्यच जिंकतं. परंतु इतिहास काही वेगळंच सांगतो. इतिहास सांगतो की जो जिंकतो, तोच सत्य. कौरव जिंकले असते तर आम्ही कौरवांच्या गौरवकथा लिहिल्या असत्या. कळलंही नसतं की पांडव होते आणि कृष्णही. कथा वेगळीच झाली असती.

कृष्णाने जे केलं ते वास्तविकतेनुसार, समोर जे दिसत होतं त्यानुसार केलं. साधन-शुद्धी वगैरे गोष्टी हवेत संभव आहेत. पृथ्वीवर कोणत्याही साधनांचा उपयोग तो खूप अशुद्ध असेल. जर साधन पूर्ण शुद्ध असतील तर साध्य बनेल. साध्यपर्यंत जाण्याची गरज उरणार नाही. जर साधन पूर्ण शुद्ध आहे तर साध्य आणि साधन यात फरक राहणार नाही. हा फरक एवढ्याचसाठी आहे की साधन अशुद्ध आणि साध्य शुद्ध आहे. आणि म्हणूनच अशुद्ध साधनामुळे शुद्ध साध्य पूर्णतः मिळत नाही, हेही सत्य आहे. साध्य मिळतातच कधी पृथ्वीवर? केवळ आशा असते मिळवण्याची. गांधीजीसुद्धा असं म्हणू शकत नाहीत की पूर्ण अहिंसक होऊन मरतो आहे, असंही म्हणू शकत नाहीत की मी पूर्ण ब्रह्मचर्य पाळून मरत आहे आणि असंही म्हणू शकत नाहीत की मला सत्य प्राप्त झालं आणि मी मरत आहे.

शुद्ध साधन होतं तर साध्य का नाही प्राप्त झालं? अडथळा कसला होता? नाही. साधन शुद्ध असू शकत नाहीत. परिस्थिती जवळ-जवळ अशी आहे की आम्ही पाण्यात जर काठी टाकतो तर ती तिरकी होते. आता पाण्यात काठी सरळच असायला हवी यासाठी काही उपाय नाही. आणि कृष्ण मला वाटतं की तिरका माणूस आहे. आणि मजेशीर गोष्ट आहे की वरून बघताना आम्हाला काही वेगळंच दिसेल. गांधीजी आम्हाला अगदी सरळ माणूस दिसेल. माझ्या दृष्टिकोनातून गांधीजी

तिरके होते. अनेकदा कान पकडायचा तर ते गोल फिरून धरत. कृष्ण सरळ कान पकडतात. गांधीजी दुसऱ्याला दाबण्यासाठी स्वत:ला दाबून घेतात. मोठा वळसा घेतात. कृष्ण सरळ-सरळ जाईल. तसे गांधी सरळ वाटतात; परंतु फार वाकडं व्यक्तिमत्त्व होतं. जटिल आणि तिरकं व्यक्तित्व! परंतु सर्वसाधारणपणे हे आम्हाला समजत नाही. कारण गोष्टी आम्ही जशा बघतो, धरतो, त्या तशाच आहेत, असा आमचा समज असतो.

'भगवान श्री, कृष्णकाळात पौंड्रक नावाचा एक राजा होता जो कृष्णाला नकली कृष्ण जाहीर करून स्वत:ला खरा कृष्ण मानत असे आणि तसंच सांगत असे. बुद्ध, महावीर वगैरे अवतारांच्या जीवनात, जीझसच्या चरित्रात याच्याशी साम्य दर्शवणाऱ्या घटना घडल्या आहेत?'

हो, घडलं आहे. महावीरांच्या वेळी गोशालक नावाचा एक इसम होता. त्याने घोषणा केली होती की खरा तीर्थंकर मी आहे. महावीर खरे तीर्थंकर नाहीयेत.

आणि जीझसच्या वेळीही घडलं कारण यहुदींनी क्रूसावर एवढ्याचसाठी त्यांना चढवलं की ते स्वत:ला विनाकारण देवपुत्र म्हणत आहेत. खरा ख्राइस्ट ते नाहीत. अजून खऱ्या ख्राइस्टचा जन्म व्हायचा आहे. प्रॉफेट्स, इजेकियल, इसियाने घोषणा केली होती की ख्राइस्ट नावाचा एक पैगंबर येणार आहे. ख्राइस्टचा अर्थ मसीहा. मसीहा जो उद्धार करेल आणि एक दिवस जीझस नावाच्या तरुणाने घोषणा केली की मी तोच मसीहा आहे; परंतु यहुदींनी ते अमान्य केलं. म्हणून क्रूसावर चढवलं.

कुणी दुसऱ्या माणसाने जीझससमोर असा दावा केला नाही; परंतु अनेकांनी असा दावा केला की तो मसीहा नाही. का अमान्य केलं? कारण त्यांना काही चमत्कार बघायचे होते. काही तशी लक्षणं हवी होती. त्यातलाच एक चमत्कार असाही होता की आम्ही तुला क्रूसावर चढवू तर तू जिवंतपणे उतरायचंस खाली. जीझसचे जे भक्त होते, त्यांचं मानणं होतं की जीझस क्रूसावर जरी चढले तरी जिवंत राहतील, मग लोकांचा विश्वास बसेल. आणि हे सांगता येणं कठीण आहे कारण जीझसचे भक्त असं सांगतात की क्रूसावर चढवल्यानंतर तीन दिवसांनी त्यांनी जीझसना बघितलं. विरोधक हे मान्य करत नाहीत. ज्यांनी बघितलं त्या दोन स्त्रिया होत्या, त्यांचं जीझसवर आत्यंतिक प्रेम होतं. विरोधकांना वाटलं की याच आत्यंतिक प्रेमामुळे त्यांना तसा भास झाला. परंतु आजही त्या मसीहाची प्रतीक्षा यहुदी करत आहेत, ज्याची घोषणा पैगंबरांनी केली होती.

परंतु महावीरांच्या वेळी अतिशय स्पष्टपणे गोशालकने घोषणा केली होती.

आणि त्याला मानणारेही खूप होते. आणि हा वाद बराच काळ चालू राहिला की खरे तीर्थंकर कोण? कारण जैन परंपरेने घोषणा केली होती की चोविसावा तीर्थंकर येणार आहे आणि तो शेवटचा तीर्थंकर असणार होता. तेवीस झाले होते आणि आता एकच बाकी होता. आणि गोशालक चोविसावा तीर्थंकर आहे असं मानणारा भक्तवर्ग मोठ्या संख्येत होता.

शिवाय अजूनही काही जण होते, ज्यांना काही लोक तीर्थंकर मानत होते. त्यांनी स्वत:ने तशी घोषणा कधी केली नाही. संजय वेलट्ठीपुत्त, अजित केराकंबल हे भक्त होते. असं जे बुद्धांना मानतात त्यांचाही समज असा होता की खरे तीर्थंकर बुद्ध आहेत. आणि बुद्धांना मानणाऱ्यांनी महावीरांची मस्करी केली.

अशी शक्यता खूप आहे की, नेहमी शक्यता आहे की कृष्णासारखी व्यक्ती जेव्हा जन्म घेते, अथवा समाज जेव्हा अशा व्यक्तीची घोषणा करतो, आधार शोधतो, वाट बघतो, तर कोणी दुसरी व्यक्ती दावेदार होऊ शकते. यात काही आश्चर्य नाही; परंतु काळ ठरवतो. योग्य-अयोग्य परंतु दावा करणारी व्यक्ती कधीही सत्य नसते. जे सत्य असतात त्यांना दावा करण्याची आवश्यकता भासत नाही. कृष्णाला, मी कृष्ण आहे हे सांगण्याची, सिद्ध करण्याची आवश्यकता नाही. महावीर दावा करत नाहीत की मी तीर्थंकर आहे. लोक त्यांना ओळखतात. गोशालक दावा करतात, त्यांना स्वत:च शंका आहे की मी तीर्थंकर खरंच आहे का? खरं तर आमची आत्महीनताच दावा बनते. कोणी म्हणतं की मी महात्मा आहे, तर हा दावाच सांगतो की तो महात्मा नाही. दावेदारी नेहमी उलटी बातमी देते.

पण हे स्वाभाविक आहे, की कोणी दावा करतं. त्यात काही अशक्य नाही.

'जीझसने कोणता दावा केला?'

जीझसने दावा नाही केला. त्यांनी नाही सांगितलं की मी ख्राइस्ट आहे. त्यांनी वेगळे दावे केले. त्यांनी वक्तृत्वात दावे नाही केले, व्यक्तित्वात केले. लोकांनी ओळखलं की हा माणूस ख्राइस्ट आहे. मी ज्यांच्याबद्दल बोललो 'जॉन द बॅप्टिस्ट' जीझसच्या खूप अगोदरचे हे अद्भुत संत होते. त्यांनी घोषणा केली होती की ख्राइस्ट येणार आहे. मी केवळ मार्गदर्शक आहे, जो ही बातमी सांगण्यासाठी आलो आहे. ज्या दिवशी ख्राइस्ट येईल त्या दिवशी मी निरोप घेईन. ते जॉर्डन नदीकिनारी दीक्षा देत असत. हजारो लोक त्यांच्याकडून दीक्षा घेत असत. जीझसही दीक्षा घेण्यासाठी गेले. जीझसने संत जॉनकडून दीक्षा घेतली. नदीत ते उभे राहिले, गळाभर पाण्यात आणि जॉनने दीक्षा दिली आणि म्हणाले, आता तू तुझं काम सांभाळ, मी जातो. यामुळे संपूर्ण शहरात बातमी पसरली की ख्राइस्ट आले आहेत

आणि जॉन नंतर कुणालाही दिसले नाहीत. त्या दिवसापासून जॉन हरवले.

दावा त्यांनी नाही केला. लोक विचारत की तू कोण आहेस? यावर खोटं कसं बोलणार? ते उत्तर द्यायचे की मी तो आहे जो नेहमीच आहे. मी तो आहे, जो पैगंबर नव्हते तेव्हा आणि त्याआधीही जो होता. अब्राहमच्या आधी. तुम्ही ज्याचा शोध घेत आहात, तो मी आहे. परंतु त्यात दावा नव्हता. लोकांनी विचारलं म्हणून उत्तर द्यावं लागलं.

'हिंदू अवतार क्रमानुसार मत्स्यावतारापासून सुरुवात होऊन राम आणि अंशावतार येतात. मग पूर्णावतार कृष्णानंतरही बुद्धावतार होतात. कल्कीची माहितीही समाविष्ट आहे, तर मग बुद्धांना कालक्रमाच्या दृष्टिकोनातून पूर्णावतार का नाही मानलं गेलं? उत्क्रांतीच्या दृष्टिकोनातून कृष्णाचं बुद्धांपूर्वी येणं हे काही गुपित आहे का हे सांगा. कालचक्राच्या गतीचं हे वर्तुळाकार असणं आहे असं म्हणणं कुठपर्यंत सत्य आहे?'

अवतार आंशिकही इतकाच अवतार आहे, जितका पूर्ण. अवतार होण्यात काहीही फरक नाही. अवतारचा अर्थ इतकाच आहे की परमात्मा-चेतना प्रकट झाली. ती किती तऱ्हेने, दिशांनी प्रकट झाली ही गोष्ट अलाहिदा. तर कृष्णावतार या अर्थाने आहे की जीवनाच्या समस्त दिशांना त्यांचा स्पर्श आहे. बुद्धावतार पुन्हा पूर्णावतार नाहीये. कल्की अवतारही पूर्ण अवतार नाही. चेतनेचं जे उतरणं आहे ते पूर्ण असेल; परंतु ती सर्व दिशांना स्पर्शणारी नाही.

अनेक कारणं आहेत. असं नाही की जो प्रवाह आहे, विकासाचा जो क्रम आहे – साधारणत: असं व्हायला हवं की पूर्ण अवतार शेवटचा हवा – परंतु विकासाचा जो क्रम आहे, अवतार त्या क्रमाच्या बाहेरचा आहे. अवतार याचा अर्थ 'पेनीट्रेशन फ्रॉम द बियाँड'. तो आमच्या विकासप्रक्रियेचा भाग नाही. तो आच्या विकासातून विकसित झालेला नाही. विकास प्रवाहाच्या पलीकडून उतरतो. आणि जेव्हा अशी चेतना – उदा. की आम्ही सगळेजण इथे बसलो आहोत, डोळे मिटून. कुणी जरासे डोळे उघडले आणि प्रकाश दिसला. मग कुणी पूर्ण डोळे उघडले आणि पूर्ण प्रकाश दिसला. मग पुन्हा कुणी थोडेसे डोळे उघडले – थोडासा प्रकाश दिसला. यात कोणताही विकासक्रम नाहीये. प्रत्यक्षात डोळे पूर्णपणे कधीही उघडले जाऊ शकतात. आणि पूर्ण डोळे उघडल्यावर मागचाही डोळे पूर्ण उघडेल, हे अनिवार्य नाही.

कृष्णाचं जे व्यक्तित्व आहे, ते पूर्ण उघडं आहे. म्हणून पूर्ण परमात्मा सामावू

शकला. बुद्धांचं व्यक्तित्व अंशात्मक उघडं आहे, म्हणून अंश परमात्मा सामावू शकला. जर आजही कुणी पूर्ण व्यक्तित्व उघडतं तर पूर्ण परमात्मा सामावेल. आणि कुणी पूर्णपणे बंद ठेवलं तर परमात्मा अजिबात सामावणार नाही. यात काही क्रम नाही.

विकासाचा जो क्रम आहे, तो जर आम्ही नीट जाणला तर सामान्य अर्थाने धरू शकतो. व्यक्तिवादी अर्थाने नाही. बुद्ध होऊन आता अडीच हजार वर्षं झाली, पण आपण असं नाही म्हणू शकत की आम्ही तेव्हापेक्षा आज जास्त विकसित आहोत. हां, असं म्हणू शकतो की बुद्धाच्या समाजापेक्षा आमचा समाज जास्त विकसित आहे. खरं तर विकास दोन्ही तऱ्हेने होत आहे, समूहाचा आणि व्यक्तीचा. समूहाअगोदर व्यक्ती विकसित होऊ शकते. जे स्वतःला विकसित करू शकत नाहीत, जे तसा प्रयास करत नाहीत, ते समूहाबरोबर फरपटत विकसित होतात. आणि समूहातली सर्व माणसं एकसारखी विकसित होत नाहीयेत. प्रत्येक व्यक्ती वेगवेगळ्या प्रवाहाने विकसित होत आहे. आम्ही इतके जण बसले आहोत, पण सगळे विकासाच्या एकाच पायरीवर नाहीयेत. कुणी पहिल्या पायरीवर, कोणी दहाव्या पायरीवर, कोणी अगदी शेवटच्या पायरीवर. समूहासंदर्भात सामान्य नियम सत्य असतात. विकासाचा नियम समूहाबाबत आहे. एक उदाहरण देतो. मग समजेल.

आम्ही असं सांगू शकतो, दरवर्षी दिल्लीमध्ये किती लोक अपघातात मरण पावले. या वर्षी पन्नास गेले, मागच्या वर्षी पंचेचाळीस गेले, त्या अगोदर चाळीस जण गेले. तर आम्ही असं म्हणू शकतो की पुढच्या वर्षी पंचावन्नपर्यंत रस्त्यावरच्या अपघातात माणसं मरतील आणि हे खरंही होऊ शकतं. पण आम्ही हे नाही सांगू शकत, ती पंचावन्न माणसं कोण असतील? दिल्लीची लोकसंख्या वीस लाख आहे, तर पंचावन्न, चोपन्न अथवा छपन्न मरतील. पण जर लोकसंख्या कोटीच्या आसपास असेल, तर हा आकडा जवळ येऊ शकतो. आणि अनंत लोकसंख्या असेल तर पंचावन्न आकडा पक्का होऊ शकतो. संख्या जेवढी मोठी, सामान्य संख्याशास्त्र तितकं खरं होत जातं. पंचावन्न मरतील. जितक्या व्यक्ती आपण धरतो, तितकं संख्याशास्त्र चुकत जातं. विकासाचा जो प्रवाह आहे तो समूहाचा प्रवाह आहे. जसा वसंत येतो तर कुणा एका पक्ष्याच्या किलबिलाटाने घोषणा होते की वसंत येतो आहे; पण सर्व पक्ष्यांच्या किलबिलाटाला वेळ लागेल. वसंत येतो तर एका फुलाच्या फुलण्यानेही बातमी समजते की वसंत येतो आहे. पण सर्व फुलण्यास वेळ लागतो. पूर्ण वसंत तर तेव्हा येतो जेव्हा सर्व फुलं फुलतात. पण एक फूल त्याच्या आगमनाची बातमी देतं.

कृष्णाचं मध्ये फुलणं, पूर्ण होणं केवळ इतकंच सूचित करतं की कृष्ण आपल्या व्यक्तित्वाला पूर्ण उघडू शकले. बुद्ध आपलं व्यक्तित्व पूर्ण उघडत

नाहीत. हा बुद्धांचा स्वत:चा निर्णय आहे. कुणी त्यांना जरी सांगतं पूर्ण उघडण्यास, कृष्ण होण्याचा संभव आहे, तरीही ते नाकारतील. यामुळे बुद्ध कृष्णापेक्षा मागे राहतात असं नाही. कृष्ण आणि बुद्ध – हा त्यांचा त्यांचा निर्णय आहे. त्यांची निवड आहे. ते मालक आहेत. बुद्धांना त्यांच्या मर्जीनुसार फुलायचं आहे. कृष्ण त्यांच्या मर्जीनुसार फुलत आहेत. पूर्ण फुलणं हा कृष्णाचा स्वभाव आहे. बुद्धांना जसं फुलायचं आहे, त्यातच त्यांचा पूर्ण फुलायचा स्वभाव आहे. यात विकासाचा प्रवाह नाही. व्यक्तींवर विकास लागू होत नाही. विकास समूहावर लागू होतो.

'भगवान श्री, नऊशे नव्व्याण्णव अपशब्द ऐकून घेणारे कृष्ण, सहन करणरे कृष्ण, त्यापुढला एक अपशब्द ऐकू शकले नाहीत आणि आपल्या चक्राने त्यांनी शिशुपालाचा वध केला. यावरून असं ठरत नाही का आधी दिलेल्या अपशब्दांना ते केवळ प्रकटरूपात सहन करत होते आणि आतून तर असहिष्णुता होती?'

असा विचार केला जाऊ शकतो कारण आपण सर्वजण आतून तसे आहोत. जर आम्ही चौथ्या अपशब्दाला चिडतो तर आम्हाला ठीक माहीत असतं की राग आला होता पहिल्याच अपशब्दाच्या वेळी. पण तीनपर्यंत धीर धरला. तीनपर्यंत सहिष्णुता होती, मग मात्र नाही सहन करू शकलो. म्हणून चौथ्या अपशब्दाला प्रकट झालो. पण याउलटही होऊ शकतं. आणि कृष्ण मोठा उलटा माणूस आहे. आमच्यासारखे नाहीयेत म्हणून...

असं नाही की नऊशे नव्व्याण्णवपर्यंत त्यांची सहनशक्ती होती. नऊशे नव्व्याण्णव खूपच अपशब्द आहेत. आणि जो नऊशे नव्व्याण्णव सहन करू शकतो तो केवळ आणखी एक सहन करू शकणार नाही? विचार करण्यासारखी गोष्ट आहे. हा प्रश्न नाहीये की कृष्ण आपली सहिष्णुता हरवून बसले. मोठा प्रश्न हा आहे की जो समोरचा माणूस आहे, आता त्याची हद्द संपली. त्याहून जास्त सहन करणं हा प्रश्न नसून त्याहून जास्त सहन करणं म्हणजे वाइटाला साहाय्य, प्रोत्साहन देणं हा आहे. याहून जास्त सहन करणं म्हणजे अधर्माला वाचवणं.

जीझसना त्यांच्या एका शिष्याने विचारलं की जर कुणी आम्हाला चार वेळा थोबाडीत मारतं, तर आम्ही काय करावं? जीझस म्हणतात, 'सहन करा.' 'आणि कुणी सात वेळा मारतंय तर?' 'सात नाही, सत्तर वेळा जरी मारलं तरी सहन करा.' त्याने पुन्हा पुढे काही विचारलं नाही. म्हणून आम्हाला माहीत नाही की जीझस काय म्हणतात. पण जर अठ्ठ्याहत्तर वेळा मारलं तर? असं त्याने विचारलं नाही. पण जर

विचारलं असतं तर मला वाटतं जीझस म्हणाले असते, मग आता सहन करू नका. कारण तुमची सहिष्णुताही पुरेशी नाहीये. दुसऱ्या माणसाचा अधर्मही विचार करण्यायोग्य आहे.

एक गंमत मी ऐकली आहे. जीझसचा एक भक्त एका गावातून जात असतो. त्याला एका माणसाने थोबाडीत मारलं. जीझसच्या शिकवणीनुसार त्याने आपला डावा गाल पुढे केला. त्या दुसऱ्या गालावर त्याने अधिकच जोरात मारलं. भक्त अडचणीत पडला. कारण त्यापुढे जीझसने काही सांगितलं नव्हतं. म्हणून त्याने त्या माणसाला सणसणीत थोबाडीत मारली. तो माणूस गाल चोळत म्हणाला, 'तू तर जीझसचा भक्त आहेस आणि जीझस सांगतात की तुमच्या एका गालावर कुणी मारलं तर दुसरा गाल पुढे करा.' भक्त म्हणाला, 'हो, पण तिसरा गाल माझ्याकडे नाही. आता मी जीझसकडून सवलत घेतो. कारण दोन गालांपर्यंत जीझस बरोबर चाललो. तिसरा गाल नाही, तो तुझ्याकडे आहे. तेव्हा आता तिसरा मार तुझ्याच गालावर बसू शकतो.' एक वेळ येते जेव्हा तिसरा गाल येतो.

यात कृष्णाची चूक नाही. आम्ही तसं समजतो कारण आम्ही लवकर चुकतो. पण जेव्हा प्रत्येक गोष्टींची एक सीमा आहे आणि त्या सीमेपलीकडे गोष्टी सहन करणं हा अधर्म आहे. सीमेपलीकडे गोष्टींना सहन करणं हे वाइटाला प्रोत्साहन देण्यासारखं आहे. सहिष्णु असणं याचाच अर्थ असहिष्णुता वाईट आहे. पण मी तर वाईट होण्यापासून वाचू आणि दुसऱ्याला वाईट होऊ देऊ, ही दुसऱ्यावर दया करणं असं नाही. ही दुसऱ्यावर केलेली कठोरता आहे. एका बिंदूवर दुसऱ्याला वाईट होण्यापासून परावृत्त करायलाच हवं असं मी बघतो.

कृष्णाचं संपूर्ण व्यक्तित्व बघितल्यावर असं वाटतं की त्यांची सहिष्णुता, त्याचं मोल देता येणं खूप कठीण आहे. परंतु असंही वाटतं की वाइटाला प्रोत्साहन देणं त्यांच्यासाठी असंभव आहे. या दोहोंचा मध्य – सुवर्णमध्य त्यांना शोधावा लागतो, जिथून गोष्टी पुढे बदलतील.

'कृष्णाला तुम्ही अपहरण-भूषण नाही म्हणणार? स्वतःने तर रुक्मिणीचं अपहरण केलंच होतं, अर्जुनालाही सुभद्रेचं अपहरण करण्यासाठी उद्युक्त करतात.'

जेव्हा समाजाची व्यवस्था बदलते, तर अनेक गोष्टी विसंगत होतात. एक काळ असा होता की स्त्रीचं जर अपहरण झालं नाही तर त्याचा अर्थ ती कुणालाही हवीशी नव्हती. ती कुरूप होती. एक काळ होता, जेव्हा सौंदर्य म्हणजे सन्मान म्हणजेच अपहरण. पण आता तसा काळ नाहीये. पण आजही जर युनिव्हर्सिटीच्या कॅम्पसमध्ये

कुणा मुलीला कुणी धक्का मारत नाही तर तिच्या दु:खाला सीमा नाही. आणि जेव्हा एखादी मुलगी तक्रार करते की खूप जण धक्के मारता तेव्हा तिच्या चेहऱ्याचा रंग पाहा. तिच्या आनंदाला सीमा नाही. स्त्रीची इच्छा असते की तिचं अपहरण करणारं कुणी मिळावं. कोणी तिला इतकं प्रेम करावं की तिची चोरी करणंही त्याचा नाइलाज व्हावा. मागणार नाही, पळवून नेईल.

कृष्ण ज्या युगात होते, ते युग जर समजून घेतलं तर गोष्टी समजतील. आणि मी असं मानतो की ते हिंमत असणारं युग होतं. पंचांग बघून लग्न करणं यात काय मजा? आणि जर कृष्ण कुणाला उद्युक्त करत आहेत अपहरण करण्यासाठी, तर ते जसं म्हणतात की प्रेम ही इतकी मोठी गोष्ट आहे की जर ते असेल तर अपहरणही केलं जाऊ शकतं. आणि प्रेमाला नियम मान्य नाहीत. आणि ते जे युग होतं, प्रेमाचं युग होतं. ज्या क्षणापासून नियम सुरू होतात, माना की प्रेमाची शक्ती शिथिल झाली. आता प्रेम फार आव्हानं घेत नाही. त्या युगाचा पूर्ण साचा जर समजून घेतलात तर कळेल. त्या युगाची व्यवस्था आम्हाला माहीत नाही. आमच्या युगाची व्यवस्था जर आम्ही त्यांच्यावर लादली तर ती अनेकदा अनैतिक वाटेल. पण मलाही वाटतं की शौर्याचं युग जेव्हा जीवनात तेज आणतं, शान आणतं, तेव्हा आव्हानांचं युग असतं. शिथिल आणि मरगळलेला समाज, जेव्हा जीवनातली सर्व आव्हानं हरवून बसतो तेव्हा सर्व ढिलं पडतं. ज्या नीती बनतात त्या मेलेल्या असतात. ना, मी तर म्हणेन की कृष्णाने जर कुणा स्त्रीला अपहरण करून नाही आणलं, त्या मुलीच्या वडिलांच्या हातापाया पडले, तर त्या स्त्रीचा अपमान झाला असता, त्या युगात. ती स्त्री त्याला मान्यताच देणार नाही. म्हणेल की इतकी पण हिंमत नाही की पळवून नेऊ शकत नाहीस? तर मग सोडच. नकोच!

आम्हाला माहीत नाहीये की आजही युग तर बदलतं, पण काही साचे तसेच राहतात. आज आम्ही ज्याला वरात म्हणतो, कोणत्या तरी काळात ते प्रियकराबरोबर गेलेलं सैन्य होतं. आणि जो नवरा घोड्यावर बसलेला असतो, त्याला घोड्यावर बसवणं यात काही अर्थ नाही, शिवाय एक सुरीही अडकवतो त्याच्या काखेत, ती कधीतरी तलवार होती – आणि कधीतरी तो घोड्यावरून त्या स्त्रीला पळवून न्यायला गेला होता त्याच्या साथीदारांसह – ती वरात होती. आणि आजही तुम्हाला माहीत असेल, जेव्हा वरात येते तेव्हा मुलीकडच्या स्त्रिया शिव्या द्यायला लागतात. कधी विचार केलात का की त्या शिव्या का देतात? ती मुलगी ज्या घरातली पळवली गेली त्या घरातल्या स्त्रिया शिव्याशाप देत होत्या. पण आता का शिव्या देता? तुम्हीच तर सर्व सोयीने ठरवलेलं असतं. मुलीचा बाप आजही नतमस्तक होतो. आता काही आवश्यकता नाही. कधी काळी झुकावं लागत होतं. जो आपल्या मुलीला हिरावून नेत होता. विजेता होत होता, त्याच्यासमोर झुकावं लागत होतं.

ते तेव्हाचे नियम, जे आजही सरकत सरकत मृतावस्थेकडे जात आहेत.

'भगवान श्री, एकदा जेव्हा कृष्ण इंद्रप्रस्थावरून द्वारकेला जात होते तेव्हा त्यांना कुंती भेटली. तिने सांगितलं, 'विपद् संतु नश्वस तत्र जगत्गुरू' म्हणजे ही गांजलेली कुंती याचना करते आहे कृष्णापाशी, की मला सतत दुःख दे म्हणजे मला तुझं दर्शन होत राहील.' पण आनंदवृत्ती कृष्ण म्हणतो, 'दुःखाची याचना करणं योग्य नाही.' याचं तात्पर्य काय?'

भक्ताचं देवापाशी कष्ट मागणं, तशी प्रार्थना करणं खूप अर्थपूर्ण आहे. दोन-तीन कारणांनी. एक म्हणजे देवापाशी सुखाची प्रार्थना करणं म्हणजे स्वार्थ प्रकट करण्यासारखं आहे. आणि याचाच अर्थ असाही होतो की जर सुख मिळतंय तर देवाला सोडून सुखामागे लागतील माणसं. पण ते देवाकडून मिळतं म्हणून लोक देवाकडे जातात. पण देवाचा उपयोग ते साधन म्हणून करतात. साध्य तर सुख आहे. म्हणून भक्ताचं मन सुखाची प्रार्थना करणार नाही. अजूनही एक कारण आहे की देवापेक्षा जास्त महत्त्वाचं असं त्याला काहीही नको आहे.

आणि जेव्हा दुःखाची प्रार्थना करतो भक्त तेव्हा तो दोन-तीन गोष्टी सांगतो. तो सांगतो की तुझ्याकडून मिळालेलं दुःख हे कुठूनतरी मिळालेल्या सुखापेक्षा जास्त मोठं आहे. तुमच्या दुःखाची निवड करेन, कोणतंही सुख निवडणार नाही. आता हा माणूस देवापासून दूर होणं हे संभव नाही. कारण माणूस तिथून दूर होतो, जिथे दुःख आहे. पण ज्या भक्ताने दुःखच मागितलं, तर तो दूर कुठे जाईल?

म्हणून फार गहन मागणं आहे की मला दुःखच द्या. आम्हाला तेच द्या, जिथून लोक दूर पळतात. तेच मागण्यासाठी आम्ही तुझ्यापाशी येतो.

आणि दुसरी गमतीशीर गोष्ट आहे की देवाकडे दुःख मागितलं जाऊ शकतं, कारण देवाकडून दुःख मिळत नाही. त्याच्याकडून जे काही मिळतं ते सुखच असतं. आणि जर त्याच्याकडून सुख मिळतच आहे तर आम्ही विनाकारण सुखाचे भिकारी का बनायचं? ज्याच्याकडून सुख मिळण्याची शक्यता नाही, त्याच्याकडे सुख मागायला हवं. ज्याच्याकडून सुखच मिळतं, त्याच्याकडून जे मिळतं ते सुखच असतं. त्याच्याकडे आम्ही दुःख का मागू नये? यात भक्ताचा धूर्तपणा आहे. त्यात तो देवालाही धोका देत आहे. आम्ही सुख मागत नाही कारण ते तू देतोसच. म्हणून दुःख मागतो. देवाला कोड्यात टाकतो भक्त. आणि जिथे प्रेम आहे तिथे कोड्यात टाकलं जाणं स्वाभाविक आहे. द्यायचं तर दुःख दे, बघू दे किती समर्थ आहेस

देण्यासाठी. आणि मग भक्त सांगू शकतो की तू समर्थ नाहीयेस, कारण तू दुःख देऊ शकत नाहीस.

आणखीनही काही कारणं आहेत, जी खूप मानसिक आहेत. सुख क्षणभरासाठी असतं. येतं आणि जातं, दुःख लांब, प्रदीर्घ असतं. सुखात दीर्घता नाही. दुःखाचं तसं नाही. एकदा आलं की जाण्याचं नावच घेत नाही. सुख येता-येता निघून जातं. त्यात गहिरेपण नसतं. उथळ असतं सुख. म्हणून ज्यांना आम्ही सुखी म्हणतो साधारणतः ती माणसं उथळ असतात. दुःख खोलता आणतं. म्हणून जी माणसं दुःखातून बाहेर पडतात त्यांच्या चेहऱ्यावर, त्यांच्या जीवनात एक अथांगता असते. दुःख केवळ दुःखच देत नाही तर निखारतंही, गहिरंही करतं. जर देवाकडे काही मागायचंच असेल तर सुख मागितलं नाही जाऊ शकत. युक्लिड म्हणतो, बिंदूच्या परिभाषेत की बिंदूला ना लांबी आहे, ना रुंदी आहे, ना जाडी आहे. सुख युक्लिडचा बिंदू आहे. जेव्हा तो बिंदू आम्ही कागदावर ओढतो, तेव्हा त्याला लांबी, रुंदी, जाडी मिळते. सुखही नसतं कुठे. जेव्हा आम्ही ते ताणतो तेव्हा समजतं की ते नाहीये. जोपर्यंत ताणत नाही, ओढत नाही, तोपर्यंत ते आहे.

भक्त सांगतो, मागतो दुःख दे. ज्यात खोलता, लांबी आहे असं दे. जे राहील, जे टिकेल, जे माझ्या आत झिरपेल आणि सर्वत्र पसरेल, जे माझ्याबरोबर राहील. जे पुन्हा जाण्याचं नाव काढणार नाही. जे येईल तर माझ्या प्राणांच्या खोलतेपर्यंत पोहोचेल. ज्याच्यामुळे मी उथळ राहणार नाही. लांब आणि खोल होईन असं दुःख मला दे. या एका दुःख शब्दात सर्वकाही इतकं सारं आहे.

आणि शेवटची गोष्ट. ज्यांना आम्ही प्रेम करतो, त्यांच्या दुःखाचा आनंदही आहे. आणि ज्यांना आम्ही प्रेम करत नाही, त्यांच्याकडून मिळणाऱ्या सुखात काहीही आनंद नाही. दुःखाचा आपला एक आनंद आहे असा विचार कधी केलात? पीडेचं एक वेगळं सुख आहे. एक मॅसोच नावाचा माणूस होता. तो स्वतःला चाबकाचे फटके मारून त्रास द्यायचा. तर अशी माणसं जी स्वतःला त्रास देतात ती माणसं 'मॅसोचिस्ट' आहेत. त्यांना त्यातच सुख मिळतं. गांधीजींना मॅसोचिस्टमध्ये गणलं जाऊ शकतं. हा भक्त जे दुःख मागतो आहे ते वेगळं आहे. ते हे दुःख नाही. 'सेल्फ टॉर्चर' – आत्मक्लेषाचं. तो अशा दुःखाची मागणी करतो आहे ज्याला आम्ही प्रेमपीडा म्हणतो. प्रेमाचं फार खोलवरचं दुःख आहे. दुःख इतका त्रास नाही देत जितकी पीडा प्रेमाची पीडा देतं. ते कणाकणांत झिरपत जातं. सर्व बाजूंनी सर्व काही तुटतं, दुःख तोडू शकत नाही, प्रेम तोडू शकतं. दुःख संपवून टाकत नाही, प्रेम टाकतं. दुःखात तुम्ही उरता थोडेतरी; पण प्रेमात तुम्ही उरतच नाही, हरवता आणि संपता. असं दुःख दे ज्यात भक्त संपून जाईल. असा मृत्यू दे की त्यात तो हरवून जाईल. अशा अर्थाने. आणि म्हणून कृष्ण समजावत नाहीत, केवळ हसतात. काही

गोष्टी अशा असतात ज्यां हास्याने समजतात, समजावता येतात. ज्यांना समजवावं तर नासमज होतात म्हणून हसून गप्प राहिलं जातं, ते समजवायला जात नाहीत. त्यांना समजतं की मागणारा चलाख आहे, मागणारा त्यांना पेचात टाकतोय. म्हणून केवळ हसून गप्प राहतात.

> *'भगवान श्री, एक विरोध निर्माण होत आहे. जसं तुम्ही जेव्हा केव्हा संधी मिळते तेव्हा सांगता की कृष्णाचं जीवन अलौकिक, चमत्कारिक, हसरं, उमलतं, फुलांसारखं, खेळकर असं आहे. बाकी जितके जण होते त्यांचं जीवन दुःखी आहे. म्हणजे होतं. जसं जीझसना कुणी हसताना बघितलं नाही, तर भक्त जेव्हा दुःख मागतो, उदास राहतो, कधी हसत नाही तर मग कृष्णाच्या त्या अलौकिक दर्शनाची पूर्तता कशी होते, हे मला जाणून घ्यायचं आहे?'*

जो भक्त दुःख मागतो, तो दुःखवादी नाहीये. कारण दुःखवादी इतके दुःख निर्माण करतो की कुणाकडे मागण्याची आवश्यकता राहत नाही. तुम्ही त्याला अधिक दुःख देऊ शकत नाही.

भक्त एवढ्यासाठी दुःख मागतो कारण तो सुखी आहे, त्याला दुःखही अनुभवायचं आहे. दुःखाशी त्याची ओळखही नाहीये. भक्त कधीच दुःखी नाहीये आणि जरी रडला कधी, तर ते अश्रू आनंदाश्रू आहेत. पण आम्ही चुकतो कारण आम्ही केवळ दुःखातच रडतो. आनंदात रडत नाही. म्हणून अश्रूंशी नातं आम्ही दुःखाचं बांधलं आहे. पण अश्रूंचा संबंध नाहीये दुःखाशी. अश्रूंचा संबंध – मनातला कोणताही भाव जेव्हा परीसीमा गाठतो, जास्त जास्त सुख, तर अश्रू वाहू लागतात. जास्त प्रेम, अश्रू वाहू लागतात. जास्त राग, त्वेष, अश्रू वाहू लागतात. पण आम्ही दुःखाचेच अश्रू बघितले आहेत. नातं दुःखाशी लावलं आहे. खरं तर तसं नाहीये. जेव्हा केव्हा आमच्या भावनांचा अतिरेक होतो, अश्रू वाहू लागतात.

भक्तही रडतो, प्रेमीही रडतो, आनंदही रडतो. आणि ही जी आनंदाची पीडा आहे, दंश आहे, क्लेष आहे, टोचणी आहे, हे जे आनंदाचे अश्रू आहेत, त्यांचा दुःखवादीशी संबंध नाही.

> *'कृष्णाला भगवान म्हटलं तर मला प्रश्न आठवला की कृष्ण भक्त होते? जर होते तर कुणाचे होते? आणि जर नव्हते तर भक्तीचा इतका महिमा का गायला गेला?'*

या संदर्भात मागे बोलणं झालं होतं. समजलं नसेल म्हणून पुन्हा एकदा... मी प्रार्थनेच्या संदर्भात जे सांगितलं, ते जर आठवलं तर जरा समजेल. जसं मी म्हणालो की प्रेअर नाही, प्रेअरफुलनेस! भक्तीचा अर्थ आहे, भक्ताचा भाव! त्यासाठी देव असणं गरजेचं नाही. भक्ती भगवानाशिवायही होऊ शकते. खरं असं आहे की देव कुठेच नाहीये. भक्तीमुळे निर्माण झाला आहे. देवामुळे भक्ती आहे असं नाही, भक्तामुळे देव दिसायला सुरुवात झाली. ज्यांचं हृदय भक्तीने भरलेलं आहे, त्यांच्यासाठी हे जग देव होतं. ज्यांचं हृदय भक्तीने भरलेलं नाही, ते विचारतात की देव कुठे आहे? ते विचारतील. आणि त्यांना सांगता येणं कठीण आहे. कारण देव म्हणजे भक्ताच्या हृदयातून दिसलेलं जग आहे. ते भक्तिमार्गाने बघितलं गेलेलं जग आहे.

जग देव नाहीये. भक्तिपूर्ण हृदयातून जगाला देवासारखं बघितलं गेलं आहे. जगात जे आम्ही बघतो आहोत जे प्रोजेक्शन आहे. आमच्या आत जे आहे त्याचं प्रतिफलन आहे. जगात आम्हाला तेच दिसतं, जे आम्ही आहोत. जर भक्तिभाव खोलवर असेल तर जग देव बनतं. मग असं नाहीये की देव बसलाय मंदिरात, कुठेतरी... नाही, मग जे काही असतं ते देवच असतं.

कृष्ण भक्तही आहेत आणि देवही आहेत. आणि जो भक्तीने प्रवेश करेल, तो भक्ताने सुरू होईल आणि देवापाशी पूर्ण होईल. एक दिवस जो बाहेर देव बघू शकेल, तर त्याने स्वत:ने असा काय गुन्हा केला आहे, की त्याला आत देव दिसणार नाही? भक्त सुरू होतो भक्तासारखा, पूर्ण होतो देवासारखा. जग बघण्यासाठीचा प्रवास सुरू करतो आणि बघतो, जे जगात आहे, भक्तिपूर्ण हृदयातून, भावपूर्ण, प्रार्थनापूर्ण मनाने जग बघतो. मग हळूहळू स्वत:लाही त्याचप्रमाणे बघू लागतो. दुसरा पर्याय उरत नाही. मग असंही होतं जसं रामकृष्णांना एकदा झालं. मजेशीर घटना आहे.

दक्षिणेश्वर मंदिरात रामकृष्णांना पुजारी म्हणून नियुक्त केलं गेलं एकदा. अगदी कमी पगाराची नोकरी होती. सोळा रुपये महिना. पण पाच-दहा दिवसांतच त्रास सुरू झाला. कारण ट्रस्टींना बातमी मिळाली की हा माणूस बरोबर वाटत नाही. देवाला जो नैवेद्य दाखवतात, तो आधी स्वत:च चाखून बघतात. आणि देवाला जी फुलं वाहिली जातात, ती आधी स्वत: हुंगतात. तर ट्रस्टी आले आणि त्यांनी नजर ठेवली की मामला काय आहे? बघितलं तर रामकृष्ण अगदी तल्लीन होऊन नाचत-नाचत आत गेले. नैवेद्य आधी स्वत: घेतला मग देवाला दिला. फुलं आधी स्वत:ने हुंगली, मग देवाला वास दिला. ट्रस्टींनी त्यांना पकडलं, विचारलं, 'हे काय करतो आहेस? ही काय पद्धत आहे भक्तीची?' रामकृष्ण म्हणाले, 'भक्तीची पद्धत असते हे कधी ऐकलं नाही. भक्त बघितले आहेत, ऐकले आहेत. पण भक्तीचा साचा

असतो?' 'याला बाहेर काढा. वास घेतलेलं फूल देवाला वाहतात का कधी?' 'पण वास न घेता देवाला वाहू कसं? माहीत नाही सुगंध आहे, नाहीये!' 'देवाला प्रसाद दिल्याशिवाय तू कसं काय खातोस?' रामकृष्ण म्हणाले, 'माझी आई मला वाढायची त्याआधी स्वत: चाखून बघायची. मी न चाखता नाही देऊ शकत. सांभाळा तुमची नोकरी. मला जर इथे ठेवायचं असेल तर मी वास घेणार, चाखून बघणार मगच देवाला देणार. माहीत नाही खाण्यासारखं आहे, नाहीये...'

आता हा जो माणूस आहे तो बाहेरच्या देवाला कसं काय बघू शकणार? लवकरच अशी वेळ येईल, तो म्हणेल आतही देव आहे. तर भक्ताने सुरू होणारी यात्रा भगवान-देवापाशी पूर्ण होते. असं नाही की बाहेरच देवापाशी पूर्ण होते. अंतत: संपूर्ण जगाची यात्रा करून आम्ही परततो आणि समजतं की ज्याचा शोध घेण्यासाठी तुम्ही इतके फिरून आलात, तो घरातच बसलेला आहे.

कृष्ण दोन्ही आहेत. सगळेच दोन्ही आहेत. तुम्हीसुद्धा. पण देवापासून सुरुवात नाही करू शकत तुम्ही. भक्तापासूनच सुरुवात व्हायला हवी. कारण तुम्ही जर असं म्हणालात की मी देव आहे तर धोका आहे. असे अनेक आहेत जे हा धोका निर्माण करतात, म्हणतात, मी देव आहे. त्यांच्यात भक्तीचा भाव तर काही नसतो, म्हणून घोषणा करतात, अशी माणसं स्वकेंद्रित, अहंकेंद्रित असतात. दुसऱ्यांना भक्त बनवण्याचा प्रयत्न करत राहतात. कारण त्यांना भक्तांची आवश्यकता असते. पण ते दुसऱ्यामध्ये देव बघत नाहीत. त्यांना समोरच्यातला देव दिसत नाही. स्वत:मध्ये देव बघतात, दुसऱ्यामध्ये भक्त बघतात. अशा बुवाबाजीने संपूर्ण देश ग्रासला गेला आहे. प्रवास सुरू करावा लागेल भक्तीपासूनच.

कृष्णाला देव मानायला हवं कारण हा माणूस घोड्यांचीही भक्ती करू शकतो. संध्याकाळी थकलेले घोडे, त्यांना नदीवर नेणं, स्नान घालणं, त्यांचे पाय, खूर स्वच्छ करणं... हा माणूस देव होण्यास लायक आहे. त्याला भीती नाही, त्याच्यापासून कुणाला भीती नाही. जर 'मी देव आहे' असा आढ्यताखोर असता, तर तो कधी सारथी झाला नसता. अर्जुनाला म्हणाला असता, 'बस खाली, मी वर बसणार. मी देव आहे आणि तू भक्त. भक्त रथ हाकणार.' जे स्वत:ला देव म्हणून घोषित करतात, त्यांना सिंहासनावरून खाली बसवून पाहा. तुम्ही बसा सिंहासनावर. तेव्हा समजेल.

भक्तापासून सुरू झालेली यात्रा देवापाशी पूर्ण होते.

'आमच्या कृष्णप्रेमाची परम कसोटी, परीक्षा काय असेल?'

जसं मी म्हणालो की भक्तीचा कोणताही साचा नसतो, प्रेमाची कोणतीही परीक्षा नसते. प्रेम आहे, हेच पुरेसं आहे; मग परीक्षेची काळजी कशा करता? प्रेम

नसेल तर माणूस परीक्षेची काळजी करतो. तुम्ही प्रेमाची काळजी घ्या. प्रेम नसेल तर परीक्षा घ्यावीशी वाटते. पण असेल तर परीक्षा कशासाठी? माहीत आहे की प्रेम नाहीये आणि जेव्हा प्रेम असतं तेव्हा ते खरं असतं. प्रेम खोटं असू शकत नाही. खोटं प्रेम हा शब्दच चुकीचा आहे. आणि जेव्हा प्रेम असतं तेव्हा तुम्ही ते जाणता, अगदी जसं पायात काटा रुतला तर तो जाणवतो तसं. पायात काटा रुतलाय, दुखतंय. काय परीक्षा घेणार त्यासाठी? कसं ठरवणार की दुखतंय की नाही? तुम्हाला ठाऊक आहेच की दुखतंय की नाही दुखत आहे? हो, जर दुसरं कुणी विचारतंय की काय प्रमाण आहे की पाय दुखत आहे? तर त्याच्या पायांत काटा टोचा. त्याशिवाय दुसरा पर्याय नाही. विचारा मग दुखतंय की नाही? जेव्हा प्रेम होतं तेव्हा आम्ही असंच जाणतो. पण जेव्हा प्रेम नसतं, तेव्हाही आम्हाला ठाऊक असतं की पायात काटा रुतलेला नाही. आपल्या आत डोकवा, ओळखायला जड जाणार नाही. जाणू शकता की माझ्या जीवनात प्रेम आहे की नाही? नसेल तर परीक्षा कशासाठी? असेल, तरीही परीक्षा कशासाठी? परीक्षेचा काहीही संबंध नाही. प्रेम आहे की नाही याची काळजी घ्या.

पण आम्ही घाबरतो आत डोकवायला कारण जाणतो की प्रेम नाहीये. म्हणून नेहमी दुसऱ्याकडे बघतो की त्याचं आपल्यावर प्रेम आहे की नाही? क्वचितच कुणी विचारत असेल की माझं प्रेम दुसऱ्यावर आहे की नाही. म्हणून भांडत राहतो दिवस-रात्र. नवरा कमी प्रेम करतो, बायको कमी प्रेम करते, मुलगा-मुलगी, आई-वडील सगळे भांडत आहेत. आणि कोणीही विचारत नाही. 'मी प्रेम केलंय' आणि जेव्हा आम्ही सर्वत्र दिसणाऱ्या जीवित व्यक्तींवर प्रेम करू शकत नाही. बघू, दिसू शकणाऱ्या फुलांवर, डोंगरांवर, चंद्र-ताऱ्यांवर प्रेम करू शकत नाही तर आम्ही अदृश्यतेवर कसं प्रेम करणार? दृश्यापासून सुरुवात व्हायला हवी.

मजेची गोष्ट आहे की माणूस दृश्यावर प्रेम करतो. त्या दृश्याच्या आत तत्काळ अदृश्याचा अनुभव येऊ लागतो. दगडावर प्रेम करा आणि दगडाचा देव होतो. फुलावरी प्रेम करा, तर त्यातली अदृश्य प्राणऊर्जा दिसू लागते. व्यक्तीवर प्रेम करा, तर लगेचच शरीरापलीकडचा आत्मा दिसू लागतो. प्रेम ही अदृश्यला शोधण्याची किमया आहे. प्रेमाची काळजी घ्या, मग कधी परीक्षा घ्यावीशी वाटणार नाही. आणि ही गोष्ट कधीच विसरू नका की प्रेमाची परम अवस्था कोणती आहे? प्रेम जेव्हा होतं तेव्हा ते परमच असतं. प्रेमाची दुसरी कोणतीही अवस्था नसते.

हे समजून घेणं आवश्यक आहे.

असं होत नाही की मी तुम्हाला म्हणू की माझं तुमच्यावर थोडं-थोडं प्रेम आहे. असं होतच नाही. जर कुणी दोन पैशांची चोरी करतं आणि कुणी दोन लाखांची चोरी करतं, तर दोन लाखांची चोरी मोठी चोरी आणि दोन पैशांची चोरी छोटी चोरी असं

म्हणाल का? हां, जे पैशांचा हिशेब ठेवतात ते असं नक्कीच म्हणतील. पण चोरी ही चोरीच आहे. त्यात कमी-जास्त असं काहीही नसतं. दोन पैसे चोरताना माणूस तितकाच चोर असतो, जितका दोन लाख चोरताना असतो. प्रेम ना दोन पैशांचं असतं, ना दोन लाखांचं असतं. बस असतं. परम अशी अवस्था नाहीये. प्रेम परमच असतं. प्रेमात काही फरक नसतो. त्याचं पहिलं पाऊलच शेवटचं पाऊल आहे. त्याच्या मंदिराची पहिली पायरी हीच शेवटची पायरी आहे. परंतु आम्हाला ते माहीत नसतं. आम्ही काहीही प्रश्न विचारतो. अजूनपर्यंत प्रेमाच्या संदर्भात योग्य प्रश्न विचारणारी व्यक्ती मला भेटलेली नाही. मला एक घटना आठवते.

मॉर्गन नावाचा एक कोट्यधीश, त्याच्या प्रतिस्पर्धी असलेल्या एका कोट्यधीशाबरोबर बोलत होता. मॉर्गन म्हणाला त्याला की, 'जगात हजारो पद्धतींनी धन कमवता येतं; परंतु इमानदारीची पद्धत एकच आहे.' तर त्या प्रतिस्पर्ध्याने विचारलं, 'कोणती?' मॉर्गन म्हणाला, 'मला माहीत होतं की तू विचारशील, कारण तुला ती पद्धत माहीत नाही.'

असाच मामला प्रेमाचा आहे. प्रेमाबद्दल आम्ही असे प्रश्न विचारतो जे नसतातच आणि ज्यांना प्रेम माहीत आहे ते प्रश्न विचारणार नाहीत.

'भगवान श्री, महाभारतातल्या युद्धात कृष्ण अर्जुनाला युद्धासाठी प्रवृत्त करतात; परंतु मी असं ऐकलं आहे की एकदा कृष्ण अर्जुनाशी युद्ध करायला गेले होते. ते काय होतं?'

प्रत्यक्षात कृष्णासारखी व्यक्ती नाही कुणाची मित्र असते ना शत्रू. कृष्णाची निश्चित धारणा कुणाबद्दलही नाहीये. म्हणून शत्रू मित्र होऊ शकतो आणि मित्र शत्रू. परिस्थिती ठरवते. आम्ही वेगळं जगतो. आम्ही कुणाचे मित्र तरी असतो, अथवा शत्रू तरी असतो. मग जर परिस्थिती बदलली तर कठीण जातं. तरीही आम्ही ही नाती खेचत राहण्याचा प्रयत्न करतो. कृष्ण असं काहीही करत नाहीत. जशी स्थिती असेल तसं. जर अर्जुनही लढण्यास आला तर कृष्ण-अर्जुनाचं युद्ध होईल. त्यात काही अडथळा येणार नाही.

खरं तर कृष्ण मित्रता आणि शत्रुता यांना मानबिंदू बनवत नाहीत. या निश्चित गोष्टी नाहीयेत, तरल आहेत. आणि जीवनाच्या तरलतेत कुठे ठरवता येतं की कोण मित्र आहे आणि कोण शत्रू? जो आज मित्र आहे तो उद्या शत्रू होऊ शकतो. शत्रूचा मित्र होऊ शकतो. म्हणून मित्राबरोबर लक्षात ठेवलं पाहिजे की तो उद्या शत्रू होऊ शकतो. हे लक्षात ठेवून व्यवहार करायला हवा. क्षण बदलला आणि सगळं बदललं. जीवन संपूर्ण वेळ बदलणारा पॅटर्न आहे. आत्ता उन्ह आहे, आत्ता सावली आहे. संध्याकाळपर्यंत बघत राहा ही बाग, सर्व बदलत राहील. उन्ह, सावली, ढग,

दिवस, रात्र, प्रकाश, अंधार हे सर्व होत राहील. कोणतीही गोष्ट बुद्धिबळाच्या पटासारखी आखीव-रेखीव नाहीये. सर्व बदलत राहणारं आहे.

म्हणून आम्ही असा विचार करू शकत नाही की कृष्ण आणि अर्जुन समोरासमोर असू शकतात. अर्जुन आणि कृष्णच असू शकतात. आणि तसंही संपूर्ण महाभारत गमतीशीर आहे. सगळे मित्र त्यात समोरासमोर आहेत. ज्या द्रोणांकडून अर्जुन धनुर्विद्या शिकला, त्यांच्यावरच बाण रोखून उभा आहे. ज्या भीष्मांकडून खूप काही मिळवलं त्यांनाच मारण्यास तत्पर आहे. अद्‌भुत आहे महाभारत. ते सांगतं की जीवनात काहीही निश्चित नाही, सगळं परिवर्तित होत असतं. जो काल भाऊ होता आज तो शत्रू आहे. यातही एक खास गोष्ट आहे. दिवसभर लढतात आणि संध्याकाळी क्षेमकुशल विचारण्यास जातात. ही लढाई सच्ची आहे. ऑनेस्ट! दिवसभर घाव करतात आणि नंतर लागलं तर नाही ना अशी चिंताही करतात. या लढाईत धोका नाही. दिवसा जर भीष्म समोर येतात, तर त्यांची मान कापतील आणि रात्री म्हणतील की भीष्मासारखा माणूस हरवला. रडतील. हे अजब आहे! यातूनच सूचना मिळते की एक युग होतं जेव्हा आम्ही मित्रतापूर्ण पद्धतीने लढत होतो, लढू शकत होतो. आजचं युग अगदी उलटं आहे. आता तर आपण शत्रुतापूर्ण पद्धतीने मित्र होतो. आज मित्रही प्रतिस्पर्धी आहे. तेव्हा शत्रूसुद्धा जवळ होता, बरोबरीने होता.

आणि एक गोष्ट विचार करण्यासारखी आहे की जर माझा शत्रू आहे, तर त्याच्या मृत्यूने माझ्या आतलंही काहीतरी मृत पावतं. शत्रूच मरत नाही केवळ, मीही थोडासा मरतो. शत्रू असण्याच्या बरोबरीने माझं असणंही आहे. म्हणून शत्रूला पूर्णतः शत्रुत्व देणं हे योग्य नाही. शत्रूही खोलवर कुठेतरी मित्र आहे आणि मित्रही खोलवर कुठेतरी शत्रू आहे का? कारण जीवनात आम्ही ज्यांना विरुद्ध गुणधर्मात विभाजित करतो, ध्रुव बनवतो ते आमच्या केवळ शब्द आणि सिद्धान्तातच सत्य आहेत. जीवनाच्या सरळ खोलतेत कोणतेही विरुद्ध गुणधर्म नाहीत. सर्व ध्रुव जोडलेले आहेत. उत्तर आणि दक्षिण जोडलेले आहेत.

जर असं आम्ही बघू शकलो तर कृष्ण-अर्जुनाचं युद्ध आम्हाला समजेल. अर्थात हे समजणं खूप कठीण आहे. कारण आमच्या धारणा हे मान्य करत नाहीत. आम्ही असं मानतो की मित्र मित्र आहे आणि शत्रू शत्रू आहे. जीवन नदीसारखं तरल आहे. जी लाट आत्ता इथे होती, ती आता खूप दूर आहे. आणि या जीवनाच्या पथावर कोण आमच्याबरोबर आहे, ही क्षणभराची गोष्ट आहे. क्षणानंतर साथ असेल की नाही, नाही सांगता येणार. जे जीवन या नदीच्या प्रवाहासारखं जगतात, ते ना शत्रू बनवत, ना मित्र! जो शत्रू बनतो, त्याला शत्रू मानतात. जो मित्र बनतो, त्याला मित्र मानतात. ते स्वतः मित्र किंवा शत्रू बनवत नाहीत; जीवनातून प्रवास करतात, निघून जातात.

कृष्णासाठी ना कुणी शत्रू, ना कुणी मित्र. वेळ, परिस्थिती, संधी, ज्याला मित्रत्वात ढकलते, त्याचे मित्र होतात. ज्याला शत्रुत्वात टाकते, त्याला शत्रू...! कृष्णाची सेना लढते आहे कौरवांच्या बाजूने; कृष्ण लढत आहेत पांडवांच्या बाजूने. विभाजन केलं. दोन्ही बाजू कृष्णाला आपला मित्र मानतात. दोघंही एकत्र गेले होते. दोघांनाही मोकळीक दिली होती. तुम्हाला जे मागायचं ते मागा. दोघंही माझेच आहात. एका बाजूने मी लढेन, दुसऱ्या बाजूने माझी सेना लढेल.

'ते असंही म्हणू शकले असते की दोघंही माझे मित्र आहात, म्हणून मी कुणाहीतर्फे लढणार नाही.'

ते असं नाही म्हणू शकले कारण महाभारतात जी घटना घडणार होती ती इतकी विशाल होती की त्यात कृष्णाचं असणं आवश्यक होतं. त्यांच्याशिवाय कदाचित घटना घडलीही नसती. त्यांनी जर तटस्थता अंगीकारली असती तर तो अन्याय झाला असता, कारण जीवनात तटस्थता नसते. त्यात कोणत्यातरी बाजूने आपण असतोच. तटस्थतेचा देखावा असू शकतो. पण त्यात काही अर्थ नसतो. आणि दोन्ही मित्र मदत मागायला आले होते. तटस्थता नाही. उत्तर सहकार्य देणं हे होतं. दोघांनाही साथ न देणं याचा अर्थ उदासीनता. काही फरक पडत नाही, कोण हरतं, कोण जिंकतं...

कृष्ण निष्प्रयोजन नाहीयेत. मित्र दोघांचेही आहेत; परंतु इच्छा आहे की पांडव जिंकावेत. कारण पांडव धर्म पक्षातले आहेत आणि कौरव अधर्म पक्षातले आहेत. जे अधर्मी आहेत, त्यांच्यासाठी पण मित्रत्वाचा भाव आहे. त्यांचंही कृष्णाशी शत्रुत्व नाही. सद्भावच आहे. आणि त्या काळात फार स्वच्छ, सरळ हिशेब होते. निर्णय स्वच्छ असायचा. आणि निर्णायक व्हायचा.

कृष्ण उपेक्षेने भरलेले नाहीयेत. ते उदासीन नाहीयेत, म्हणून तटस्थ राहू शकले नाहीत. दोघेही एकाच पातळीवरचे नसूनही दोहोंशी मित्रत्व आहे. म्हणून विभाजनासाठी ते तयार आहेत. आणि ते जाणतात की विभाजन निर्णय करेल. त्या विभाजनाच्या नियमाची त्यांनी जी निवड केली ती अद्भुत आहे. मला एकट्याला निवडा अथवा माझी सर्व सेना निवडा. या विभाजनामुळे कृष्णासाठी एक गोष्ट स्पष्ट झाली की धर्मपक्ष कोणाचा आहे. कारण एकट्या कृष्णाची निवड कोण करणार? जो हरायला तयार आहे तोच ना? ज्यांचा शक्तीवर विश्वास नाही... ज्यांचा या शक्तीवर विश्वास आहे, तो कृष्णाची निवड करेल. कौरवांना मोठा आनंद झाला. घाबरले होते कारण पहिली निवड करण्याचा अधिकार पांडवांना दिला गेला होता. कारण पांडवांचा प्रतिनिधी पायांशी बसला आहे, कौरवांचा प्रतिनिधी बसला आहे कृष्णाच्या

डोक्याशी. ते झोपलेले आहेत. दोघंही त्यांच्या उठण्याची वाट बघत आहेत. पांडवांचा प्रतिनिधी पायाशी बसला होता हेही सूचक आहे. पायापाशी कौरव कसे बसणार? पायापाशी तेच बसतात जे विनम्र असतात.

या लहानसहान गोष्टी फार सूचक असतात. आम्ही जीवनात तेच करतो, जसे आम्ही आहोत हे अकस्मात नाही घडत. कौरवांचं डोक्याशी बसणं, पांडवांचं पायांशी बसणं हे अपघाती नाहीये. डोळे उघडले तर स्वाभाविकतेने जे पायाशी बसले होते त्यांच्याकडे नजर गेली. म्हणून निवड करण्याची संधी प्रथम त्यांना दिली गेली. जीझस जे म्हणतात, 'ब्लेस्ड आर द मीक, दे शॅल इनहेरिट द अर्थ' – 'धन्य आहेत ते जे विनम्र आहेत, कारण पृथ्वीचं राज्य त्यांचं असेल.' कौरव घाबरले. कृष्णाची विराट सेना आहे तीच निर्णायक ठरेल युद्धात. चूक झाली, आम्ही पायाशी का नाही बसलो? पांडव निश्चितच फौजेची मागणी करणार. हा पक्षपात होतो आहे. एकट्या कृष्णाचा आपल्याला काय उपयोग? परंतु त्यांना मोठा आनंद झाला जेव्हा पांडवांनी कृष्णाची निवड केली आणि विराट सेना कौरवांसाठी ठेवली. भ्रमिष्ट वाटले तेव्हा पांडव कौरवांना. जिंकण्याची संधी मिळाली होती तीही पांडवांनी घालविली. आता आपला विजय निश्चित! परंतु तिथे तेव्हाच त्यांची हार निश्चित झाली होती. पांडवांच्या निवडीने सांगून टाकलं होतं की निवड आत्मिक झाली, धर्माचा झाली, कृष्णासोबत उभं राहून निर्णायक झाले ते.

ते जे मी सांगितलं की पायाशी बसणं फार महत्त्वपूर्ण असतं. मला एक छोटीशी घटना आठवत आहे–

विवेकानंद भारतातून अमेरिकेला जात असत, तर ते शारदामांपाशी गेले आशीर्वाद घ्यायला. रामकृष्ण तेव्हा हयात नव्हते. तर परवानगी घ्यायला त्यांच्या पत्नीकडे – शारदामांकडे ते गेले. त्यांनी विचारलं, 'काय करणार आहेस अमेरिकेला जाऊन?' 'मी धर्माचा संदेश देण्यासाठी जात आहे.' शारदामां आपलं काम करत होत्या. 'ती सुरी पडली आहे भाजी कापायची ती मला दे.' विवेकानंदांनी सुरी उचलली, त्यांना दिली. 'जा. माझा आशीर्वाद आहे.' 'पण सुरी उचलण्याचा त्याच्याशी काय संबंध?' 'मी बघत होते तू सुरी कशी उचलतो आहेस ते.' आमच्यापैकी कुणीही उचलली असती, तर मूठ स्वत:कडे धरली असती. टोक शारदाकडे केलं असतं. विवेकानंदांनी टोक/पातं स्वत: धरलं आणि मूठ त्यांच्याकडे केली होती. 'मी विचार करत्ये की धर्माचा संदेश तुझ्यामार्फत जाऊ शकतो!'

हे अचानक घडलेलं नाहीये. विवेकानंद जाणूनबुजून विचारपूर्वक तसे वागले नाहीत. कोणत्या पुस्तकात असं लिहिलेलं नाही की 'तू जेव्हा अमेरिकेला जाशील आणि शारदामांची परवानगी विचारायला जाशील तर सुरी अशी पकड.' शास्त्र नाहीये हे. आणि ही काय पद्धत होती शारदामांची? ही काय माहीत करून घ्यायची

पद्धत होती? पण शारदामांने ताडलं. विवेकानंदांच्या मनात धर्म आहे.

तसंच कृष्णाच्या पायाशी बसून पांडवांनी सूचना दिली की धर्म त्यांच्यापाशी आहे. मग कृष्णाची निवड करून त्यांनी घोषणा केली की आमची हरायची तयारी आहे. पण धर्म सोडायची तयारी नाही. धर्माबरोबर राहून हरू तरी चालेल; पण अधर्माने जिंकायचं नाहीये. आणि धर्माबरोबर तेच राहू शकतात जे हरायला तयार आहेत आणि जसं मी म्हणालो, परमात्म्याबरोबर तेच असू शकतात जे दु:ख मागतात. दु:खाची निवड करतात. धर्माचा रस्ता लांबचा आहे. अधर्माचा रस्ता शॉर्टकटचा आहे. धर्माबरोबर हारही होऊ शकते, विनाशही होऊ शकतो, पण जे धर्माबरोबर नष्ट होण्यास तयार आहेत, त्यांची हार कधी होत नाही.

अधर्म म्हणतो, हा बघ जय! हात पुढे करा, मिळेल. अधर्माचा रस आणि आकर्षण त्यांच्या आश्वासनात आहे. ते आश्वासन नेहमी जिंकण्याचं आहे. त्या आकर्षणाने माणूस अधर्माचा रस्ता धरतो. धर्माचं प्रोत्साहन नेहमी हरण्याचं आहे. हरण्याच्या भीतीनेही जो धर्माबरोबर राहतो, तो कधीही हरत नाही. हे विरुद्ध वाटेल, उलट वाटेल; पण ते तसंच आहे.

> *'भगवान श्री, तुम्ही म्हणालात, ब्लेस्ड आर द मीक, फॉर देअर्स इज द किंग्डम ऑफ अर्थ! परंतु 'ब्लेस्ड आर द प्युअर इन हार्ट, फॉर देअर्स इज अ किंग्डम ऑफ हेवन,' या संदर्भात तुम्ही काय सांगता?'*

जीझसचं दुसरं वचन असं आहे की धन्य आहेत ते ज्यांचं हृदय पवित्र आहे, कारण स्वर्गात त्यांचंच राज्य असेल. या दोन वचनात थोडासा फरक आहे. धन्य आहेत ते जे विनम्र आहेत. पृथ्वीवर त्यांचंच राज्य असेल. प्रत्यक्षात विनम्रता जी आहे, ती सुरुवात आहे. पवित्रता अंत आहे. जे विनम्र आहेत त्यांनी पहिली पायरी ओलांडली. पवित्र होण्यासाठी दार उघडलं. अजून ते पवित्र झालेले नाहीत. जे विनम्र नाहीत ते कधीच पवित्र होऊ शकणार नाहीत. कारण अहंकाराइतकी मोठी अन्य कोणतीही अपवित्रता नाही. जे विनम्र झाले, अहंकार सोडून दिला, समर्पित झाले त्यांनी पवित्र होण्याचं दार उघडलं; परंतु विनम्र होणं म्हणजे मिळवणं नव्हे.

एक माणूस नदीत उभा आहे. खालून पाणी वाहतंय आणि तो तहानलेला आहे. तो जर वाकला तर ओंजळीत पाणी भरून घेऊ शकतो. पण तो वाकण्यास तयार नाही. यात नदीचा दोष नाही. त्याचा अहंकार आहे म्हणून तो तहानलेला आहे. वाकायला हवं. वाकल्यामुळे सुरुवात होईल. ओंजळीत पाणी येण्यासाठी दार उघडेल.

अगदी असंच, जे विनम्र आहेत, ते दार उघडतात पवित्रतेसाठी, आणि जेव्हा

ते पवित्र होतात, विनम्रता सर्व बाजूंनी पवित्र होईल. विनम्रता सर्व गोष्टींना काट मारेल ज्या गोष्टींमुळे माणूस अपवित्र होतो. विनम्र माणूस अहंकारी राहणार नाही. आक्रमक असणार नाही, क्रोधी असणार नाही, लोभी असणार नाही, कामुक असणार नाही. या सर्व गोष्टींमध्ये आक्रमक असणं आवश्यक आहे. विनम्र माणूस क्रोधाच्या जागी क्षमाशील होईल, लोभाच्या जागी दानशूर होईल. आक्रमणाच्या जागी हार पत्करेल, परिग्रहाच्या ऐवजी अपरिग्रह होऊ लागेल, घोषणा करण्याऐवजी काळोखात, छायेत अदृश्य होऊ लागेल. ज्या दिवशी ही विनम्रता पूर्ण होईल, त्या दिवशी पवित्रता पूर्ण होईल. म्हणून दुसऱ्या वचनात जीझस तसं सांगतात की, पवित्र माणूस देवाच्या राज्याचा मालक होईल.

अजूनही एक वचन आहे जीझसचं याच तऱ्हेचं 'ब्लेस्ड आर पुअर इन स्प्रिट' ते जे आत्म्याने दरिद्री आहेत. अजब वाक्य आहे. पुअर इन स्प्रिट यात दोन्ही गोष्टी सामावल्या. विनम्रता आणि पवित्रता दोन्ही गोष्टी या वचनात आल्या. आम्ही आतून इतके गरीब आहोत, अपवित्र होण्यासाठी काहीतरी तरी हवं? काही उरलंच नाही, अविनम्र होण्यासाठी काहीतरी तरी हवं? मालकत्व हवं? पैसा हवा, प्रतिष्ठा हवी, हुद्दा हवा, नाव हवं, यश हवं. काहीतरी? अपवित्र होण्यासाठी निदान क्रोध हवा. ही मजेची गोष्ट आहे. राग काही आहे. अक्रोध हा केवळ अभाव आहे. लोभ म्हणजे काहीतरी आहे. अलोभ केवळ अभाव आहे. हिंसा काही आहे. अहिंसा हा अभाव आहे. माणूस आतून इतका गरीब आहे की ना आता त्याच्यापाशी हिंसा आहे, ना राग, ना लोभ, ना पद, ना प्रतिष्ठा, ना नाव, ना संपत्ती... काहीच नाही. पुअर इन स्प्रिट! दीन-दरिद्री आत्म्यातून. पण त्याच्या समृद्धीची तुलना नाही. म्हणून ते म्हणतात की तो सर्वांचा मालक होईल. जो सर्वांत जास्त दीन, आतून तो सर्वांचा मालक. सर्व मिळवेल. सर्व जे जे मिळवण्यायोग्य आहे ते सर्व त्याला मिळेल.

जीझसचं या संदर्भात एक वचन आहे 'सीक यी फर्स्ट दि किंग्डम ऑफ गॉड ॲन्ड ऑल एल्स शॅल बी ॲडेड अनटु यू' आधी तुम्ही परमात्म्याचं राज्य शोधून काढा आणि तुम्हाला सर्वकाही मिळेल. जेव्हा कुणी त्यांना विचारतं की परमात्म्याचं राज्य कसं मिळेल? तेव्हा ते म्हणतात, विनम्र व्हा, पवित्र व्हा, गरीब व्हा, तर परमात्म्याचं राज्य मिळेल आणि जेव्हा ते राज्य मिळेल, तेव्हा जे काही आहे ते सर्व मिळेल. त्याच्या मागोमाग सारं काही येईल. अजब अट आहे. सर्व हरवून जाऊ दे, तर सर्व काही मिळेल. थोडं तरी वाचवलंत तर सर्व हरवाल. जो स्वत:ला हरवणं मान्य करतो, तो सर्व काही मिळवून मालक बनतो. जो स्वत:ला वाचवण्याची जिद्द करेल, तो सर्व हरवेल.

'संन्यासी'चा अर्थ हाच आहे माझ्या मनात.

'परंतु तो सर्व हरवून झाल्यावर काही मिळवण्याबद्दल का विचार करेल?'

तुम्ही विचार करावा अशी ही गोष्ट नाही. असं होतं, तुम्ही विचार करणार तर मग तुम्ही हरवणार नाहीच. प्रभूचं राज्य मिळवण्यासाठी विनम्र झालात, तर विनम्रच झालात. हे आश्वासन नाहीये. परिणाम आहे. जर माणूस असं म्हणाला की मी सर्व मिळवण्यासाठी सर्व काही हरवायला तयार आहे, तर मग सोडणार कसा? मिळवण्यासाठीच सोडताय? मग काहीच सोडू शकणार नाही.

अशा गोष्टी स्थितप्रज्ञ पुरुषातच संभव आहेत आणि आम्हाला तुमच्या व्यक्तिमत्त्वात ते सर्व दिसतं. तुम्ही अतिविनम्र आहात, परंतु कधी कधी तुम्ही कठोर निंदकही होता. मग आमच्या दुविधेला सीमा नसते.

हो, आणि ही दुविधा मी तशीच ठेवेन. कारण जी ओढवलेली विनम्रता असते ती साधलेली असते. परंतु जी विनम्रता सहज असेल, ती इतकी विनम्र असते की अविनम्र होण्याचा प्रश्नच येत नाही. फक्त विनम्र माणूसच निर्ममतेने अविनम्र होण्याचं साहस करू शकतो. फक्त प्रेम करणाराच कठोर होऊ शकतो.

असं निरंतर वाटेल. तेच जे मी कृष्णासाठी म्हणतो, माझ्यात अनेक उलट गोष्टी आहेत. पण मी संपूर्ण जीवनाचा स्वीकार करतो. हीच माझी विनम्रता आहे. जर माझ्या आत कधी कठोर व्हावं असं येतं, तर मी ते थांबवत नाही, कारण कोण थांबवणार? मी होतो कठोर. विनम्र व्हावंसं वाटतं तर मी कोण काय करणार? होतो विनम्र. जे काही होत आहे ते मी होऊ देतो. माझ्याकडून काही व्हावं असा प्रयत्न नसतो. म्हणून माझ्या संदर्भात दुविधा राहणार. आणि ज्याला आम्ही स्थितप्रज्ञ म्हणतो, कृष्णाला स्थितप्रज्ञ म्हणाल की नाही म्हणणार? पण द्विधा आहे मामला! कृष्ण अनेकदा प्रज्ञा हरवतात. सुदर्शन घेतात हातात, तेव्हा आम्हाला वाटतं, प्रज्ञा हरवली.

ही जी स्थितप्रज्ञेची आमची धारणा आहे, म्हणजे जे आम्हाला योग्य वाटतं ते समोरचा करतो ते म्हणजे स्थिर? स्थिर होण्याचा अर्थ केवळ असा आहे. म्हणजे जड होणं नाही, अर्थ असा की प्रज्ञा उपलब्ध आणि प्रज्ञा जे करवते ते तो करतो. आपल्याकडून काही करत नाही. ना दोष त्याचा आता, ना गुण त्याचे. ना आदर त्याचा, ना अनादर त्याचा. ना पश्चात्ताप त्याचा, ना यश त्याचं. तो निर्विकल्प झाला.

म्हणून जर कधी तुम्हाला वाटलं की मी खूप चिडलो आहे तर तसंही सही. काही उपाय नाही. मी माझ्याकडून काही होणं सोडून दिलं आहे. माझी जिद्द सोडून दिली आहे की मी असा होईन, तसा होईल. यालाच मी म्हणतो प्रज्ञेची स्थिरता.

◆

४

'भगवान श्री, कृष्ण आणि द्रौपदीच्या चरित्राला लोक अगदी सविस्तर दृष्टीने बघतात. कृष्णाचा द्रौपदीवर अनुराग आहे यावर चर्चा करा आणि आजच्या संदर्भात द्रौपदीचं चरित्र स्पष्ट करा.'

पुरुषांच्या व्यक्तित्वात जसं कृष्णाला समजणं गुंतागुंतीचं आहे, तसं स्त्रियांच्या व्यक्तित्वात द्रौपदीला समजणं गुंतागुंतीचं आहे. आणि लोकांना जे खोलवर दिसतं, त्यांच्या बघण्याबद्दल ते स्वत:बद्दल जास्त सांगतात. द्रौपदीबद्दल कमी बोलतात. जे आम्हाला दिसतं ती आमच्या संबंधांतली बातमी असते. आम्हाला तेच दिसतं, जे आम्ही आहोत. आम्ही आमच्या पलीकडे काही बघू शकत नाही.

द्रौपदीचं व्यक्तिमत्त्व आम्हाला कठीण वाटेल. एकाच वेळेस पाच जणांवर प्रेम, पाच जणांची पत्नी होणं खूप कठीण. समजून घ्यायला हवं; पण त्यामुळे केवळ आमच्याबद्दल सूचना मिळते आणि आमच्या आकांक्षांची, अपेक्षांची माहिती मिळते. प्रेमाचा व्यक्तींशी संबंध नाही. आणि जर प्रेम कुणा एकाच व्यक्तीवर केलं जाऊ शकतं, तर ते प्रेम खूप हीन-दीन होतं हे समजून घ्यायला हवं.

आमचं सगळ्यांचं म्हणणं, आग्रह असा असतो की प्रेम एकावरच असावं. आमची इच्छा असते की जे काही आहे त्यावर फक्त आमचीच सत्ता, मालकी असावी. फूल फुलतंय ते माझ्याचसाठी. सूर्याची किरणं माझ्याच अंगणात पडावीत. जर कुणी माझ्यावर प्रेम करतंय तर ते फक्त माझ्यावरच असावं. ते प्रेम अजून वेगळ्या प्रवाहाने वाहू नये. वाटेकरी नको. आम्हाला प्रेम म्हणजे काय हे नीट समजत नाही म्हणून वाटतं की जर वाटेकरी आला तर माझ्यावरचं प्रेम कमी होईल. प्रेम जितकं व्यापून राहील, तितकं ते वाढत जातं. जितकं पसरतं, तितकं वाढतं,

मानवीय छटायुक्त देवत्याचं प्रतीक : कृष्ण!

विशाल होतं. आणि जेव्हा आपण प्रेमाला एकाच प्रवाहात वाहवण्याचा प्रयत्न करतो, जो अनैसर्गिक आहे, अप्राकृतिक आहे, जबरदस्ती आहे, तर शेवटचा परिणाम केवळ असा होतो की अजून कुठे ते प्रेम वाहत नाही; परंतु जिथे ते वाहणं हवं तिथेही आटून जातं.

एक छोटीशी गोष्ट मला आठवत आहे. एक बुद्ध भिक्षुणी होती. तिच्यापाशी एक बुद्धाची चंदनाची प्रतिमा होती. आपल्या बुद्धाला ती कायम जवळ ठेवत असे. मंदिरातून, जंगलातून कुठेही पण पूजा आपल्याच प्रतिमेची. एकदा ती अशा मंदिरात राहिली जिथे बुद्धांच्या हजार मूर्ती आहेत. अगदी मंदिराच्या कानाकोपऱ्यातही बुद्धप्रतिमा आहेत. पहाटे तिने आपली प्रतिमा घेतली आणि तिची पूजा करू लागली. धूप लावला. धूपाला माणसांचा नियम कसा लागू पडणार? उलटंच झालं. वाऱ्याची झुळुक अशी येत होती की तिच्या बुद्धाच्या नाकापर्यंत धूपाचा सुगंध काही पोहोचेना आणि मंदिरातल्या ज्या मोठमोठाल्या प्रतिमा होत्या, सुगंध तिथे जाऊ लागला. ती चिंतित झाली. असं नाही चालणार, तर तिने एक छोटीशी पुंगी बनवली. धूपावर ठेवली आणि तिचा रोख आपल्या बुद्धापाशी केला म्हणजे धूपाचा सुगंध आपल्याच बुद्धाला मिळेल. सुगंध तर मिळाला बुद्धाला, पण त्याचं तोंड धुरामुळे काळं झालं. ती अडचणीत सापडली. चंदनाची प्रतिमा होती, खराब झाली. तिने मंदिराच्या पुजाऱ्याला सांगितलं. पुजारी म्हणाला, 'जे कुणी त्या सत्याला, जे सर्वत्र पसरलेलं आहे त्याला एका दिशेत बांधू बघतं, तर अशा दुर्घटना आणि अशी कुरूपता घडते.'

मनुष्याने आत्तापर्यंत प्रेमाला एका संबंध या रूपात बघितलं आहे. नात्याच्या रूपात. दोन माणसांमधलं नातं. आपण असा विचार केलेला नाही की प्रेम ही व्यक्तीची भावदशा आहे. द्रौपदीला समजण्यासाठी हाच अडथळा येतो आहे.

जर मी प्रेमपूर्ण आहे, तर कुणा एकासाठी प्रेमपूर्ण असू शकत नाही. प्रेमळ होणं, असणं हा माझा स्वभाव होणार. मी अनेकांसाठी प्रेमळ असणार. जर मी कुणा एकाशीच प्रेमळ आहे आणि इतरांशी प्रेमळ नाहीये, तर मी त्या एकाशीसुद्धा प्रेमळ राहू शकणार नाही. तेवीस तास मी अप्रेम जगतो. जेव्हा दुसऱ्यांबरोबर असतो आणि एक तास प्रेम असणाऱ्या व्यक्तीबरोबर. तेवीस तास अप्रेमाचा अभ्यास चालू राहतो. मग तो एका तासासाठी तुटेल कसा? तो एक तासही मग तसाच जातो अप्रेमात.

पण समस्त जगातले प्रेमी, त्यांना नासमजच म्हटलं पाहिजे, त्यांना प्रेम म्हणजे काय हे माहीत नाही. प्रेमाला बांधून ठेवतात आणि जसं प्रेमाला बांधतात. प्रेम वाऱ्याप्रमाणे आहे, मूठ घट्ट बांधली तर मुठीत हवा राहत नाही. मूठ उघडी असेल तर हवा राहते. हा मोठा विरोधाभास आहे आयुष्याचा. उघड्या मुठीत हवा असते, बंद मुठीत नसते. प्रेमाला बांधून ठेवण्याच्या प्रयत्नातच प्रेम मरतं आणि सडतं आणि आम्हीच आमच्या प्रेमाला मारून टाकलं आहे, कुजवलं आहे.

द्रौपदीला समजून घेणं आम्हाला कठीण जातं की पाच जणांवर कसं काय प्रेम करू शकली? आम्हालाच नाही, तर त्या पाचही भावंडांनाही कठीण वाटायचं आणि मनातल्या मनात ते विचार करायचे की निश्चितच कुणातरी एकावर हिचं जास्त प्रेम आहे. सर्वांशी समप्रमाणात कसं शक्य आहे? अर्जुनावर सर्वांचा संशय होता. भीती होती की अर्जुनावरच तिचं प्रेम जास्त आहे. ते पाच जणही नाही समजू शकले द्रौपदीला. त्यांनीही दिवस वाटून घेतले होते. द्रौपदी जेव्हा एकावर प्रेम करायची तेव्हा दुसऱ्याला भेटायची नाही. आणि हेही ठरवलं होतं की, जेव्हा एक भाऊ द्रौपदीबरोबर असेल तेव्हा दुसऱ्याने तिथे डोकवायचंही नाही. त्या पाच जणांना द्रौपदी समजली नाही, जशी आम्हाला समजत नाही. आम्ही असा विचारच करू शकत नाही की प्रेम एक धारा असू शकते, जी व्यक्तींपाशी नाही, व्यक्तींतून वाहते. आम्ही असा विचार करू शकत नाही, कारण आम्ही कधी व्यक्तीला सोडून प्रेमाचा विचार केलेलाच नाही. म्हणून द्रौपदी गुंतागुंतीची वाटते. आणि आम्ही कितीही समजावण्याचा प्रयत्न केला तरीही मनात येतंच, की द्रौपदीत कुठेतरी वेश्या लपलेली आहे. कारण आमची सतीची जी परिभाषा आहे, ती द्रौपदीला वेश्या बनवते.

पण कधी विचार केला आहेत का, की या देशाने, परंपरेने द्रौपदीला पंचकन्यांमध्ये गणलं आहे, पाच पवित्र स्त्रियांमध्ये गणलं आहे. अजब माणसं असणार ती, ज्यांनी द्रौपदीला पाच श्रेष्ठतम महासतींमध्ये गणलं. त्यांना हे तथ्य गवसलं, मान्य आहे की प्रेम एकाशी आहे की अनेकांशी आहे हा प्रश्न नाहीये, प्रेम आहे की नाही, हा प्रश्न आहे आणि जर प्रेम आहे तर त्याचे अनंत प्रवाह असू शकतात. पाच हे तर केवळ प्रतीक आहे. पाच-पन्नास लाखांकरता प्रेमधारा वाहू शकते. आणि ज्या

दिवशी आम्ही या पृथ्वीवर प्रेमळ व्यक्ती निर्माण करू शकू, त्या दिवशी ही प्रेमाची जी व्यक्तिगत मालकी आहे, ती संपुष्टात येईल. असं नाही की आम्ही कुणावर जबरदस्ती करू की त्याने एकावर प्रेम नाही करायचं. असं नाहीये. असंही नाही की एकावर प्रेम करणारा पापी आहे. नाही, आम्ही असं समजून चालू की ज्याचं सामर्थ्य जसं आहे, तसं त्याने करावं आणि आम्ही आमचं व्यक्तित्व आणि सामर्थ्य दुसऱ्यावर लादणार नाही.

द्रौपदीत प्रेमाचा झरा आहे आणि एका क्षणासाठीही तिने ते अमान्य केलं नाही. अजब घटना आहे ही. मोठा डाव होता तो. द्रौपदीला घेऊन आले होते आणि पाचही जण म्हणाले की आम्ही एक अद्भुत गोष्ट घेऊन आलो आहोत. आई म्हणाली, अद्भुत आहे, तर पाचही जणांमध्ये वाटून घ्या. त्यांना याची कल्पना नव्हती की आई असं काही सांगेल. मग ते पाचही जण एकत्र द्रौपदीचे पती झाले. पण द्रौपदीने एका क्षणासाठीही याचा निषेध केला नाही. तिच्यातल्या अनंत प्रेमामुळेच हे संभव होऊ शकलं. ती पाचही जणांना प्रेम देऊ शकली, प्रेमात घट झाली नाही. दुविधा, द्वैत तिच्या मनात आलं नाही. ती अद्भुत स्त्री असली पाहिजे. अन्यथा स्त्री साधारणपणे ईर्षेत जगते. जर आम्ही स्त्री आणि पुरुषातली खास खूण शोधायला जाऊ तर पुरुष अहंकारात जगतो, स्त्री ईर्ष्येत जगते. ईर्ष्या हे अहंकाराचं पॅसिव्ह रूप आहे. अहंकार हे ईर्ष्येचं ॲक्टिव्ह रूप आहे. अहंकार सक्रिय ईर्षा आहे, ईर्षा निष्क्रिय अहंकार आहे. पण ही स्त्री ईर्ष्येला सोडून प्रेमात जगली आणि या पाचही भावंडांपेक्षा अनेक अर्थांनी महान ठरली. ही पाचही भावंडं फार त्रासात जगली. द्रौपदीवरून एक अव्याहत द्वंद्व आणि संघर्ष त्यांच्या मनात चालू राहिला. पण द्रौपदी निर्द्वंद्व आणि शांत राहून या अजब घटनेतून पार पडली.

आम्हाला जो त्रास वाटतो, होतो, त्याला आम्हीच कारणीभूत असतो. प्रेम म्हणजे दोन माणसांमधला संबंध असं आम्ही मानतो, पण ते तसं नाहीये. प्रेम असं फूल आहे जे कधीही आणि कुणासाठीही अचानकरीत्या फुलू शकतं. ना त्यावर काही बंधन आहे, ना काही मर्यादा आहे. बंधन आणि मर्यादा जितकी जास्त, तितकं ते फूल आम्ही फुलू देत नाही. मग ते एकापुरतंही फुलत नाही. मग आम्ही प्रेमाशिवायही जगतो. अजब माणसं आहोत आपण. प्रेमाशिवाय जगणं आम्ही मान्य करतो, पण प्रेमावरचा हक्क सोडणं मान्य करत नाही. रिक्त जीवन जगणं पसंत करतो, पण हे मान्य करू शकत नाही की ज्याच्यावर आपलं प्रेम आहे, त्याचं आणखीन कुणावर तरी प्रेम असू शकतं. अहंकार आणि ईर्षा अद्भुत कष्टात टाकतात.

याचबरोबरीने हेही लक्षात ठेवा की, ही जी द्रौपदीची घटना आहे, ती एकटीची नाहीये. कदाचित द्रौपदीची घटना ही शेवटची घटना आहे. द्रौपदीच्या अगोदर जो

समाज होता तो मातृसत्ताक होता. यात कोणतीही स्त्री कोणत्याही पुरुषाची नव्हती आणि म्हणून आई कोण हे माहीत असायचं, पण वडील कोण हे माहीत नसायचं. असं समजतं की, त्या मोठ्या शृंखलेची शेवटची कडी म्हणजे द्रौपदी. म्हणून त्या काळी कोणी यावर हरकत घेतली नाही. आजही काही आदिम समाज आहेत जिवंत या जमिनीवर, त्यांच्यात एका स्त्रीचे एकाहून जास्त पती अशी व्यवस्था आहे. पण तेव्हा कोणी हे नाकारलं नाही. नाही तर आईने आपलं वक्तव्य बदललं असतं, आज्ञा बदलली असती. तिला समजलं असतं की वस्तू आणलेली नाही, पत्नी आणली आहे. तिला पाचात कसं काय विभक्त करता येईल? पण आईने आज्ञा बदलली नाही. आज्ञा जर अनैतिक असती तर मुलांनीही सांगितलं असतंच की, आज्ञा बदल. ना आईने आज्ञा बदलली. ना मुलांनी तशी प्रार्थना केली. याचं कारण ती समाजातली व्यवस्था होती, त्या समाजात ही घटना अनैतिक नव्हती.

असं नेहमी होतं की एकेक समाजाची आपली धारणा दुसऱ्या समाजाला अनैतिक बनवते. मोहम्मदने नऊ विवाह केले आणि कुराणात प्रत्येक व्यक्तीला चार लग्न करण्याची परवानगी दिली. आज जर विचार केला तर वाटतं की हा काय वेडेपणा? एक माणूस चार लग्न करतो आणि खुद्द मोहम्मद नऊ लग्न करतो! आणि मोहम्मदही मोठा अद्‌भुत माणूस होता. पहिलं लग्न केलं तेव्हा त्याचं वय चोवीस आणि पत्नीचं चाळीस होतं. पण ज्या समाजात मोहम्मद होता, त्या समाजात हे अनोखं नव्हतं, अनैतिक नव्हतं. ज्या कबिल्यात तो होता, तो कबिला लढाऊ होता. पुरुष मरून जायचे लढता लढता. अनेक स्त्रिया तशाच होत्या आणि हीच नैतिकता होती तेव्हा की पुरुषांनी जास्त लग्नं करावीत. जर त्या स्त्रियांना प्रेम प्राप्त झालं नसतं, तर त्या अतृप्त राहिल्या असत्या तर व्यभिचार झाला असता. ती तेव्हासाठी धार्मिक व्यवस्था होती.

द्रौपदीच्या संदर्भातही त्या युगाप्रमाणे बहुपती ही अनैतिकता नव्हती. हळूहळू ही व्यवस्था मोडीत आली. जितक्या स्त्रिया, तितके पुरुष अशी समानता होऊ लागली, तर बहुपती अथवा बहुपत्नी ही व्यवस्था राहू शकत नाही. पुरुष आणि स्त्रियांमधलं जर संतुलन बिघडतं तर अशी अवस्था होते. पण आजही माझं मानणं हेच आहे की, ज्या स्त्रीने पाचही जणांना एकसारखं प्रेम दिलं, ती स्त्री साधारण असूच शकत नाही. तिच्यापाशी प्रेमाचा अजस्र स्रोत होता. म्हणूनच हे संभव होऊ शकलं.

पण आम्हाला तसा विचार करायला जड जातं, ते आमच्यामुळेच.

'भगवान श्री, तुम्ही म्हणालात की कृष्ण ना मित्र बनवत, ना शत्रू. परंतु आपला बालमित्र सुदामावर त्यांचं इतकं प्रेम

आहे की सिंहासन सोडून त्याच्यासाठी ते पळत जातात आणि तीन मुठी पोहे मिळवून त्याच्यासाठी त्रिलोकाचं वैभव ते देतात. कृपया कृष्ण आणि सुदामा यांच्या या विशेष मैत्रीबद्दल काही सांगा.

विशिष्ट मैत्रीचे संबंध नाहीयेत. बस, केवळ मित्रत्व आहे. हेही जरी आम्हाला कठीण वाटतं की तीन मुठी पोह्यांच्या बदल्यात त्रिलोकाचं साम्राज्य दिलं. परंतु सुदामासाठी तीन मुठी पोहे देणं जितकं कठीण होतं, तितकं कृष्णासाठी त्रिलोक राज्य देणं कठीण नव्हतं, हे आम्ही विचारात घेतच नाही. सुदामासाठी तीन मुठी पोहे, हे फार कठीण होतं. यात जर दान दिलं आहे तर ते सुदामाने दिलं आहे. कृष्णाने नव्हे. पण सर्वसाधारणपणे आम्ही बघतो की दान कृष्णाने दिलं आहे. सुदामा काय घेऊन आला होता? एका फाटक्या कपड्यात तीन मुठी पोहे!

परंतु आम्हाला माहीत नाही की सुदामा किती दीन अवस्थेत जगत होता. त्याच्यासाठी एक दाणाही मिळवणं आणि आणणं कठीण होतं. परंतु कृष्णासाठी त्रिलोक राज्य देणं, काही कठीण नव्हतं. म्हणून कुणीही असं समजू नये की कृष्णाने सुदामावर उपकार केले. कृष्णाने केवळ जे जास्तीत जास्त, मोठ्यातल्या मोठं देता येण्यासारखं म्हणून त्रिलोक म्हटलं गेलं. ही मोठ्यातली मोठी कविकल्पना आहे. पण एका गरीब हृदयाकडे, ज्याच्याकडे काहीही नाही तरीही तो कृष्णासाठी तीन मुठी पोहे घेऊन येतो, त्याला आम्ही कधी समजून घेणार? नाही, कृष्णाने दान देऊनही ते तृप्त झाले नाहीत. कारण जे सुदामाने दिलं ते अत्यंत असाधारण होतं आणि जे कृष्णाने दिलं, ते त्यांच्या सामर्थ्यापुढे अगदी साधारण आहे. म्हणून मी असं मानत नाही की सुदामासाठी त्यांनी विशेष मित्रत्व दर्शवलं. सुदामा माणूसच असा आहे की त्याने विशेष मित्रत्व दाखवलं. कृष्णाने केवळ उत्तर दिलं.

आणि जसं मी म्हणालो की ते ना कुणा मित्राचे आहेत, ना कुणा शत्रूचे आहेत. परंतु सुदामासारखा मित्र, सुदामाकडून मैत्रीचा इतका भाव की त्याला प्रत्युत्तर म्हणून, जसं डोंगराच्या दरीतून आपला आवाज प्रतिध्वनित होतो. दरी आमच्या आवाजाची प्रतीक्षा करत नाही. ना ती बांधील आहे आपल्या आवाजाला प्रत्युत्तर देण्यासाठी; परंतु जेव्हा आम्ही आवाज देतो तेव्हा दरी आपल्याला सातपटीत प्रत्युत्तर देते. तो दरीचा स्वभाव आहे. प्रतिध्वनी हा दरीचा स्वभाव आहे. कृष्णाने जे उत्तर दिलं आहे, तो त्यांचा स्वभाव आहे आणि सुदामासारखा माणूस समोर आला आहे आणि इतक्या प्रेमाने आवाज देतो आहे, तर कृष्ण त्याला सहस्त्रपट जास्त परतून देतात तरीही ते काहीच नाही. तो कृष्णाचा स्वभाव आहे. कृष्णाच्या दाराशी असं कुणीही गेलं असतं – सुदामाचं हृदय घेऊन!

मजेशीर गोष्ट आहे की गरीब नेहमी काही मागायला जातो, सुदामा द्यायला गेला होता. आणि जेव्हा गरीब देण्यासाठी जातो तेव्हा त्याच्या श्रीमंतीला सीमा नाही. याउलट श्रीमंत नेहमी देण्यासाठी जातात. पण श्रीमंत जेव्हा काही मागण्यासाठी जातात, जसे बुद्ध, हातात भिक्षापात्र घेऊन उभे राहिले, तेव्हा गोष्टी वेगळ्या होतात. जर बुद्ध आणि सुदामा यांचा एकत्रित विचार केला तर समजेल. सुदामा गरीब आहे आणि देण्यासाठी गेलाय. बुद्धांकडे सर्व काही आहे आणि ते मागण्यासाठी गेले आहेत. ही अलौकिक घटना आहे. बुद्धाला कोणती कमतरता होती जे भीक मागायला गेले? सुदामाकडे कोणती श्रीमंती होती. जो द्यायला गेला? वेडेपणा आहे सगळा आणि द्यायला गेलाय कुणाला? कृष्णाला! ज्याच्याकडे सर्व काही आहे; परंतु प्रेमाला हे दिसत नाही की तुमच्याकडे काय आणि किती आहे. कितीही असो, पण प्रेम देतच राहतं. प्रेमाला हे समजत नाही की तुमच्याकडे पर्याप्त आहे.

हे थोडं समजून घ्यायला हवं.

प्रेम हे कधीही मान्य करणार नाही की तुमच्याकडे पर्याप्त आहे. प्रेम तर देतच राहतं. अशी वेळ येत नाही की प्रेम म्हणेल की आता पुरे. खूप दिलं. खूप आहे तुझ्याजवळ. आता देण्याची गरज नाही. कधीही पुरेसं नसतं प्रेम. कायम कमीच पडतं. जर एका आईला विचारलं की तू तुझ्या मुलांना इतकं इतकं दिलंस, केलंस. तर आई म्हणेल, 'कुठे दिलं? मला खूप काही करायचं होतं, ते मी नाही करू शकले.' आई हिशेब ठेवेल अशा गोष्टींचा, ज्या ती करू शकली नाही. जर किती केलं याचा हिशेब ठेवणारी आई असेल तर ती एका नर्सपेक्षा जास्त नाही. प्रेम नेहमी हिशेब ठेवतं की काय करू शकलं नाही याचा. कृष्णाकडे कशाची कमतरता आहे? तरीही सुदामा देण्यासाठी आतुर आहे.

अजूनही एक आहे गोष्ट! आपलं गाठोडं लपवून ठेवतो आहे तो. प्रेम देतं आणि संकोचही करतं की देण्यासारखं काय आहे आपल्याकडे? प्रेम देतंही आणि लपवतंही. गुप्तदान देऊ इच्छितं. सुदामा आपलं गाठोडं लपवतोय संकोचाने. पोहे आहेत म्हणून नाही, हिरे जरी असते तरीही लपवले असते. त्याच्यासाठी हिऱ्यांपेक्षाही मौल्यवान पोहे आहेत. मोठा प्रश्न असा आहे की प्रेम कधी वाच्यता करू इच्छित नाही. वाच्यता झाली तर मग ते प्रेम कुठे राहतं? तिथे मग अहंकार सुरू होतो. प्रेम देतं हळूच आणि निघून येतं. समजतही नाही की कोण देऊन गेलं? पण कृष्ण, जसा सुदामा आपलं गाठोडं लपवत येतो, विचारतात, काय आणलं आहेस? आणि संकोचलेल्या सुदामाकडून त्यांनी गाठोडं हिरावून घेतलं आणि भर दरबारात ते पोहे खाऊ लागले.

यात विशेष असं काही नाही. प्रेमासाठी ही सामान्य घटना आहे. पण प्रेम आता सामान्य राहिलेलं नाही. असं प्रेम आम्हाला आता दिसत नाही, कुणी करत नाही

म्हणून ते प्रेम विशेष वाटतं.

> *'माझा प्रश्न असा आहे भगवान श्री, की सुदामाची गरिबी कृष्णाने दूर केली. पण ते बघून कृष्णाला समाजात ज्या कारणास्तव गरिबी आहे, त्याचा विचार नाही करावासा वाटला? आणि त्यांनी समाजाची अर्थव्यवस्था बदलायला हवी म्हणून विचार नाही केला? महावीर, बुद्ध जर विचार करत नाहीत तर ती वेगळी गोष्ट. कृष्णासारखी व्यापक व्यक्ती जी लौकिक विषयांनाही पूर्ण महत्त्व देत असे, का नाही तसा विचार करत?*
>
> *धार्मिक पुरुषांनी कदाचित तसा विचार केला नाही आणि कार्ल मार्क्सने विचार केला पण तो धार्मिक नव्हता. तुम्ही तुमच्याबद्दल सांगा, कारण तुम्ही धर्म आणि आत्मा दोहोंशी संबंधित आहात, तुम्ही अर्थव्यवस्थेबद्दल काही विचार कराल? आणि कशा पद्धतीने ती कार्यान्वित होईल?'*

हा प्रश्न अनेकदा विचारला जातो. हा आरोप बुद्ध, कृष्ण, महावीर, जीझस, मोहम्मद सर्वांवर केला जाऊ शकतो की, अर्थव्यवस्थेबद्दल का नाही विचार केला? अनेक कारणं आहेत. ते विचार करू शकतच नव्हते. तशी परिस्थितीच नव्हती. आम्ही विचार करू शकतो, कारण तशी परिस्थिती निर्माण झाली आहे. मार्क्स विचार करू शकला, कारण औद्योगिक क्रांती आधीच झाली होती. त्याआधी तसा विचार करणं शक्यच नव्हतं. याची कारणं समजून घेणं आवश्यक आहे.

औद्योगिक क्रांती होण्यापूर्वी जे जग होतं, त्या जगात माणसाचे श्रम हेच एकमेव उत्पादनाचं साधन होतं आणि माणसांच्या श्रमातून निर्माण होतं जितकं काही, ते कसंही करून वाटून दारिद्र्य संपू शकत नव्हतं. काही साधनच नव्हतं, दारिद्र्य राहणारच होतं. विषमताही राहणार होती. कारणं आहेत याचीही.

पहिली गोष्ट, दारिद्र्य संपू शकत नव्हतं. दारिद्र्य संपुष्टात येण्यासाठी जितकी धनसंपत्ती हवी, तितकी समाजापाशी नव्हती. हो, इतकंच होणं शक्य होतं की जी माणसं श्रीमंत दिसायची त्यांना संतुष्ट केलं जाऊ शकत होतं. त्यांनाही दरिद्री बनवा. मनुष्य आपल्या श्रमांनी जी संपत्ती निर्माण करतो, त्यातून तो दारिद्र्यरेषेच्या वर जाऊ शकत नाही. त्या दिवसानंतरच दारिद्र्य संपवण्याचा विचार होऊ शकतो जेव्हा माणूस श्रमाच्या जागी यंत्राचे श्रम आणि त्यातून संपत्ती निर्माण करू लागेल. संपत्ती वृहत प्रमाणात निर्माण होते आणि प्रथमच असे विचार येतात की दरिद्र्याला दरिद्री

राहण्याची काहीही गरज नाही. त्याची ऐतिहासिक अवस्था समाप्त झाली. म्हणून औद्योगिक क्रांतीनंतरच मार्क्स विचार करू शकला. जर औद्योगिक क्रांतीनंतर कृष्णाचा जन्म झाला असता तर मार्क्सपेक्षाही जास्त विचार ते करू शकले असते. परंतु कृष्ण औद्योगिक क्रांतीच्या अगोदरचे आहेत.

असं नाहीये की माणसाकडे चिंतन नव्हतं आणि असंही नाही की दारिद्र्य संपवण्याचे विचार त्याच्या मनात आलेच नाहीत. बुद्ध, महावीर... पण त्यांनी दारिद्र्य संपवण्यासाठी काय उपाययोजना केली? स्वत: दरिद्री झाले. अन्य काही उपाय नव्हता. महावीरांनी तर आपली सर्व संपत्ती वाटून टाकली. पण त्याने दारिद्र्य संपलं नाही. हा एक केवळ नैतिक उपाय होता. स्वत:च्या मनाच्या वेदना संपवण्याचा उपाय.

म्हणून जुन्या जगातल्या समस्त विचारी माणसांनी अपरिग्रहावर भर दिला. त्यांनी दारिद्र्य संपवण्यावर भर दिला नाही. ते यावर जोर देऊ शकत होते की कुणी श्रीमंत होऊ नये. तशी परिस्थिती होती त्यानुसार त्यांनी उपाय मांडला. म्हणून जुने धर्म सांगतात की त्याग करा. संपत्तीची साठवणूक करू नका, वाटून टाका. पण त्यांना हेही माहीत होतं की, यामुळे श्रीमंत माणूस गरीब होईल. पण तरीही गरीब गरीबच राहतील. हे असं की एक चमचाभर रंग घेऊन समुद्राला रंगीत करण्यासारखं. एक महावीर, एक बुद्ध वाटून टाकतील पण गरिबीचा महासागर त्या एका चमच्याला ढवळून पिऊन टाकतो. याचा काहीच परिणाम होत नाही.

नाही विचार केला जाऊ शकत होता, म्हणून नाही विचार केला गेला.

परंतु दुसरा प्रश्न आहे की विषमता तर मिटवता आली असती. दारिद्र्य मिटवता नव्हतं येत, पण विषमता मिटवण्याचा विचार का नाही निर्माण झाला?

त्याचंही कारण आहे. विषमता आहे हे आम्हाला तेव्हा समजतं जेव्हा समाजातले स्तर, समाज क्लासेसमध्ये विभागला गेलेला नसतो, तर पायरी-पायरीवर विभागला गेलेला असतो. जशी भंगी आहे गावातली. जर गावाची महाराणी दागदागिने घालून हिंडते तर त्या भंगिणीला काहीही त्रास होत नाही. त्यात स्पर्धा जाणवत नाही, कारण अंतर इतकं मोठं आहे की स्पर्धा होऊ शकतच नाही. ईर्ष्या निर्माण होऊ शकत नाही. पण तिच्या शेजारी राहणारी भंगीण जर दगडधोंड्यांचा हार जरी घालते, तर ईर्षा सुरू होते. का? कारण शेजारची भंगीण ज्या स्तरावर आहे, तिथे तीसुद्धा असू शकते. त्यात अशक्य काहीही नाही. जोपर्यंत समाज असा होता की स्थिती अशी होती की खाली दरिद्री लोकांचं पसरलेलं विशाल जग होतं आणि मग थेट आभाळात एखाददुसरा माणूस होता जो समृद्ध होता, तोपर्यंत अंतर इतकं जास्त होतं की समानतेची धारणा निर्माण होऊ शकत नव्हती. समानतेचा दावा करता येण्यासारखा नव्हता. त्यावर उपाय एकच की जसं आहे तसं आहे.

परंतु औद्योगिक क्रांतीनंतर हे अंतर कमी होऊ लागलं आणि मध्ये पायऱ्या तयार झाल्या. आता शिखरावर कुणी रॉकफेलर असतो, खाली कुणी कामगार असतो, पण हे विभाजन दोन वर्गांमधलं विभाजन नाहीये, त्यात पायऱ्यांचंही विभाजन आहे, पायरी आहे. प्रत्येकावर कुणीतरी आहे, त्यावरही कुणीतरी... संपूर्ण समाज एक मोठी शिडी झालेला आहे. मधल्या सगळ्या पायऱ्या जोडल्या गेल्या आहेत. या मधल्या पायऱ्यांमुळे प्रत्येकाला वाटू लागलं आहे की, माझ्या पुढच्या पायरीवर कुणी आहे, तर मी का नाही त्या पायरीवर असू शकत? प्रत्येकाला पुढच्या पायरीवरच्या कुणाशी तरी समानता साधायची आहे. स्पर्धा सुरू आहे.

समानतेचा विचार वर्ग– विभक्त समाजात निर्माण होत नाही. शिडी विभक्त समाजात निर्माण होते. समानतेची धारणाच निर्माण होत नाही; परंतु याचा अर्थ असा नाही की महावीर, कृष्ण, बुद्ध यांनी समानतेचा विचारच, गोष्टी केल्याच नाहीत. ज्या समानतेच्या गोष्टी त्या त्या वेळी शक्य होत्या, संभव होत्या त्यांनी केल्या. त्या आत्मिक समानतेच्या गोष्टी आहेत. तेव्हा तेच संभव होतं. आध्यात्मिक समानतेच्या गोष्टी होत्या की सर्वांमध्ये जो प्राण आहे, जो आत्मा आहे, तो समान आहे; परंतु या पलीकडे, कपडा, पैसा, घर या बाबतीत समान असण्याचा विचार निर्माण होऊ शकतच नव्हता. काही मार्गच नव्हता. आज आम्ही विचार करू शकतो. एका उदाहरणाने सांगतो. अनेक अशा गोष्टी आहेत की ज्यांचा आम्ही आज विचार करू शकत नाही. एखादं उदाहरण सांगतो की ज्यामुळे पुढली पिढी आमच्यावर आरोप करेल.

आज तुम्ही प्रत्येक माणसाला, कामगाराला मजुरी देता, जेव्हा तो काम करतो. पुढली पिढी तुम्हाला विचारेल की त्या काळी असा एकही वैचारिक माणूस नव्हता? कुणालाही हे समजलं नाही की जगण्यासाठी अशा कामांची जबरदस्तीने अट घातली जाणं हे अनैतिक आहे? कारण लवकरच अशी वेळ येईल की सर्व कामं मशिन्स करतील. उत्पादनांसाठी माणसांच्या शारीरिक कष्टांची आवश्यकता भासणार नाही.

आणि मग काम न करताही त्यांना मजुरी द्यावी लागेल. कारण समजा, गाड्या तयार करणारी फॅक्टरी आहे. एका बटणावर कामं व्हायला लागली. बटण दाबायचं काम झालं. जे काम आधी दहा माणसं मिळून करत होती. आता तिथे बटण दाबण्यापुरता एक माणूस हवा. बाकी नऊ जण काय करणार? तरीही त्यांना मजुरी द्यावी लागणार. कारण मग अशी अनेक माणसं कामाशिवाय राहतील आणि अशांकडे पैसा नसेल. पैसा नसेल तर तयार होणाऱ्या गाड्या विकत घेणार कोण आणि कशा? सर्व वस्तू विकत घेतल्या जाव्यात म्हणून त्यांना पगार द्यावा लागणारच. उत्पादन वाढेल पण विक्री झाली नाही तर? अशा माणसांना काम न

करता राहता येणं कठीण आहे. रिकामं राहण्यापेक्षा ते शारीरिक कष्ट चांगले, असं वाटू लागेल; पण आत्ता आम्हाला त्याची कल्पना येत नाहीये. पण आत्ता आम्ही असा विचार करू शकत नाही आहोत. कारण आत्ताची स्थिती अशी आहे की काम मिळतं तरीही अन्न मिळत नाही. तर मग काम नसताना अन्न मिळणं खूप कठीण आहे. प्रत्येक युगाची आपली एक व्यवस्था आहे. आपल्या संभावनेमध्ये चिंतनाचं फूल फुलतं.

कृष्णयुगात विषमतेचा दंश नाहीये. समानता आहे आणि गरीब लोकं पीडित नाहीयेत, या कारणावरून की ती गरीब आहेत. प्लेटोसारखा विचारवंत, जो समानतेचा पुरस्कर्ता आहे त्यालाही गुलामी संपवावी असा विचार करावासा वाटत नाही. मनातही येत नाही त्याच्या. उलट तो म्हणतो की गुलाम तर राहणारच. कारण यूनानमध्ये गुलाम ही एक प्रथाच होती; गुलाम नसतील तर समानता कशी राहणार?

मग तर निवडक लोकांचा वर्ग नेहमीच वरचढ राहील?

ते तसे राहिले आहेत. त्यांचे चेहरे बदलू शकतात, अजून काही फरक पडणार नाही. कधी ते मालक म्हणून, कधी नेता म्हणून, कधी राजाप्रमाणे, कधी गुरूप्रमाणे, कधी महात्मा– पण निवडक लोकांचा वर्ग नेहमीच वरचढ असतो. असं कोणतंही युग मला दिसत नाही की निवडक लोक वरचढ राहणार नाहीत. आम्ही त्यांना कुठलीही नावं देऊ; पण जोपर्यंत मनुष्याचा विकास समान पातळीवर होत नाही, तोपर्यंत आणि असं कधी होईल असं मला वाटत नाही. आणि असा समसमान पातळीवर समाज जर कधी पोहोचलाच तर तो तेज हरपलेला समाज असेल. पण निवडक लोक राहतील. कुणी उत्तम सतार वाजवणारा, तर कुणी सुमार सतार वाजवणारा. स्पर्धा करणारच. उत्तम नाचणारा कोणी, त्याची छाया कमी उत्तम नाचणाऱ्यावर पडणारच. काय करणार? ही परिस्थिती अशी आहे की कुणी ना कुणी कुणाला ना कुणाला तरी आच्छादून टाकणारच. हे नक्की जुन्या पद्धतीने आच्छादून टाकणाऱ्यांचा आम्हाला उबग येतो. भविष्यात त्यांची गणती होऊ शकत नाही म्हणून बदल करणं आवश्यक होतं.

जोपर्यंत मनुष्य आणि मनुष्यांमध्ये अंतर आहे. बुद्धी, विचारांचा, क्षमतांचा, प्रतिभेचा, शक्तीचा फरक आहे तोपर्यंत हे आच्छादणं, वरचढ असणं राहणार आणि तोपर्यंत कुणालाच हे वाटणं शक्य नाही की मी कुणापेक्षा तरी खाली राहू, आच्छादलेला. तर जगात असे बदल होतच असतात. एका युगातल्या गोष्टी आम्हाला पटत नाहीत, कारण आम्ही दुसऱ्या तऱ्हेचे बदल स्वीकारलेले असतात.

कृष्णाच्या काळात हे सहज स्वीकारलं जात होतं. गरीब गरिबीत राहणं पसंत करत होता. श्रीमंत माणसाच्या मनात श्रीमंतीचा गर्व नाहीये म्हणून समाजाला चिंतन करण्याची संधी मिळाली नाही. उदाहरण सांगतो, आता जसं आम्ही म्हणू लागलो आहोत की गरीब आणि श्रीमंत समान असायला हवेत. त्याचं कारण हे नाहीये की आमची बौद्धिक प्रतिभा कृष्णाच्या पुढे गेली, याचं कारण इतकंच आहे की सामाजिक व्यवस्था कृष्णापेक्षा भिन्न झाली; परंतु आजही असं कुणी म्हणत नाही की मी कमी बुद्धिमान आहे. तरीही जो माझ्यापेक्षा जास्त बुद्धिमान आहे, त्याच्यात आणि माझ्यात समानता हवी. पण आजपासून पन्नास वर्षांनंतरचा कमी बुद्धिमान माणूस असं म्हणू शकतो. कारण अजून पन्नास वर्षांत आम्ही तेवढी प्रगती करू की बुद्धी कमी-जास्त करता येऊ लागेल. प्रतिभावंत होण्यासाठी तशी व्यवस्था, तशी स्थिती विकसित होऊ लागेल. कारण आम्ही आता शोध घेत आहोत मूळ जिवाणूंपर्यंत पोहोचलो आहोत, त्यामुळे संभावना वाढली आहे. जसं बाजारात फुलांचं बी मिळतं, त्या पाकिटावर त्या फुलाचं चित्र, किती खत, माती, पाणी, प्रकाश द्यायचा याची माहिती असते. जेणेकरून त्या फुलाचं भरपूर पीक आणि उत्तम प्रतीचं फूल मिळेल. तुम्ही निवड करू शकता. माणसांबाबतीतही हे होऊ लागलं आहे. आधी शक्य नव्हतं, पण आता होत आहे.

ज्या दिवशी हे शक्य होईल त्या दिवशी आम्ही विचारू की कृष्णाने कधी असा विचार केला नाही की प्रतिभा आणि अप्रतिभेमध्ये समानता असायला हवी? कशी येऊ शकते? नाही, काही इलाज नाही.

> *'भगवान श्री, सुदामाच्या संदर्भात एक छोटासा प्रश्न आला आहे. जेव्हा सुदामा कृष्णाकडून काही घेण्यासाठी गेला तेव्हा त्रिलोक साम्राज्य दिलं गेलं. पण त्याआधी कृष्णाने सुदामाला का नाही काही दिलं? तो तर बिचारा खूप गरीब होता.'*

या जगात काहीही मिळत नाही. शोधावं लागतं. भगवान तर हजार आहे इथे आणि असं नाही की तुमच्या त्रासाची त्याला कल्पना नाही. पण तुम्ही पाठ फिरवून उभे आहात आणि तेवढं स्वातंत्र्य तुम्हाला आहे की तुम्हाला हवं तर तुम्ही देवाला घ्या, नाहीतर नका घेऊ. ज्या दिवशी तुम्हाला मिळेल, त्या दिवशी तुम्ही देवाजवळ तक्रार करू शकता की जोपर्यंत मी तुला शोधलं नाही, तू का नाही मला शोधलंस? तेव्हा देव म्हणेल, जबरदस्तीने मी मला तुझ्यावर लादलं, तर ते पारतंत्र्य होऊ शकतं.

स्वातंत्र्याचा अर्थ इतकाच आहे की जे आम्ही शोधतो, ते आम्हाला मिळू शकेल, जे आम्ही शोधत नाही, ते आम्हाला मिळणार नाही आणि लक्षात ठेवा, या जगात शोधल्याशिवाय काहीही मिळत नाही. शोधावंच लागतं. सुदामा कसा आहे हा प्रश्न नाहीये. सुदामा नाकारूही शकतो. त्याने स्वीकारलंच पाहिजे असं बंधन नव्हतं. त्याची स्वीकारण्याची तयारी असायला हवी. त्या सर्वच्या सर्व घटना मानसिक अर्थ ठेवतात. त्यांचं स्वतःचं मानसशास्त्र आहे. आम्ही शोधायला जाऊ, ज्या दिवशी आमची शोधण्याची तयारी पूर्ण होईल, त्याच दिवशी आम्हाला मिळू शकतं. त्याआधी नाही. अगदी जवळ. म्हणतात ना, 'काखेत कळसा आणि गावाला वळसा', अगदी तसंच. तरीही मिळणार नाही. आमचा शोधच त्याच्या मिलनाचा दरवाजा बनेल. म्हणून सुदामा गरीब आहे, तो एकमेव गरीब नाहीये, खूप माणसं गरीब आहेत आणि कृष्णाला फरक पडत नाही की सुदामा गरीब आहे की कोणी आणखीन गरीब आहे, मोठा फरक पडतो तो हा की सुदामा गरीब आहे, तरीही देण्यासाठी आला, असा माणूस श्रीमंत होण्यायोग्य आहे.

ही जी सुदामाची स्थिती आहे, त्यातूनच परिवर्तन सुरू होतं आणि आम्हीही प्रत्येक व्यक्ती, व्यक्ती आपापल्या कुवतीनुसार आपल्या परिवर्तनाची सुरुवात करते आणि मग सर्व शक्ती मिळत जातात. ज्या माणसाने पृथ्वीवर गरीब राहण्याचं ठरवलं आहे, त्याला सर्व गरिबीच्या परिस्थिती मिळत जातील. ज्याने अज्ञानी राहण्याचं ठरवलं आहे, त्याला तशाच गोष्टी स्थिती मिळतील. ज्याने ज्ञान मिळवण्याचं ठरवलं त्याला सर्व दरवाजे उघडे मिळतील. या जगात आम्ही जे मागू, ते परतून मिळतं. अगदी खोलवर बघता आमच्याच इच्छा, प्रार्थना, हाव, अभिप्सा आमच्याकडे परतून येतात आणि जेव्हा कुणी माणूस विचारतो की मी गरीब का आहे? तर जर तुम्ही त्याचा शोध घ्यायला जाल, तर तुम्हाला आश्चर्य वाटेल की त्याने स्वतःनेच गरीब होण्याच्या सर्व योजना आखून ठेवलेल्या आहेत. तशीच व्यवस्था केलेली आहे. अज्ञानीने पूर्ण व्यवस्था ठेवली आहे करून अज्ञानी राहण्याची आणि आपलं अज्ञान सुरक्षित राहावं याची सोय करून ठेवली आहे आणि जर कुणी हे अज्ञान काढू इच्छितं, प्रयत्न करतं, तर त्याला राग येतो.

नाही, जे आम्ही शोधायला जातो, तेच होतं. सुदामा जातो कृष्णापाशी, तर सुदामाला कृष्ण मिळतो. कृष्णाचं येणं योग्यही नाही. कृष्णाला प्रतीक्षा करायला हवी सुदामाची, तो येईपर्यंत! ते वाट बघणं आवश्यक आहे. असं नाही की भगवान, परमात्मा तुमच्यावर नाराज आहे आणि तुमच्याकडे येत नाहीये. पण तुम्हाला त्याच्यापाशी जायला हवं आणि ज्या दिवशी तुम्ही जाल, त्या दिवशी तुम्हाला समजेल की तो तर नेहमीच तत्पर होता तुम्हाला भेटण्यासाठी! तुम्हीच गेला नव्हतात.

'द्रौपदीबद्दल जो पहिला प्रश्न जो विचारला गेला होता, त्यात कृष्णाचा द्रौपदीबद्दल खूप अनुराग आहे, त्याविषयी चर्चा नाही झाली, त्याबद्दल काही ऐकू इच्छितो.'

द्रौपदी अशी आहे की कृष्णाचा अनुराग तिच्यावर व्हावा तसा तर कृष्णाचा अनुराग सर्वांवर आहे. पण द्रौपदीचं पात्र खूप मोठं आहे. आपण समुद्रकिनारी जातो तर आपापल्या पात्राइतकं पाणी भरून घेतो. समुद्र तर खूप मोठा आहे आणि समुद्र सांगत नाही की किती मोठं पात्र घेऊन तुम्ही माझ्याकडे या.

द्रौपदीकडे मोठ्यातलं मोठं पात्रं आहे आणि कृष्णाचा मोठा अनुराग तिला प्राप्त झाला आणि हा अनुराग, हे प्रेम अतिशय गहिरं, प्लॅटोनिक, इतकं खोल की कृष्ण आणि द्रौपदीत शारीरिक जवळिकीचा आग्रह नाही. पण कृष्ण जितकी द्रौपदीला मदत करतात, तितकी कुणालाच करत नाहीत. वेळ आली तर ते लगेचच हजर आहेत तिच्यासाठी.

एक प्रेम असतं जे उघडं असतं, बोललं जातं आणि एक प्रेम मौन असतं आणि लक्षात ठेवा बोलून दाखवलं जाणारं प्रेम उथळ असतं. वाणीत खोलता नसते. मौन प्रेम गहिरं असतं. द्रौपदीचं प्रेम मोठं मौन आहे. अनेक प्रसंगांतून दिसून येतं, पण ते प्रकट होत नाही. आक्रमक नाही आणि मौन प्रेम जितकं प्रभावित करतं प्रियकराला तितकं कोणतंही प्रेम प्रभावित करत नाही. हे दोघांचं एकमेकांबद्दलचं प्रेम स्थूल प्रसंगातून प्रकट होत नाही. खरं तर स्थूलतेत रूपांतरित होण्याचा आग्रह तेव्हाच होतो जेव्हा सूक्ष्मतेत प्राप्त होत नाही. अन्यथा प्रेम मैलोन्‌मैल दूरही राहू शकतं. प्रेम काळाच्या अंतरावरही असू शकतं. कदाचित प्रेम कधी व्यक्तही केलं जाणार नाही की प्रेम आहे. इतकं चुपचाप प्रेम असू शकतं.

पण कृष्णासारख्या माणसाला हे मूक असणं जाणवू शकतं. सर्वांनाच हे समजत नाही. म्हणूनच आतून प्रेम नसलं तरीही वाणीने प्रकट करून वेळ मारून नेता येते. कारण वाणी समजता येते, प्रेम समजता येत नाही. आता प्रेमावर पुस्तकं लिहिली जातात. मानसशास्त्रज्ञ प्रेमावर पुस्तकं लिहितात. ते या गोष्टीवर भर देतात की प्रेम असो, नसो, व्यक्त जरूर करा. नवरा संध्याकाळी कामावरून थकून, कंटाळून घरी येतो तर बायकोला बघून त्याला आनंद व्हायला हवा. हे नाटक करावं लागलं, करावं. एकदम अशा गोष्टी बोलाव्यात ज्या प्रेम व्यक्त करणाऱ्या असतात. सकाळी कामावर जाताना त्याने दुःख व्यक्त करावं की आता काही तासांसाठी विरह सहन करावा लागणार. त्याला त्याचा आनंद जरी होत असला तरीही विरहाचं दुःख त्याने व्यक्त करावं. हे मानसशास्त्रज्ञ बरोबर सांगतात कारण आपण शब्दांवर जगतो.

इथे खरं प्रेम कुठे आहे, प्रयोजन कुणाला आहे? एका माणसाने तुमचं छोटंसं काम केलं, तुम्ही लगेचच त्याला धन्यवाद देता. तुम्ही त्यामुळे धन्य झालात की नाही, याला काही महत्त्व नाही, तो प्रश्नच नाही. धन्यवाद देता हे सत्य! त्याला तो मिळतो. तुम्ही तो दिलात अथवा नाही दिलात. पण जर तुम्ही धन्यवाद दिला नाही तर तो माणूस म्हणतो, 'कसला माणूस आहे हा! मी इतकं काम केलं, साधं धन्यवादही म्हटलं नाही त्याने.'

आम्ही 'मौन' समजू शकत नाही. म्हणून आमचा सर्व भार बोलण्यावर असतो. लक्षात ठेवा एक गोष्ट की जेव्हा आम्हाला कुणाबद्दल खूप, अमाप प्रेम वाटतं तरी वाणी खुंटते, शब्द उमटत नाहीत. बोलण्यासारखं काही उरत नाही. प्रियकर, प्रेयसी खूप ठरवतात की जेव्हा भेटू तेव्हा असं बोलू, तसं बोलू. पण जेव्हा भेट होते तेव्हा शब्द सुचत नाहीत. सर्व गप्प – मौन, अशब्द होऊन जातं. द्रौपदी-कृष्णाचं प्रेम मौन आहे आणि म्हणूनच संपूर्ण महाभारतात कृष्ण द्रौपदीचं रक्षण करतात. या नात्यात कोणत्याही घटना दिसत नाहीत घडताना; परंतु खूप संबंध आहे सावलीसारखा.

> *'पश्चिम समुद्रावर सुरक्षा आणि बाहेरून होणाऱ्या आक्रमणापासून बचाव करण्यासाठी कृष्णाने मथुरेचा त्याग करून द्वारकेत स्थलांतर केलं होतं. असं ऐकिवात आहे की मथुरेतली माणसं कृष्णाला आपत्ती समजत होती, कारण त्यांच्यामुळेच जरासंध वगैरे राजे मथुरेवर आक्रमण करू इच्छित होते. कृष्णालाही जरासंधाकडून पराभव स्वीकारावा लागला. मानवी अंशाचाच हा भाग नाहीये का?'*

जीवनात जिंकणं-हरणं, कपड्याची वीण आणि तिरक्या धाग्यादोऱ्यांचं असतं. केवळ जिंकणं याने जीवन घडत नाही. एकट्या हरण्याने जीवन घडत नाही. जीवनाच्या कपड्याची ही जी वीण आहे ती उभ्या-आडव्या धाग्यांची, जिंकणं आणि हरणं, सफल आणि असफल यांच्या एकत्रिततेने आहे. चूक आणि बरोबर एकत्रच गुंफलं, विणलं जातं. उभे धागे केवळ काही कामाचे नाहीत, केवळ आडवे धागे काही कामाचे नाहीत. जीवन आहे तर हे दोन्ही आहे.

म्हणून हा प्रश्न नाहीये की कृष्ण केव्हा, कुणामुळे हरतात. खरा प्रश्न असा आहे की संपूर्ण आयुष्याचा परिणाम जीत आहे की हार आहे. सर्वांच्याच आयुष्याचा. हा प्रश्नच नाही की तुम्ही कधी हरलात कारण ही हार जिंकण्यासाठीची शिडी ठरू शकते. आणि असंही घडू शकतं की तुमचं जिंकणं हे हरण्याच्या दरीत उडी घेण्यासाठीचं असू शकतं. आयुष्याचे हे धागेदोरे गुंतागुंतीचे आहेत. विशाल आहेत.

इथे सगळे हरलेले नाहीयेत, इथे सगळे जिंकलेले नाहीयेत. म्हणून शेवटचा जो निर्णय आहे तो हा असत नाही की माणूस केव्हा सफल झाला, केव्हा असफल झाला तर संपूर्ण आयुष्याचं सार हरणं आहे की जिंकणं आहे, हा आहे.

म्हणून अगदी स्वाभाविक आहे की कृष्णाच्या आयुष्यात काही क्षण असफलतेचे असतील. देवाला जरी जगायचं असेल तर माणसासारखं जगावं लागेल. माणसासारखंच सुख-दुःख एकत्र स्वीकारावं लागेल. जो माणूस हरू इच्छित नाही, समजून जावं की त्याने जिंकण्याचा विचार सोडून दिला आहे.

कृष्णाच्या जीवनात दोन्ही आहे. म्हणून जीवन माझ्यासाठी माणूस म्हणून हीन या अर्थाने नाही होत, तर गौरव या अर्थाने होते. म्हणजे कृष्ण हरूही शकतात, इतके अद्भुत आहेत. जिंकण्याचा अट्टाहास नाही. जिंकणारच, जिंकतच राहणार. असा गर्व नाही. अपयशही येऊ शकतं. पळवाटही आहे, स्थलांतरही होऊ शकतं, सर्व स्वीकार! यात निवड नाहीये की मी असंच करेन. तर कृष्णाची अनेक प्रसंगी 'ह्यूमिनिटी' आहे जी अनेक प्रसंगी बुद्ध आणि महावीरांच्या 'डिव्हिनिटी'समोर छोटी भासते. बुद्ध आणि महावीर दिव्य भासतात, त्यांच्यात मानवता नाहीच असं वाटतं. पण लक्षात ठेवा, उच्च दिव्यता अमानवीही वाटू शकते. अतिदिव्यतेत, मानवतेची जी नाजूकता आहे. डेलीकसी ती हरवून जाते आणि गोष्टी कठोर होतात.

कृष्णाला कठोर होणं मान्य नाही. म्हणून ज्यांना आम्ही मानवी दुर्बलता म्हणतो, त्यांचा संपूर्णपणे स्वीकार कृष्णांनी केला आहे. चूक करणं हे मानवी आहे अशी एक म्हण आहे आणि कधीही चूक न करणं हे अमानवी आहे, असंही म्हटलं जातं. पण चूक ही चुकीसारखं घेण्याची कृष्णाला आवश्यकता नाही. तो जीवनातला एक भाग आहे, ते स्वीकारतात.

आणि हेही सत्य आहे की त्यांना मथुरेचा त्याग करावा लागला. कृष्णासारख्या व्यक्तीला अनेक जागा सोडाव्या लागू शकतात. अनेक ठिकाणी उपद्रवी ठरू शकतात. काही जागा त्यांना सहन करण्यासाठी असमर्थ ठरू शकतात. कारण कृष्णाबरोबर जगणं, चालणं, त्यांना समजणं हे सोपं नाही. तर ते निघतात. त्यात त्यांना त्रास होत नाही. ते सहजी निघून जातात; कारण ते पाय रोवून उभे नसतातच. आणि हे निघून जाणंही अगदी सरळ, सहज आहे. मग मागे वळूनही बघत नाहीत. मागे जे त्यांच्यावर प्रेम करतात, ते अस्वस्थ आहेत, चिंतित आहेत, निरोपांवर निरोप पाठवत आहेत, जाणून घ्यायचा प्रयत्न करत आहेत की कृष्णाला त्यांची आठवण तरी येते की नाही; पण ते दुसऱ्या जागी पोहोचले आहेत. ते विसरून गेले आहेत. ते जिथे आहेत, तिथे पूर्णपणे आहेत. म्हणून ते कठोर वाटतात.

कृष्णाचं आयुष्य म्हणजे एक प्रवाह आहे. हवा पूर्वेकडे वाहते तर ते पूर्वेला जातात. हवा पश्चिमेकडे जाते, तर ते पश्चिमेकडे जातात. कृष्णाचा स्वतःचा

आग्रह नाहीये की मी असा राहू. जीवन जिथे घेऊन जातं – मान्य आहे त्यांना. लाओत्सेंचं एक वचन आहे 'हवेप्रमाणे व्हा.'

एक छोटीशी झेन गोष्ट आहे. एका नदीला पूर आला आहे. जोराचा प्रवाह आहे. वेड्यासारखी धावत्ये नदी. आणि गवताचे दोन झुबके त्यातून वाहत आहेत. एका झुबक्याने स्वत:ला त्या प्रवाहात अडवून धरलं आहे आणि नदीशी झुंज देतो आहे. नदीला काहीही फरक पडत नाहीये. तिला माहीतही नाही, एक झुबका लढतो आहे तिच्याशी. आणि झुबका जो आहे तो मरायला टेकला आहे. लढतो आहे आणि तरीही वाहतो आहे. एका झुबक्याच्या लढण्याने नदी वाहण्याची थांबत नाही. दुसऱ्या झुबक्याने स्वत:ला सोडून दिलं आहे आणि तो अगदी आनंदात आहे. नाचतो आहे. कारण तो विचार करतोय की या वाहणाऱ्या नदीला मी रस्ता दाखवतो आहे. नदी माझ्या आधाराने वाहते आहे. नदीला काहीही फरक पडत नाही. नदीला दोघांबद्दल माहिती नाहीये. पण त्या दोघांना मात्र फरक पडतोय.

जीवनात दोन तऱ्हेची माणसं आहेत. आग्रहशील – असेच होऊ, असेच राहू – अशी माणसं नदीमध्ये स्वत:ला झुबक्याप्रमाणे अडवून ठेवतात. त्याने नदीला काहीही फरक पडत नाही, जीवनधारा वाहत राहते. ते अडवून ठेवतात तरी वाहत राहतात आणि त्यांना फार कष्ट भोगावे लागतात. अशीही माणसं आहेत जी नदीच्या प्रवाहात स्वत:ला सोडून देतात. म्हणतात की आम्ही तुझ्याबरोबर आहोत. तुला सहकार्य देतो. तू वाहत राहा. आमच्याबरोबर राहा. ते मोठे आनंदी असतात आणि नाचू शकतात. कृष्णाच्या ओठांवर बासरी संभव होऊ शकली, कारण ते मोठ्या धारेत स्वत:ला सोडू देऊ शकणारे होते. ते त्या धारेशी एकरूप आहेत. अडून बसले नाहीयेत, नाही तर बासरी कठीण होती. महावीरांच्या ओठांवर बासरी ठेवू शकत नाही तुम्ही. एकदम फेकून देतील की काय हा वेडेपणा? कृष्ण बासरी वाजवू शकतात कारण जीवनधारेशी त्यांचा संघर्ष नाहीये. मथुरेतून नदी वाहत गेली, तर द्वारकेत वाहेल, काय हरकत आहे? अनाग्रहशील व्यक्तिमत्त्वाचं ते लक्षण आहेत.

> *'भगवान श्री, कालयवन मानतो की कृष्ण पळतात, पण कृष्ण त्याला पळवतात आणि अशा गुहेत घेऊन जातात जिथे मुचकुंद झोपलेला आहे. पुराणकथाकार असं सांगतात की मुचकुंद जागा झाला आणि त्याच्या दृष्टीमुळे कालयवन जळून गेला. याचं तात्पर्य काय?'*

प्रतीकात्मक अर्थ आहे. या कृष्णाच्या कथेत अनेक गोष्टी निगडित आहेत. फिलॉसॉफी, मेटाफिजिक्सशी संबंधित. कृष्ण कुणाला पळवत आहेत असं आम्हाला

दिसू शकतं. जो पळतो आहे त्यालाही तसंच वाटेल. पण मला जे समजतं त्यावरून मी सांगू शकतो की कृष्णासारखी व्यक्ती कुणाला पळवत नाही, पळवण्यासारखी घटना घडू शकते. परिस्थिती अशी निर्माण होऊ शकते की कुणासाठी तरी पळून जाणं अनिवार्य आणि कृष्ण त्यांचा पाठलाग करणं हेही अनिवार्य! आता यात काही ठरवता येणं कठीण आहे.

मी ऐकलंय की एक माणूस सकाळी एका गाईला तिच्या गळ्यात कासरा अडकवून तिला घेऊन जात होता. रस्त्यावरून माणसं जात होती, तर त्यात एक फकीर होता. त्याने विचारलं की 'तू गाईला बांधला गेला आहेस की गाय तुझ्याशी बांधली गेली आहे?' तो माणूस म्हणाला, 'वेडे आहात काय? मी कसा काय गाईशी बांधला गेलो असेन? गाय मला बांधील आहे.' 'बरं, मग एक काम कर, गाय सोडून दे आणि ती जर पळून गेली तर गाय तुझ्या मागे धावेल की तू गायीच्या मागे धावशील?' 'मला गाईच्या मागे धावावं लागेल.' 'हो ना? तर मग बांधील कोण आहे?'

नेहमी बंधन हे दोहोबाजूंनी असतं. जो पळवतोय, तो कृष्णाला पळायला भाग पाडतो आहे की कृष्ण त्याला पळायला लावत आहेत, हे ठरवता येणं कठीण आहे. पण जर कृष्णाचं व्यक्तिमत्त्व आम्ही बघतो. विचार करू शकतो की ते किती सहजी जिंकतात. म्हणून कोणत्या गोष्टीशी जर त्यांचा संघर्ष आहे तर तो संघर्ष कोणत्या तरी सहयोगतेनेच फलित झाला आहे.

जेव्हा कथा सांगते की कालयवन जळून गेला, तर माझं असं मानणं आहे की हे काळाच्या जळून जाण्याचं प्रतीक आहे. काळ हाच आमच्या जीवनातली द्विधा मन:स्थिती, ताणतणाव, त्रास आहे. काळ-वेळ हाच आमचा संताप, एक राक्षस, ज्याच्याशी आमचा संघर्ष प्रत्येक क्षणी चालू आहे, कारण हा काळच आम्हाला संपवून टाकणार आहे. पण कधी-कधी कुणी काळाला संपवून टाकतं. काळ-वेळ संपवून टाकतं आणि कालातीत होतं. कधी कधी काळ जळून जातो.

कुणामुळे जळतो? कोण काळाला समाप्त करू शकतं?

तुम्ही म्हणताना की कृष्ण पुढे पळत आहेत. जो काळाच्या मागे धावेल तो वेळेला नाही जाळू शकणार. जो काळापुढे धावेल तोच काळाला नष्ट करू शकेल. कारण काळ म्हणजे मग केवळ सावली बनतो आणि निद्रिस्त मुचकुंदच्या डोळे उघडण्यानेही जळून जातो.

मी सांगितलं की ही माझ्यासाठी प्रतीकात्मक कथा आहे. खरं तर निद्रिस्त डोळ्यांसाठीच काळ आहे. उघड्या डोळ्यांसाठी काळ नाहीये. आम्ही जितके अनभिज्ञ आहोत, निद्रिस्त आहोत, तितका काळ आहे. ज्या दिवशी आम्ही पूर्ण जागृत आहोत, त्या दिवशी काळ जळून जातो. कुणाचेही डोळे उघडतात आणि

सगळे गुहेत निद्रिस्त आहोत, कृष्णाचं अस्तित्व गुहेत झोपलेल्या माणसाचे डोळे उघडण्यास कारणीभूत ठरू शकतं आणि कृष्णामागोमाग येणारा काळ त्याच्या उघड्या डोळ्यांत जळून जाऊ शकतो. कृष्णासाठी तर काळ नाहीये. असं मी मानतो, मुचकुंदसाठी असेल. तो जळू शकतो.

या प्रतीकांना जर आम्ही जीवनातल्या सत्याच्या शोधासाठी उपयोगात आणतो, तर मोठ्या आश्चर्यकारक अनुभूती उपलब्ध होतात आणि आश्चर्यजनक अंतर्दृष्टी उपलब्ध होतात, पण आम्ही या सर्वांना कथा मानून गप्प बसतो. ऐतिहासिक घटना समजून पुन:पुन्हा सांगत राहतो; परंतु ऐतिहासिक घटनांपेक्षा, मानवाच्या चित्तावर घडलेल्या संभाव्यता, विशाल लीला, याचे हे भाग आहेत. पण अशा नजरेने आम्ही या घटनांकडे बघण्याचा प्रयत्न कधी केला नाही. त्याने अडचणी झाल्या आणि म्हणून कृष्णासारखं व्यक्तिमत्त्व आम्हाला हळूहळू असत्य वाटू लागलं. कारण इतकं काही त्यांच्यात सापडतं की आम्हाला ते अशक्य वाटतं. कृष्णासारखं व्यक्तिमत्त्व मानसशास्त्रीय दृष्टिकोनातून उघडलं जाणं हे गरजेचं आहे.

आणि एक शेवटचं सांगतो की जुन्या लोकांपाशी दुसरा उपाय नव्हता. त्यांनी जे मानससत्य जाणले, त्यांनाही त्यांनी कथा-प्रतीकात्मकच ठेवलं. त्यांच्याकडे दुसरा मार्ग नव्हता. पण आज आमच्याकडे मार्ग आहे की आम्ही शोध घेऊ. जीझस म्हणाले होते की, मी तुमच्याशी अशा भाषेत बोलतो की जे समजू शकतात त्यांनी समजून घ्यावं आणि जे नाही समजू शकत, त्यांचं काही नुकसान होणार नाही. त्यांना एक कथा ऐकण्याची गंमत, मनोरंजन होईल.

आम्ही सगळे कथा ऐकण्याची मजा घेत आहोत हजारो वर्षं! आता हळूहळू ती चावीसुद्धा हरवली जिच्या मदतीने त्या कथांना उघडलं जाऊ शकलं असतं. इथे जे मी सांगतो आहे त्यामुळे कदाचित एखादी चावी तुम्हाला गवसेल ज्यामुळे त्या कथा-प्रतीकांना उघडता येईल आणि जीवनाचं सत्य बनवता येईल, तर खरंच त्यांचा अर्थ असा आहे का याचं मला प्रयोजन नाही. तुमच्या मनासाठी तसा अर्थ होतो आहे तर तो तुमच्यासाठी हितावह, कल्याणकारी असू शकतो, मंगल असू शकतो.

◆

५

'भगवान श्री, कृष्णाचं व्यक्तिमत्त्व, कृष्णाची बासरी, कृष्णाची राधा, कृष्णाच्या रासक्रीडेपासून कृष्णाचं सुदर्शन चक्र इथपर्यंत आम्हाला अनेक गोष्टी माहिती करून घेण्याची संधी मिळाली. आज कृष्णाचं एक नवं स्वरूप तुमच्या वाणीतून, तुमच्या मुखातून ऐकण्यासाठी आम्ही उत्सुक आहोत. आमची इच्छा आहे की कृष्णाच्या संदर्भात त्यांची साधना, त्यांचं दर्शन, उपासना यावर विचार प्रस्तुत करावेत म्हणजे आम्हाला कृष्णाचं दुसरं स्वरूपही समजेल. कृष्णाने तर केवळ एका अर्जुनाचा मोहभंग केला होता. इथे आम्ही सगळे अर्जुन आहोत आणि मोहाने ग्रासलेले आहोत, तर हा मोह भंग करणारे एकमेव अधिकारी आपण आहात.

'भगवान श्री, गेल्या पाच दिवसांत आपण 'माखनचोर' आणि रासलीला करणाऱ्या कृष्णाच्या विशाल जीवनाच्या पूर्णतेचा योग, पूर्णतेचं केंद्र सांगितलंत, जर सूक्ष्मतेने आपला दृष्टिकोन समजून घेतला तर असं म्हणू की, रासलीला वगैरे जीवनातलं सत्य आहे आणि गीता अथवा कृष्णाची गीता जीवनाचं सार आहे– कारण आपणच म्हणालात की गीता कृष्णाचं प्रमाण आहे. असं नाही म्हणालात की रासलीला प्रमाण आहे. आपण म्हणालात की महावीर आणि बुद्ध एक दृष्टिकोन 'वन डायमेंशनल' आहेत आणि म्हणून कदाचित पूर्ण नाहीत आणि असंही म्हणालात की महावीर सहावा आणि सातवा कायाप्रवेश करून योग

साधनारहित सिद्धीचे परमप्रतीक : कृष्ण!

पूर्णत्वाला पोहोचले, तर मग काय जीवनात रासलीला झाली. काही उलट-सुलट करावं लागलं म्हणून कृष्ण पूर्ण ठरले की गीतेसारखा ग्रंथ दिल्याने पूर्ण झाले?
आणि अजून एक, महावीरांच्या जीवनात 'पूर्णत्व' झळाळलं नाही. तर मग त्यांच्या आधीच्या तेवीस तीर्थंकरांनाही बहुआयामी व्हावं असं वाटलं नाही?
जर आम्ही दमन नाही घेत, तर मग संयमाचा अर्थ काय? दमन सोडून दिलं तर साधनेत संयमाची काय स्थिती आहे?'

सर्वांत आधी पूर्णतेचा अर्थ समजून घ्यायला हवा. पूर्णतेलाही एक दिशा किंवा अनेक दिशा असू शकतात. एक चित्रकार चित्रकलेमध्ये पूर्ण असू शकतो; पण विज्ञानात तो पूर्ण नसेल. एक शास्त्रज्ञ विज्ञानात पूर्ण असू शकतो, पण तो संगीतज्ञ असेलच असं नाही, तर पूर्णतेचा एक अर्थ एक दिशा असा आहे. म्हणून मी महावीर, जीझस, बुद्ध यांना एक दिशा या दृष्टीने पूर्ण म्हणतो. कृष्णाला दुसऱ्या अर्थाने अनेक दिशा पूर्णत्व असं म्हणतो. जीवनातल्या जितक्या दिशा आहेत, त्यांपैकी एक दिशा सोडून बाकी सर्व दिशांचा त्याग करून त्या दिशेने पूर्ण होणं हे संभव आहे. या तऱ्हेचं पूर्णत्वही परमसत्याकडे घेऊन जातं. ती नदीही समुद्रापर्यंत पोहोचते जी एक धारा होऊन वाहते. ती नदीही समुद्रापर्यंत पोहोचते जी अनेक धारांनी वाहते. समुद्रापर्यंत पोहोचण्यासाठी त्यात काही फरक नाही. महावीरही समुद्रापर्यंत पोहोचतात, बुद्धही आणि कृष्णही पोहोचतात; परंतु महावीर एक धारा तर कृष्ण अनंत धारा आहे.

म्हणून कृष्णाची पूर्णता अनेक दिशांची आहे आणि ते पोहोचतात ते जीवनाच्या प्रत्येक तत्त्वांचा स्वीकार करून. महावीर, बुद्ध निषेध केल्याशिवाय नाही पोहोचू

शकत. म्हणून त्यांच्या जीवनात निषेधाचं अनिवार्य तथ्य आहे. कृष्णाच्या जीवनात निषेधाचं कोणतंही तत्त्व नाही. महावीर काहीचा त्याग करून पोहोचतात, कृष्ण सर्व आत्मसात करत पोहोचतात.

म्हणून मी कृष्णाच्या पूर्णत्वाला भिन्न म्हटलं आहे आणि भविष्यातल्या मनुष्याला एक दिशा पूर्णत्वाला फार काही अर्थ नसेल. भविष्यातल्या मनुष्याला अनेक दिशा पूर्णत्वाला महत्त्व असेल. अजून एक विचार करायला हवा की जे व्यक्तिमत्त्व एक दिशेने पूर्ण होतं, तो आपल्या जीवनात दुसऱ्या दिशांचा निषेध करत नाहीये. त्याच्या एका दिशेने, त्या कारणाने दुसऱ्या दिशा दुसऱ्या लोकांच्या जीवनातही निषिद्ध होतात. जी व्यक्ती आपल्या जीवनात सर्व दिशांनी प्रवास करते, तिच्यामुळे विभिन्न दिशांनी प्रवास करणारे एका दिशेच्या सर्व लोकांचा आधार मिळतो. तसा तर आम्ही विचारच करू शकत नाही की कुणी चित्रकार, मूर्तिकार, कवी– महावीरांच्या चिंतनाच्या आधारावर कधी ब्रह्म प्राप्त करू शकेल. महावीरांची साधना एक दिशा– त्यांच्याच जीवनात नाही बनणार, जे त्या साधनेला समजू शकतील. त्यांच्या जीवनातल्या इतर दिशांचा निषेध केला जाईल. एखादा नर्तक ब्रह्म प्राप्त करू शकेल महावीरांच्या संगतीत. असा विचार आम्ही करू शकत नाही. कृष्णाबद्दल तसा विचार करू शकतो. एक नर्तक इतर सर्व दिशांचा त्याग करून केवळ नाचतच राहील, नृत्यात बुडत जाईल, तर त्या क्षणाला प्राप्त करू शकतो, ज्या क्षणी महावीरांना ध्यानातून ब्रह्म प्राप्त झालं. हे कृष्णाच्या संगतीत संभव आहे.

तर कृष्ण आपल्या जीवनातल्या समस्त दिशांना भागवत स्वरूप प्रदान करतात. सर्व दिशा कृष्णाबरोबर पवित्र होत जातात. तसं महावीरांच्या संगतीत घडत नाही. ते ज्या दिशेने प्रवास करतात, तीच दिशा पवित्र होते आणि तिच्या पवित्र होण्याकारणाने अनिवार्य रूपाने उर्वरित अपवित्र होतात. असं महावीर, बुद्ध, जीझस, मोहम्मद सर्वांबरोबर होतं. रामसुद्धा, शंकरसुद्धा!

कृष्ण एकमात्र अशी व्यक्ती आहे, जिला आम्ही म्हणू शकतो की तिने संपूर्ण जीवन, सर्व दिशांना पवित्रता प्रदान केली आणि कोणत्याही दिशेने गेलेल्या व्यक्तीला ब्रह्म प्राप्त होतं. म्हणून ते बहुआयामी– स्वत:चंच जीवन केवळ नाही, तर दुसऱ्यांच्या जीवनासाठीही बहुआयामी. अनंत दिशा आहेत. बासरी वाजवतानाही ब्रह्म मिळू शकतं, कारण बासरीचा अंतिम क्षण, ती अवस्था समाधीची होईल. महावीर, बुद्धांना ते शक्य नाही की बासरीला इतकं पावित्र्य, गरिमा देऊ शकतील की ज्यामुळे ते ध्यान समाधी बनेल. महावीरांच्या दृष्टिकोनातून मीरा प्राप्त करू शकत नाही. त्यांच्या दृष्टिकोनातून वैराग्यच पोहोचवेल. कृष्णाबरोबर विरागीही पोहोचतो आणि रागीही. अशा अर्थानेही मी कृष्णाला पूर्ण म्हणालो ज्याचा सामना, ज्याची उपमा नाही.

दुसरं असं विचारलं आहे की महावीरांच्या आधीच्या तेवीस तीर्थंकरांना पूर्णता

उपलब्ध झाली नाही? ते सगळे पूर्णत्व प्राप्त करू शकले. आणि एक दिशा पूर्णत्वामुळेच जैन विचार व्यापक होऊ शकले नाहीत. होणारही नाहीत. महावीरांना जाऊन अडीच हजार वर्षं झाली. आजही जैनांची संख्या तीस-पस्तीस लाखांहून जास्त नाहीये. विचार करण्यासारखी गोष्ट आहे. महावीरांसारखा प्रतिभाशाली माणूस, एकटा नाही तर आधी तेवीस तीर्थंकरांचं विशाल दर्शन मिळालेलं आहे, ते विचार तीस-पस्तीस लाख लोकांपर्यंत पोहोचले? महावीरांच्या काळात तीस-पस्तीस माणसं जरी त्यांच्या विचारांनी प्रभावित झाली असती तर तितकी मुलं निर्माण झाली असती. कारण काय आहे? अनेक दिशा नाहीयेत. अनेक दिशांना स्पर्श केला जात नाही म्हणून भिन्न वृत्तीच्या माणसांना प्रभावित नाही करू शकले. तशी माणसं एक दिशामध्ये स्वत:ला पाहू शकत नाही.

मजेची गोष्ट आहे की हे जे पंचवीस लाख जैन आहेत, त्यांच्याकडे जरी आम्ही बघतो, तरी आश्चर्य वाटेल. तेही महावीरांशी तसा व्यवहार, सगळे नाहीत, पण बरेच जण तसा व्यवहार करत आहेत जसा व्यवहार कृष्णाशी करणं योग्य आहे. महावीरांबरोबर अयोग्य आहे. महावीरांसमोर आरती करत आहेत. कृष्णासमोर ठीक आहे, त्यांना चालतं. महावीरांना हे आरती करणं नाही चालत. महावीरांची भक्ती करणं चालू आहे. याचा अर्थ जैन घरांमध्ये जे जन्मले त्यांचं चित्त या दिशेने नाहीये. अगदी कमी लोक या दिशेचे आहेत. केवळ जैन धर्मात – घरात जन्म घेतल्याकारणाने जैन तर आहे परंतु भक्ती, पूजा, उपासना, प्रार्थना या सगळ्याचा महावीरांशी काहीही संबंध नाही. महावीरांवर हा अन्याय आहे. पण त्या लोकांना हे सर्व केल्याशिवाय तृप्त होता येत नाही, तर महावीरांसोबत हे सर्व जोडलं जात आहे.

म्हणून आणि अजून एक सांगू की एक दिशा जितकी व्यक्तिमत्त्व आहेत, त्यांच्यावर निरंतर अन्याय होणार. फक्त अनेक दिशा व्यक्तीवर तुम्ही अनाचार करू शकत नाही. कारण तुम्ही काहीही करा. त्यांना मान्य आहे. कृष्णाबरोबर हजारो लोक असू शकतात. महावीरांसोबत ठरावीक माणसंच असू शकतात.

म्हणून या अर्थाने मी म्हणालो की ते चोवीस तीर्थंकर आहेत. ते सर्व एकरूप आहेत. एकाच यात्रेवरचे. एकाच दिशेचे. त्यांची साधना एकच आहे. शेवटच्या क्षणी असं नाही की जे कृष्णाला मिळतं ते त्यांना मिळत नाही. त्यांनाही मिळतं. नदी हजार धारांनी समुद्रापर्यंत पोहोचते की एक धारेने, याने काय फरक पडतो? समुद्रात एकरूप झाल्यावर तर सगळ्याच गोष्टी संपतात. फरक इतकाच आहे की हजार धारांनी वाहणारी नदी सर्व पृथ्वीला घेरू शकते, एक धारेने वाहणारी नदी तिच्या किनाऱ्यावर असलेल्या वृक्षांना पाणी देऊ शकते, पण हजार धारांनी वाहणारी नदी हजार मार्गांवरच्या वृक्षांना पाणी देऊ शकते. हा फरक आहे. या फरकाला नाकारू शकत नाही, हा फरक लक्षात ठेवायला हवा.

तिसरी गोष्ट विचारली आहे की दमन सोडून दिलं तर संयमाला काय अर्थ? साधारणत: वैराग्याच्या भाषेत संयमाचा अर्थच दमन आहे. म्हणून जैन शरीर-दमन या शब्दाचा उपयोग करतात. शरीराला मारून-दाबून टाकायचं आहे, दमन! पण कृष्णाच्या भाषेत संयम याचा अर्थ दमन असू शकत नाही. वेगळाच अर्थ आहे. शब्दही अनेकदा त्रास देतात. कारण शब्द तर तेच असतात, मग ते कृष्णाच्या तोंडी असोत अथवा महावीरांच्या? संयम एकच शब्द पण वेगवेगळे अर्थ! कारण ओठ भिन्न आहेत आणि त्याचा वापर करणारा माणूसही भिन्न आहे आणि शब्दाचा अर्थ तो उच्चारणाऱ्याच्या व्यक्तित्वामुळे येतो. तो अर्थ शब्दकोशात सापडत नाही. कृष्णासाठी संयमाचा अर्थ काय आहे हे त्यांना समजून घेतल्याशिवाय कळणार नाही. महावीरांच्या ओठांवर संयमाचा अर्थ काय आहे, हे महावीरांना समजून घेतल्याशिवाय कळणार नाही. आता कृष्णाला बघितल्यावर सांगता येतं की दमन अर्थ असू शकत नाही. कारण जगात जर कुणी मोकळं, खुलं, अनसप्रेस्ड माणूस झाला आहे तर तो कृष्ण आहे.

तर मग संयमाचा अर्थ काय होईल?

तसं तर माझ्याही समजुतीत संयमाचा अर्थ दमन नाहीये. संयम शब्द अगदी अद्‌भुत आहे. भोगी एक टोक गाठतो तर त्यागी एक टोक गाठतो. दोन अतिरेकी! संयमाचा अर्थ अतिरेक नाही, मध्य असा आहे. कृष्णाच्या ओठी संयमाचा अर्थ आहे 'मध्यात?' ना त्याग, ना भोग. अथवा त्यागपूर्ण भोग अथवा भोगपूर्ण त्याग. जो कुठेही कलत नाही. ती व्यक्ती संयमित!

एक माणूस धनासाठी वेडापिसा आहे. तिजोरी भरत जातो. तो असंयमी आहे. धन हे त्याचं साध्य झालं, अति झालं जीवनाचं. एक माणूस धनाकडे पाठ फिरवतो. पळत राहतो धनापासून. हा सुद्धा असंयमी. त्याच्यासाठी धनाचा त्याग तसंच साध्य झालं जसं कुणासाठी तरी धन साध्य करणं आहे. संयमी कोण आहे? कृष्णाच्या अर्थाने जनकासारखा माणूस संयमी आहे. मध्य असणं हा संयम आहे. उपाशी मरणं हा संयम नाही. अति खाणं हा संयम नाही. सम्यक आहार हा संयम आहे. कृष्णाच्या ओठी संयम म्हणजे मध्य, संतुलन, संगीत आहे. जरा इथे तिथे व्हाल तर विहीर आणि दरी आहे आणि माणूस दोन्ही बाजूंना कलू शकतो. राग-विराग दोन्ही बाजूंना! घड्याळाचा लंबक आम्ही बघितला आहे. तो डावीकडून निघतो तो सरळ उजवीकडे जातो, मध्ये थांबत नाही. गंमत आहे. जेव्हा लंबक उजवीकडे जातो तेव्हा डावीकडे जाण्याची शक्ती गोळा करतो. जेव्हा डावीकडे जातो तेव्हा उजवीकडे जाण्याची शक्ती गोळा करतो. जो अनशन करतो तो जास्त खाण्याची तयारी करतो. जो जास्त खातो तो उपाशी राहण्याची तयारी करतो. जो रागात बुडाला आहे तो विरागाची तयारी करत आहे. जो विरागाकडे जातो आहे तो रागाकडे जाण्याची तयारी करतो आहे. दोन्ही अतिकायम जोडलेले असतात. केवळ तो लंबक जो ना डावीकडे

जाण्याची तयारी करत आहे, ना उजवीकडे जाण्याची तयारी करत आहे, तो मध्यात उभा आहे, हे संयमाचं प्रतीक आहे.

हाच अर्थ आहे कृष्णाच्या ओठांवर! दुसरा अर्थ असू शकत नाही. वास्तविक जीवनात जर हा अर्थ समजून घ्यायचा असेल तर तो कोणता अर्थ असेल? जीवनाच्या गहिरेपणात, याचे दोन अर्थ असतील. अशी व्यक्ती ना त्यागी म्हणता येईल, ना भोगी म्हणता येईल. अथवा दोन्ही असं म्हणता येईल. त्याच्या त्यागात भोग असेल आणि भोगात त्याग असेल. त्यागवादी परंपरेसाठी संयमाचा अर्थ विराग होईल. असंयमाचा अर्थ राग होईल. जो राग सोडून विरागाकडे जातो, तो संयमी आहे. कृष्ण ना त्यागवादी आहेत ना भोगवादी आहेत. त्यांना आम्ही कुठेही उभं केलं तर ते ठीक चार्वाक आणि महावीर यांच्या मध्यात उभे राहतील. ते भोगात चार्वाकपेक्षा कमी नसतील आणि त्यागात महावीरांपेक्षा कमी नसतील.

म्हणून चार्वाक आणि महावीर यांचं मिश्रण जर बनवलं तर ते कृष्ण असतील. म्हणून कृष्णाच्या ओठांवरचे सर्व अर्थ भिन्न आहेत. तेच शब्द पण अर्थ भिन्न, ते त्यांच्या व्यक्तित्वातून येणारे आहेत.

दुसरा प्रश्न आहे की कृष्णाची उपासना, साधना काय आहे?

कृष्णाच्या व्यक्तिमत्त्वात 'साधना' अशी काही नाहीये. असू शकतही नाही. साधनेचं जे मौल्यवान तत्त्व आहे ते आहे प्रयास, कष्ट, प्रयत्न! प्रयत्नाशिवाय साधना होऊ शकत नाही. दुसरं जे अनिवार्य तत्त्व आहे ती अस्मिता आहे. अहंकार आहे. 'मी'शिवाय साधना होऊ शकत नाही. कोण करणार साधना? कर्ता बनल्याशिवाय साधना कशी होणार? कोणी करेल तर साधना होईल.

साधना शब्द जर अगदी खोलवर जाऊन बघितलं तर समजेल की तो अनीश्वरवाद्यांचा आहे. साधना शब्द, ज्यांच्यासाठी कोणी ईश्वर नाहीये, केवळ आत्मा आहे, साधना शब्द त्यांचा आहे. आत्मा साधणं आणि मिळवणं. उपासना शब्द अगदी उलट विचारांच्या लोकांचा आहे. सर्वसाधारणपणे आपण दोघांना एकाच पठडीत गणतो. उपासना शब्द त्यांचा आहे जे म्हणतात, आत्मा नाही, परमात्मा आहे. त्याच्यापाशी जायचं आहे फक्त, साधना काहीही नाही. उपासना म्हणजे जवळ जाणं. जवळ बसणं. उप-आसन. आणि जवळ जाण्याचा अर्थ आहे स्वत: संपणं. आम्ही त्याच्यापासून तितकेच दूर आहोत, जितके आम्ही आहोत. जीवनातल्या परमसत्याचं दूरत्व, अंतर जितके आम्ही आहोत जितकं आमचं 'मी' तितके आम्ही दूर. जितके आम्ही हरवतो, द्रवतो, तितके आम्ही जवळ होतो. ज्या दिवशी आम्ही अजिबातच राहणार नाही त्या दिवशी उपासना पूर्ण होते आणि आम्ही परमात्मा होतो. जसा बर्फ पाणी होतो, बस उपासना तशी आहे; जसा बर्फ विरघळत जातो. बर्फ साधना काय करणार? साधना करेल तर अजून कठोर होत जाईल.

कारण साधनेचा अर्थ असेल स्वत:ला वाचवणं. बर्फ जास्त क्रिस्टलाइज्ड होत जाईल. बर्फ अजून आत्मवान बनेल.

साधनेचा अर्थ अंतत: आत्मा असू शकतो. उपासनेचा अर्थ अंतत: परमात्मा आहे. म्हणून जे साधनेच्या वाटेने जातील, त्यांचं मुक्कामाचं ठिकाण आत्म्यापाशी जाऊन थांबेल. त्यापुढे ते काही करू शकणार नाहीत. म्हणतील की शेवटी आम्ही आम्हाला प्राप्त केलं. उपासक म्हणेल, आम्ही शेवटी स्वत:ला हरवलं. दोन्ही विरोधात्मक गोष्टी आहेत. बर्फाप्रमाणे उपासक विरघळत जाईल आणि साधक मजबूत होत जाईल, कणखर! म्हणून कृष्णाच्या जीवनात साधनेचं कोणतंही तत्त्व नाही. काही अर्थ नाही. अर्थ आहे तर उपासनेचा आहे.

उपासनेचा प्रवासच उलटा आहे. उपासनेचा अर्थच असा आहे की आम्ही आम्हाला मिळवलं हीच चूक आहे. आम्ही आहोत, हीच चूक आहे. असणं हेच एकमेव बंधन आहे. नसणं हीच एकमेव मुक्ती आहे. साधक म्हणेल 'मला मुक्त व्हायचं आहे.' उपासक म्हणेल मी 'मी'मधून मुक्त होऊ इच्छितो. साधक म्हणेल मला मुक्त व्हायचं आहे, मला मोक्ष हवा आहे. पण इथे 'मी' नाही अशी स्थिती. साधकाच्या मोक्षाचा अर्थ आहे 'मी'ची परम स्थिती. म्हणून कृष्णाच्या भाषेत साधनेला काही जागा नाही. उपासनेला जागा आहे.

आता ही उपासना म्हणजे काय?

पहिली गोष्ट समजून घ्या की उपासना म्हणजे साधना नाही. नाही तर सतत गोंधळायला होईल आणि आमच्यापैकी फार कमी जण उपासक होऊ इच्छितील. साधक सगळे होऊ इच्छितील, कारण साधनेत काही हरवण्यासारखं नाही, मिळवण्यासारखं आहे आणि उपासनेत हरवण्यापलीकडे काहीही नाही. हरवणं म्हणजेच मिळवणं. म्हणून कृष्णाला मानणारेही साधक होतात. तेही साधनेची भाषा बोलू लागतात. कारण तो अहंकार आहे. आत तो साधनेची भाषा बोलण्यास भाग पाडतो. म्हणतो, साधा, मिळवा, पोहोचा!

उपासना कठीण गोष्ट आहे. विरघळून जा. मिटून जा, हरवून जा. निश्चितच आम्ही विचारू की का संपून जायचं? फायदा काय? साधक कितीही उच्च गोष्टी बोलू दे, फायद्याच्या गोष्टींचाच विचार करेल. त्याचा मोक्ष हासुद्धा सुखावह आहे. त्याची मुक्ती ही त्याचीच मुक्ती आहे. म्हणून साधक खोलवर विचार करता खऱ्या अर्थाने स्वार्थी असेल तर त्यात आश्चर्य नाही. 'स्व' अर्थाने तो त्यावरून वर कधी उठू शकत नाही. उपासक 'स्व'पासून वर उठेल. म्हणून तो परमार्थाच्या गोष्टी बोलेल. परम-अर्थ! जिथे 'स्व' हरवतो, त्या उपासनेचा काय अर्थ असेल, कोणती गती, कोणती यात्रा असेल? फार कठीण आहे हे समजणं. म्हणून आधीच तुम्हाला सांगतो, साधना हा शब्द अगदी पुसून टाका. त्याला जागाच नाही. मग आम्ही 'उपासना' समजू शकू.

जसं मी सांगितलं, उपासना म्हणजे जवळ येणं. तर मग अंतर काय आहे? एक अंतर जे आम्हाला दिसतं, ते म्हणजे शारीरिक अंतर. तुम्ही तिथे बसला आहात. मी इथे आहे. अंतर! मी तुमच्याजवळ येतो. तुम्ही माझ्याजवळ येता. भौतिक अंतर संपतं. अगदी हातात हात, गळ्यात गळे घालतो तर अंतर संपतं. पण दोन माणसं गळ्यात गळे घातलेले तरीही हजारो मैल दूर असू शकतात. एक आतलं अंतर आहे. या आतल्या अंतराचा आणि शारीरिक अंतराचा काहीही संबंध नाही आणि दोन माणसं हजारो मैल अंतरावर असूनही जवळ असू शकतात. तर एक अंतर आहे जे बाहेरचं आहे आणि एक अंतर आहे जे मनाचं आहे; जे आमच्या आतलं आहे. उपासना आतलं अंतर मिटवण्याची विधी आहे; पण भक्त बाहेरील अंतरही मिटवण्यासाठी आतुर आहे. तो म्हणतो की 'सेज सजादी है, आ जाओ!' कुठपर्यंत तडफडत ठेवणार, ये आता!' परंतु गमतीशीर गोष्ट आहे. बाहेरचं अंतर कितीही मिटलं तरी अंतर राहतच. जवळ येणं, अंतर मिटणं हे शारीरिक नव्हे, तर मानसिक आहे. आंतरिक घटना आहे. म्हणून उपासक त्या परमात्म्याच्या अगदी जवळ असू शकतो, जो दिसत नाही. शारीरिक अंतर मिटवण्यासाठीचा पर्याय नाही, त्याच्याही जवळ असू शकतो.

ही जी आतली जागा आहे आमची, ती कशी निर्माण होते? हे जे आतलं अंतर आहे, हे कसं निर्माण होतं? बाहेरचं अंतर आम्ही समजू शकतो की कसं निर्माण होतं. मी तुमच्यापासून दूर जाईल, पाठ फिरवेन, दूर पळून जाईन. बाहेरचं अंतर वाढलं. तुमच्या दिशेने चालू लागेल, अंतर कमी झालं. आतलं अंतर चालण्यामुळे निर्माण होत नाही कारण आत तशी जागा नाही. आतलं अंतर असण्याने मी किती कठोर आहे, तितकं अंतर वाढत जाणार. किती तरल आहे, अंतर कमी होत जाणार आणि मी अतिशय तरल होत जातो आहे की मी सांगू की मी नाहीच आहे. शून्य झालो तर आतलं अंतर संपतं.

उपासनेचा अर्थ शून्य होणं, काहीही न उरणं, 'मी' नाहीये हे सत्य जाणणं म्हणजे उपासक होणं. मी आहे या तथ्याला जोरात पकडून राहणं म्हणजे परमात्म्यापासून दूर होत जाणं. मी आहे ही आमची घोषणाच दूरत्व निर्माण करते.

रूमीने एक गीत लिहिलं आहे.

एक प्रियकर आपल्या प्रेयसीचं दार वाजवतो. सूफींचं गीत आहे. जे उपासना जाणतात. पृथ्वीवर उपासना जाणणारे थोडेच जण आहेत. ते सूफी आहेत. कृष्णाला जर कुणी ओळखत असेल, तर सूफीच ओळखतील. ते मुसलमान आहेत म्हणून काय फरक पडतो? तर हे गाणं सूफींचं!

प्रियकर प्रेयसीचं दार वाजवतो. ती विचारते, कोण आहे? तो म्हणतो, मी– ओळखलं नाहीस? ती उत्तर देत नाही. तो दार वाजवत राहतो तरी उत्तर नाही. तो सांगत राहतो, अगं मी आहे, दार उघडत का नाहीस?

तो निघून जातो. वर्षं सरतात. तो पुन्हा येतो. दार वाजवतो. ती विचारते, कोण आहे? तो म्हणतो, 'केवळ तूच आहेस.' रूमीची कविता इथे संपते. तो सांगतो. मग दार उघडलं गेलं. पण मी मानतो की रूमींना उपासना म्हणजे काय हे पूर्ण समजलेलं नाही. कृष्णापर्यंत रूमीची समज नाही पोहोचू शकली. दूरपर्यंत गेला पण थांबला. जर ही कविता मी लिहितो तर मी म्हणेन की मग ती प्रेयसी म्हणेल की जोपर्यंत तू आहेस तोपर्यंत मीही आहे. कारण 'तू'चा बोध 'मी'शिवाय होत नाही. मग मी कुणी म्हणेल अथवा न म्हणेल, जोपर्यंत तू आहेस, तोपर्यंत मी आहे. अप्रकट, लपलेला, अंधारात गडप झालेला पण तरीही अस्तित्व असणारा, कारण 'तू' असं म्हणणार कोण? तू म्हणण्यासाठी मी हवा ना? हा केवळ तराजू बदलला. पारडं बदललं. काही घडलं नाही. मी ही कविता अशी लिहीन की जोपर्यंत तू आहेस तोपर्यंत मी कसा काय मिटून जाईन? आता तू 'मी'ला हरवून आलास, आता 'तू'लाही हरवू नये. पण जर मी आणि तू दोन्ही हरवलं तर प्रेमी येईल पुन्हा? मग माझी कविता... प्रश्न... होईल की मग तो येणार कुणाकडे? नाही. मग तो येणार नाही. मग ना येण्याच्या गोष्टी. ना जाण्याच्या गोष्टी. कारण ते अंतर, आतलं अंतर तुटेल. मला वाटतं म्हणूनच रूमीने ती कविता तिथेच थांबवली. कारण जोपर्यंत येणं आहे तोपर्यंत अंतर आहे. हे अंतर जर संपलं तर मग यायचं कुठे? कुणापाशी? कारण 'मी' 'तू' उरलेच नाहीत. जो तिथे आहे तिथेच त्याला सर्व काही मिळते.

उपासनेसाठी कुठे पोहोचणं नसतं. जिथे आम्ही आहोत तिथेच उपासना घडते. कुणापाशी पोहोचण्याची आवश्यकता नाही. बस, स्वतःला मिटवून टाकायचं आणि जवळ पोहोचणं घडतं.

'भगवान श्री, कृपया मार्टिन बूबर यांच्या संदर्भात काही सांगा.'

मार्टिन बूबरचं सर्वच्या सर्व चिंतन मी आणि तू या संबंधांवर आहे. मार्टिन बूबर गहिऱ्यातल्या गहिऱ्या लोकांपैकी एक आहेत. गहिरता कितीही असो, ते उथळपणाचं दुसरं टोक आहे. खरं गहिरेपण त्या दिवसापासून सुरू होतं, ज्या दिवसापासून माणूस ना उथळ राहत ना गहिरा राहत. दोन्ही संपून जाणं आवश्यक. मार्टिन बूबरने फार मोठ्या पण गहिऱ्या गोष्टी सांगितल्या आहेत. त्यातली सर्वांत खोल गोष्ट म्हणजे, जे सर्व जीवनातलं सत्य– मी आणि तू यांच्या अंतर्संबंधात सामावलेलं आहे.

एक नास्तिक आहे. अनीश्वरवादी, केवळ पदार्थ मानणारा. त्याचं जग 'मी आणि तू'चं जग नाही. त्याचं जग 'मी आणि तो'चं जग आहे. तू नाहीच आहे. कारण 'तू' असण्यासाठी दुसऱ्यामध्ये आत्मा आहे, याचा स्वीकार करणं आवश्यक आहे.

म्हणून नास्तिक असणाऱ्यांचं जग मोठं गुंतागुंतीचं आहे. कारण स्वत:ला 'मी' म्हणतो, आत्मवान असण्याची घोषणा करतो आणि बाकीच्यांना 'मी'पेक्षा हीन मानतो, बनवतो. पदार्थ, वस्तू बनवून टाकतो. जर मी जाणतो की आत्मा नाहीये, तर तुम्ही माझ्यासाठी पदार्थांपेक्षा जास्त काही नाही आहात. मग मी 'तू' कसं म्हणू? 'तू' तर जिवंत व्यक्तीला म्हटलं जातं.

म्हणून मार्टिन बूबर म्हणतो की, आस्तिकाचं जग 'मी आणि तो'चं जग नाहीये. 'मी आणि तू'चं जग आहे. जेव्हा माझ्यातला मी असं म्हणू शकतो, तर ते आस्तिकाचं जग. मी म्हणणारा हा आस्तिक खोलवर बघता नास्तिक आहे असं मी म्हणेन. कारण अजूनही जगाला तो 'मी आणि तू'मध्ये विभाजित करतो असं म्हणू या. आस्तिकाचं जग द्वैतवादी आहे; परंतु द्वैतवादी खोटा आहे म्हणून द्वैतवादी आस्तिकता त्यालाही काही अर्थ नाही. एका अर्थी नास्तिक अद्वैतवादी असतो. कारण तो म्हणतो, एकच आहे पदार्थ! आणि एका अर्थाने आत्मवादी अद्वैतवादी असतो कारण तोही म्हणतो, एकच आहे आत्मा! आणि माझं असं मानणं आहे की एकातून एकावर जाणं सोपं, पण दोनावरून एकावर येणं कठीण आहे. म्हणून द्वैतवादी नास्तिकाहून जास्त गोंधळलेला असतो. कारण एखाद्या दिवशी जर नास्तिक अद्वैतवादीला दिसलं की पदार्थ नाही, आत्मा आहे तर तो लगेचच प्रवास बदलून टाकू शकतो. कारण एक तर तो मान्य करतच होता. तो एक काय आहे यावर विवाद होता. पदार्थ की परमात्मा? परंतु अद्वैतवादीचा गुंता जास्त खोल आहे. पदार्थही आहे आणि परमात्माही आहे. म्हणून एकावर पोहोचणं कठीण जातं.

बूबर द्वैतवादी आहे. तो म्हणतो, मी आणि तू. पण हा द्वैतवाद मानवी आहे. कारण तो 'त्याला' संपवून टाकतो. तूचा दर्जा दुसऱ्याला देतो. आत्म्याचा दर्जा! पण 'मी आणि तू'मध्ये संबंधच निर्माण होऊ शकतात. एकरूपता, ऐक्य होऊ शकत नाही. संबंध कितीही खोलवरचे असोत, अंतर राहतंच. संबंध जोडतातही आणि तोडतातही! दोन्ही कामं करतात. ज्याच्याशी आम्ही जोडले जातो, त्याच्याशी आम्ही तुटलेलेही असतो. जिथे जोडणी असते, तिथेच तुटणंही असतं. जो सेतू जोडतो, तो दोन वेगवेगळे तट आहेत हेही सांगतो. जोडणारी कोणतीही गोष्ट तोडणारीही आहे. असणारच. हे अनिवार्य आहे. म्हणून दोन कधी एक होऊ शकत नाहीत. प्रेम कितीही गहिरं असो, दोन राहतातच आणि जोपर्यंत दोन मिटत नाहीत, तोपर्यंत प्रेम तृप्त होत नाही. म्हणून सगळी प्रेमं अतृप्त आहेत.

प्रेमाच्या दोन अतृप्तता आहेत. प्रेमी मिळत नाही ही एक आणि मिळतो म्हणून ही दुसरी. प्रेमी मिळाला नाही की अतृप्तता असते की जो मिळायला हवा होता तो नाही मिळाला. आणि जर मिळाला तरीही अतृप्तता असते, कारण मिळणं कुठे होत आहे? अंतर आहे. खूप जवळ असूनही अंतर आहे. म्हणून अनेकदा ज्याला आपला प्रेमी

मिळालेला नाही त्याच्या दुःखापेक्षा प्रेमी मिळालेल्याचं दुःख जास्त असतं. कारण ज्याला मिळालेला नाही त्याला एक आशा तरी असते की कधीतरी मिळेल. पण ज्याला मिळालेला आहे त्याला ती आशाही नसते आणि वाटत राहतं की आता पुढे काय?

प्रत्यक्षात मिलन हे मिलन होऊ शकत नाही, कारण मिलनात संबंध, नातं आहे आणि संबंध दोन बनवतं – भिन्नता ठेवतं. म्हणून मार्टिन बूबर मी आणि तू या संबंधांवर बोलतो, जे मोठं मानवी आहे. आणि या जगात जे निरंतर पदार्थवादी बनत चाललं आहे. मार्टिन बूबरच्या गोष्टी मोठ्या धार्मिक वाटतात, पण मला त्या तशा वाटत नाहीत. मला त्या तडजोडीच्या वाटतात की 'मी आणि तू'मध्ये ऐक्य नसेल तर कमीत कमी संबंध तरी असावेत.

प्रेम आणि उपासना यात हाच फरक आहे. प्रेमसंबंध आहे, उपासना संबंधरहित आहे. असंबंधित! पण याचा अर्थ असा नाही की दोघं परके झाले. परंतु संबंध संपले. दोन-दोन राहिले नाहीत, एकरूप झाले. हे जे एक होणं आहे ती उपासना आहे.

म्हणून प्रेमाचं वेगळं पाऊल म्हणजे उपासना आहे आणि आम्ही प्रेम करतो, त्याच्याशी आमचं मिलन तोपर्यंत होत नाही, जोपर्यंत ते दिव्य घडत नाही, भगवान होत नाही. दोन माणसांचं मिलन असंभव आहे. त्यांचं माणूस असणं हाच अडथळा आहे. दोन माणसं जास्तीत जास्त संबंधित होऊ शकतात. दोन परमात्म-तत्त्वच मिळू शकतात कारण मग तोडणारा कोणीही नसतो. जोडणाराही कुणीही नसतो. म्हणून मार्टिन बूबर जास्तीत जास्त प्रेमापर्यंत पोहोचू शकतो. उपासना काही वेगळीच गोष्ट आहे. तिथे दुसराही संपला आहे; 'मी'ही संपला आहे आणि या दोघांच्या मिटण्यानंतर जे शेष उरतं, तो विस्तार, काय नाव देऊ त्याला? पदार्थ? आत्मा? मी? तू? काहीही नाव दिलं तरी ते चुकीचं ठरेल. म्हणून जो परम उपासक आहे, ते गप्प राहिले. त्यांनी काहीही नाव दिलं नाही. 'अनाम' काहीही सुरुवात नाही, टोक नाही, अंत नाही, रूपही नाही, आकारही नाही. कोणताही शब्द नाही.

परम उपासक मौन राहिला. त्याने सत्याच्या संबंधात कोणतीही घोषणा केली नाही. मनुष्यापाशी असा कोणताही शब्द नाही जो द्वैतामध्ये नेणार नाही. आम्ही शब्दाचा उपयोग केला रे केला, की जग दोनात विभागलं जातं. जसं आम्ही सूर्याच्या किरणाला लोलकातून बघतो तर ती सात भागांत विभाजित होतात, सात रंगांत! तसंच या शब्दांचं आहे. भाषेचा लोलक प्रत्येक सत्य दोनात विभाजन करतो. सत्य असत्य होऊन जातं. म्हणून परम उपासक मौन राहिले, नाचले, बासरी वाजवली, गाणी गायली, खाणाखुणा केल्या, पण घोषणा केली नाही. घोषणेसाठी शब्द लागतात. नाचून सांगितलं की तो काय आहे. हसून सांगितलं की तो काय आहे. मौन राहून सांगितलं की तो काय आहे. हातांना आकाशाकडे पसरवून सांगितलं की तो काय आहे. पण गप्प राहून, संपूर्ण सर्वांगाने सांगितलं की तो काय आहे!

दंग्याच्या वेळी एका संन्याशाला इंग्रज सैनिकाने छातीत सुरा खुपसला. संन्यासी निघाला होता, अनेक वर्षं मौन होता. कुणीतरी विचारलं की मौन घेतलं आहेस? तर तो म्हणाला, जे बोललं जाऊ शकतं ते बोलण्यायोग्य नाही आणि जे बोलणं योग्य आहे ते बोललं जाऊ शकत नाही तर मग मौन घेऊ नको तर काय करू? दंगे चालू होते. तो संन्यासी त्यांच्या कॅम्पवरून जात होता. सैनिकाने पकडलं. वाटलं त्याला गुप्तहेर आहे. त्याने विचारलं, 'कोण आहेस तू?' तर हा गप्प राहिला. हसत राहिला. मग तर त्याची खातरीच पटली की गुप्तहेरच आहे आणि सैनिकाने त्याला मारलं. तीस वर्षं मौन असणारा संन्यासी शेवटी हसला आणि मरताना म्हणाला, उपनिषदातलं एक महावाक्य 'तत्त्वमसि श्वेतकेतु।' त्या सुरा खुपसणाऱ्याला म्हणाला, जो तू आहेस तोच मी आहे आणि तू विचारतो आहेस की मी कोण आहे म्हणून?

यात खुणा आहेत अथवा असंगत भाषा. कबीरांच्या भाषेला लोकांनी संध्याभाषा म्हटलं आहे. संध्याभाषेचा अर्थ असा की नक्की कळू नये दिवस आहे की रात्र! होकार आहे की नकार? स्वीकार करत आहात की अस्वीकार? आस्तिक आहात की नास्तिक? म्हणून कबीरांच्या भाषेचा अर्थ अजूनही ठरवला गेलेला नाही. कृष्णाच्या भाषेचाही नाही. ज्यांनी ज्यांनी सत्य सांगितलं, त्यांची भाषा संध्याभाषा झाली. कारण ते दोन्ही गोष्टी एकत्र सांगतात. होकारही आणि नकारही. नाही तर दोघांचाही स्वीकार. दोन्ही नाकारतील आणि आमच्या भाषेच्या तर्क व्यवस्थेत ते बसत नाहीत. म्हणून मौनत्व स्वीकारलं त्यांनी; ज्यांनी जाणलं त्याला जिथे मी आणि तू दोन्ही हरवतात.

'भगवान श्री, सार्त्र म्हणतो 'एक्झिस्टंट प्रिसाइड्स इसेन्स'. तुम्ही इसेन्सला एक्झिस्टंटच्या अगोदर मानता? दोहोंचा संबंध कसा लावता? आणि इथे साधना शिबिरात आलेले लोक गोंधळले आहेत की ते उपासना शिबिरात आले आहेत की साधना शिबिरात?'

गोंधळात टाकणं हे माझं काम आहे. साधना आणि उपासना यामधलं अंतर जर नाहीसं झालं तर शिबिराचा अर्थ समजेल.

सार्त्र अथवा अस्तित्ववादी असं मानतात, 'एक्झिस्टंट प्रिसाइड्स इसेन्स' अजब गोष्ट आहे. कारण जगात असं अगदी क्वचितच असं मानलं गेलं आहे. याउलटच्या गोष्टी नेहमी मानल्या गेल्या आहेत. जगात जेवढे तत्त्वचिंतक आहेत, त्या सर्वांचं मानणं 'इसेन्स प्रिसाइड्स एक्झिस्टंट!'

हे समजून घेऊ.

सार्त्रच्या आधी अथवा अस्तित्ववादींच्या आधी जितके तत्त्वचिंतक आहेत त्यांचं

मानणं आहे की वृक्षाच्या आधी बी आहे. स्वाभाविक! सार्त्र म्हणतो वृक्ष बीच्या आधी आहे. सर्व चिंतन साधारणत: असं म्हणेल की आत्मा अस्तित्वाच्या आधी आहे. म्हणूनच तर अस्तित्व निर्माण होऊ शकलं. सार्त्र म्हणतो, अस्तित्व आधी आहे. नंतर आत्मा. कारण जर अस्तित्वच नसेल तर आत्मा कुठून घडणार?

कृष्णाच्या संदर्भात काय अर्थ असेल? प्रत्यक्षात तत्त्वचिंतनाच्या सर्व लढाया बालीश आहेत. मोठातल्या मोठ्या तत्त्ववेत्त्यांनी मनुष्यजातीच्या संदर्भात जे तत्त्वचिंतन केलं आहे ते लहान मुलांच्या छोट्याशा प्रश्नांत सामावलं जातं. जसं अंडं आधी की कोंबडी? मोठातल्या मोठे तत्त्ववेत्ते अशा तऱ्हेच्या बालीश प्रश्नांवर वाद घालत राहतात. जे जाणकार आहेत त्यांना माहीत आहे की अंडं आणि कोंबडी दोन भिन्न गोष्टी नाहीयेत. म्हणून पहिलं कोण हे असं अज्ञानी माणसंच विचारू शकतात आणि मोठा अज्ञानी त्याचं उत्तर देऊ शकतो.

जर आम्ही नीट समजून घेतलं की अंडं याचा अर्थ काय? तर त्याचा अर्थ लपलेली कोंबडी. कोंबडीचा अर्थ, लपलेलं अंडं. अंडं आणि कोंबडी दोन भिन्न गोष्टी असल्या तर कोण आधी 'प्रिसीड' या प्रश्नाला अर्थ होता. या दोन्ही एकच आहेत अथवा आमचा या एका गोष्टींकडे बघण्याचा ढंग वेगळा आहे. एकाच गोष्टीची दोन क्षणांत दिसणारी स्थिती. पण गोष्टी दोन नाहीयेत. बी आणि वृक्ष दोन गोष्टी नाहीयेत. जन्म आणि मृत्यू दोन गोष्टी नाहीयेत. भिन्नता नाहीये. एकाच गोष्टीचे दोन ढंग, दोन स्वरूपं आहेत. अथवा आम्ही पूर्णत्वाने बघू शकत नाही म्हणून आम्ही त्यांचं विभाजन करतो. आमची नजर लहान आहे. जसं एक मोठी खोली आहे. त्या खोलीच्या दाराला एक छिद्र आहे. त्या छिद्रातून मी आत बघतो, तर मला एक खुर्ची दिसते. मी माझी नजर वळवतो, तर दुसरी खुर्ची दिसते, मग पुन्हा नजर वळवतो तर तिसरी खुर्ची दिसते. या तीनही खुर्च्यांपैकी पहिली खुर्ची कोणती? मग मी आत जातो तेव्हा मला तीनही खुर्च्या एकत्र दिसतात. त्या एकत्र आहेत. मग मी म्हणतो, तीनही खुर्च्या एकत्र आहेत, एकाच वेळेस.

ऑक्सफर्ड युनिव्हर्सिटीमध्ये एक श्रेष्ठतम लॅबोरेटरी आहे डिलाबार नावाची. तिथे अतिशय मोठे शोध भविष्यात लागू शकतात. तिथे एक घटना घडली. एका कळीचा फोटो घेतला गेला. पण जेव्हा फोटो बघितला तेव्हा तिथे कळी नसून फूल आलं फोटोत. अतिशय संवेदनशील फिल्म होती ती. कळीचा फोटो घेतला गेला होता आणि फोटोत मात्र फुललेलं फूल आलं. आश्चर्य होतं. कारण डोळ्यांना कळीच दिसत होती. पण मग फूल कसं आलं फोटोत? मग म्हणजे कोणत्यातरी रहस्यमय जगात ते फूल होतं, जे आम्हाला दिसलं नाही. परंतु कॅमेऱ्याला दिसलं. कदाचित कॅमेरा खोलीच्या आत जाऊन बघू शकला. पण काहीतरी गडबड झाली. वाट बघावी लागली. जोपर्यंत कळी फुलत नव्हती. मग ती कळी फुलली. मग मात्र

आश्चर्य वाटलं. कारण त्या कळीचं फूल झाल्यानंतरचं रूप त्या कॅमेऱ्यात आधीच बंदिस्त झालेलं होतं. आता ही काही केमिकल चूक नव्हती. त्याच कळीचा तो फोटो होता. जेव्हा तो फूल म्हणून दिसला. फुललेली कळी आणि कळी... असतानाचा फुललेलं फूल दोन्ही फोटो सारखेच. दोन्ही सारख्याच गोष्टी!

याचा अर्थ असा की आमच्या बघण्याच्या पद्धतीमुळे एकदा आम्हाला अंडं दिसतं, एकदा कोंबडी दिसते. पण जर कृष्णासारखी नजर असेल आमच्यापाशी तर मग अंडं आणि कोंबडी एकत्रच दिसणार नाही का? कठीण जाईल. कारण हा तर्क आमच्या क्षमतेबाहेरचा आहे. परंतु शास्त्राने याचा स्वीकार केलेला आहे.

अजून एक उदाहरण देतो. गेल्या पन्नास वर्षांत कुणी विचारही केला नसेल, असा शोध शास्त्रात लागला आहे. अणूचा विस्फोट केला गेला आणि इलेक्ट्रॉनचा शोध लागला. इलेक्ट्रॉनला काय म्हणावं असा प्रश्न पडला कारण इलेक्ट्रॉनचा फोटो एकदा असा येतो, जशी लहर. आणि कधी असा येतो जसे कण! एकत्र दोन कॅमेऱ्यातून फोटो काढले तर एका कॅमेऱ्यात लहर येते, तर दुसऱ्या कॅमेऱ्यात कण दिसतात. आता जर कण म्हणू तर लहर नसणार आणि लहर म्हणू तर कण नसणार. काय म्हणायचं मग? म्हणून इंग्रजी भाषेत एक नवा शब्द तयार झाला. क्वांटा! क्वांटाचा अर्थ 'बोथ सायमल्टेनियसली!' दोन्ही एकत्र! लहरही आणि कणही. अंडंही आणि कोंबडीही.

तर सार्त्रबद्दल मी जरा विरोधात आहे आणि सार्त्रच्या विरोधकांच्याही विरोधात आहे. जे म्हणतात की अस्तित्व आत्म्याआधी आणि जे म्हणतात की आत्म्याआधी अस्तित्व मला दोघंही मान्य नाहीत. मी मानतो की आत्मा आणि अस्तित्व एकाच सत्याकडे बघण्याच्या दोन वेगवेगळ्या पद्धती आहेत. अस्तित्वच आत्मा आहे. आत्माच अस्तित्व आहे. जेव्हा आम्ही म्हणतो की परमात्म्याचं अस्तित्व आहे, तेव्हाही आम्ही चुकीच्या भाषेचा उपयोग करतो. कारण मग त्याचा अर्थ असा होतो की परमात्मा एक आहे आणि अस्तित्व हा दुसरा भाग आहे.

नाही, जर आम्ही नीट समजून घेतलं तर आम्ही म्हणू की परमात्मा अस्तित्व आहे. फुलाचं अस्तित्व आहे, हे योग्य कारण उद्या फूल नसेलही. पण परमात्म्याचं अस्तित्व कधी नसेल? तो तर अव्याहत आहे. माझं अस्तित्व आहे, हे म्हणणं योग्य. कारण उद्या माझं अस्तित्व नसेल. पण परमात्म्याचं अस्तित्व आहेच.

पण भाषा संभ्रमात टाकते. खरं तर परमात्म्याचा अर्थ आहे 'असणं!' परमात्म्याचा अर्थ आहे अस्तित्व! 'आहे' हा शब्द पुनरुक्ती आहे. जो आहे त्याचं नाव परमात्मा आहे. म्हणून या शब्दांच्या, भाषेच्या गुंतागुंतीत जो जाणतो तो पडत नाही. गप्प राहतो.

एका झेन फकिरापाशी एक माणूस गेला. म्हणाला, ईश्वराबद्दल काही सांगा, तर तो फकीर हसत राहतो, डोलत राहतो. 'काही तरी सांगा. हसून डोलून काय

होणार?' तर तो फकीर नाचू लागतो. 'वेड तर नाही ना लागलं? काही सांगा.' फकीर म्हणाला, मी तर सांगतोय पण तू ऐकत नाहीयेस.' 'कमाल आहे तुमची. स्वत: वेडे आहात, मलाही वेडं ठरवताय? एकही शब्द बोलला नाही आहात.' 'जर मी काही बोललो तर चूक होईल. जर मी न बोलताच तुम्ही समजू शकत नसाल तर जा तिथे, जिथे बोलून समजावलं जातं. पण मग त्यात परमतत्त्वात चूक होईलच. म्हणून आम्ही शेवटच्या क्षणापर्यंत बोलू शकतो; पण मग त्यानंतर गप्प व्हावं लागेल.'

विटगिंस्टीने आपल्या संपूर्ण जीवनानंतर एक छोटंसं वाक्य लिहून ठेवलं आहे. अगदी अद्‌भुत वाक्य आहे 'दॅट व्हिच कॅन नॉट बी सेड, मस्ट नॉट बी सेड' जे सांगू शकलं जात नाही ते सांगता कामा नये. पण इथं तरी बोलावंच लागतं. त्याच्या पहिल्या पुस्तकात त्याने लिहिलं आहे की जे काही सांगितलं जाईल ते भाषेतच सांगितलं जाईल. हे काही अंशी ठीक आहे. कारण गेश्चरला समजायला हवं तर तीही एक भाषा आहे. एक मुका हात उंचावून सांगेल, पाणी प्यायचं आहे. ती ही भाषा आहे. मुक्याची भाषा. म्हणून जे काही आम्ही म्हणू, मग त्या खाणाखुणा असोत, नाचणं असो, मूक असो... पण तो या सगळ्याच्या पलीकडे आहे.

म्हणून लाओत्सेने विटगिंस्टला एक अगदी गहिरं वाक्य सांगितलं की, सत्य बोललो की ते असत्य होऊन जातं. इतकंच सांगू शकतो. म्हणून जे जाणतात ते गप्प आहेत.

'भगवान श्री, तुम्ही साधारणपणे असं म्हणता की जेव्हा मी पूर्ण होतो तेव्हा तो सर्व अर्थाने 'न-मी' होऊन जातो. उपर्युक्त कथनाचंही तुम्ही खंडन करता. असं वाटतं की केवळ शब्दांवरचा भार तुम्ही बदलत आहात. पूर्ण मी आणि न-मी हे एकच नाही का?'

काहीही फरक नाहीये. कारण पूर्ण 'मी'चा अर्थच असा की तू राहिलाच नाहीस आता. सर्व तूमध्ये 'मी' सामावला गेला आणि जेव्हा सर्व 'तू'मध्ये मी सामावला तर त्याला मी म्हणण्यात अर्थ नाही. तसंच मग तूला तू म्हणणंही अर्थहीन आहे. म्हणून मग मी पूर्ण म्हणू आपण अथवा मी शून्य म्हणू आपण, या दोन्ही गोष्टी एकाच अर्थाने आहेत. दोन वेगळ्या पद्धती आहेत इतकंच. मी पूर्ण झालं तर शून्य होतं. मी शून्य होतं तर तो पूर्ण होतो. आपण कोणत्या पद्धतीने म्हणतो, याने फार काही फरक पडत नाही. परमसत्याला जर आम्ही हो म्हणतो, तरी ठीक आहे. नाही म्हणत तरीही ठीक आहे. कारण परमसत्याच्या संदर्भात 'हो'मध्ये नकार असेल आणि नकारात होकार असेल. म्हणून परमसत्याच्या संदर्भात आम्ही जर काहीही

म्हणत नाही तर ठीक आहे आणि खूप काही बोललो, अनंत काळ बोलत राहिलो, तरीही पूर्ण होणार नाही आणि गप्प राहिलो तरीही पुरेसं नाही.

सत्य जे आहे, जेव्हा आम्ही एखाद्या दृष्टिकोनातून बघतो, तेव्हा अडचणीत सापडतो. आम्ही अनेकानेक दृष्टिकोनातून बघतो. विचार, भाव, धारणा आणि म्हणूनच तो अपूर्ण असतो, अंशात्मक! इतकं जरी आम्हाला समजलं की जो दिसतो आहे तो केवळ त्याचा अंश आहे, तरीही ठीक आहे. पण प्रत्येक दृष्टिकोन सांगतो की मी पूर्ण आहे. तेव्हा संभ्रम निर्माण होतो. दृष्टी जर इतकंच सांगते की मी एक दृष्टिकोन आहे, तर मग धोका नाही.

दर्शन तेव्हाच होऊ शकेल जेव्हा कोणताही दृष्टिकोन नसेल. त्या दर्शनाला सांगण्याच्या दोन पद्धती असू शकतात. निषेध अथवा विधेय! तर आम्ही निषेधाचा उपयोग करू. जसा बुद्धांनी उपयोग केला आणि म्हणाले, निर्वाण आहे, शून्य आहे. जसा शंकरांनी उपयोग केला. म्हणाले, ब्रह्म आहे, पूर्ण आहे आणि मजेशीर गोष्ट आहे की शंकर आणि बुद्ध दोघं विरोधी वाटतात आणि दोघंही एकच गोष्ट सांगत आहेत. केवळ त्यांच्या भाषेचा मोह भिन्न आहे. शंकर विधायक शब्द पसंत करतात, बुद्ध नकारात्मक शब्द पसंत करतात.

जर कुणी मला विचारतंय की मी काय आहे तर मी सांगेन की शून्य एक नाव आहे ब्रह्माचं आणि शून्याचं एक नाव ब्रह्म आहे. आणि जिथे बुद्ध आणि शंकर दोघंही भेटतात, तिथे भाषा संपते. तिथून खऱ्या गोष्टींना सुरुवात होते.

'भगवान श्री, तुम्ही याचा तर स्वीकार केलात की पूर्ण मी आणि न-मी यात काही फरक नाही. पण याअगोदर एका चर्चेत तुम्ही सांगितलं आहेत की साधना पूर्ण मीच्या दिशेने नेते आणि उपासना न-मीच्या दिशेने नेते आणि साधना व उपासना यात तुम्ही खूप फरक केला आहेत. नंतर आता तुम्ही दोघांना एकच मानत आहात?'

नाही, मी असं म्हणालो नाही की साधना पूर्ण मीच्या दिशेने घेऊन जाते. मी म्हणालो, साधना मीच्या दिशेने नेते. साधना जर पूर्ण मीकडे नेत असेल, तर उपासनेत काही फरक राहिला नाही. पण साधना नेत नाही म्हणून साधकाला एक दिवस मीला हरवायला लागतं. ती मीच्या दिशेने नेते. कारण पूर्ण मी तेव्हाच शक्य आहे जेव्हा मी उरणार नाही. म्हणून साधकाला शेवटी एक उडी मारावी लागते. साधनेमुळे त्याला मी मिळेल, आत्मा मिळेल, पण आत्म्याला हरवण्यासाठी एक उडी आवश्यक होईल. जर नाही तसं केलं तर तो एक पाऊल आधी थांबेल.

उपासक ही उडी पहिल्याच दिवशी मारतो, साधकाला शेवटी मारावी लागते. साधक, साधना, प्रयास एके ठिकाणी येतात, जिथे मी उरतो आणि बाकी सर्व हरवतं. आता या मीलाही हरवायला हवं. उपासक सुरुवातीलाच मी हरवून बसतो म्हणून शेवटी त्याच्यापाशी हरवण्यासारखं काही उरत नाही.

उपासक सांगतो की जी गोष्ट शेवटी सोडायचीच आहे, तिचं ओझं वागवत कशाला डोंगर चढायचा? डोंगराच्या शेवटच्या कड्यापर्यंत, इतक्या उंचापर्यंत हे ओझं नाही नेता येणार वाहून! डोंगराच्या पायथ्याशीच सोडून द्या. टाकून द्या ओझं. पण आपण म्हणजे जिथपर्यंत नेता येईल, नेऊ, तर आपण संपूर्ण डोंगर चढेपर्यंत ओझं वागवतो. शेवटी शिखरावर गेल्यावर टाकूनच द्यावं लागतं. उपासक हेच काम पायथ्याशी करतो. हा फरक आहे. पण इतक्या दूरपर्यंत वागवत आणलेलं ओझं शिखरावर पोहोचल्यावर टाकून देताना साधकाला कठीण जातं अथवा तो त्या ओझ्यासकट तिथेच राहणं पसंत करतो. उपासकालाही सुरुवातीलाच हे ओझं टाकून देणं कठीण जातं. तरीही...

म्हणून साधकाची अडचण शेवटी आहे. उपासकाची सुरुवातीला आहे. आता हे समजत नाही की जगात कुणाला काय आवडेल? परंतु कृष्णाला समजून घेताना मी तुम्हाला असं सांगू इच्छितो की, जग कृष्णाचं उपासकच आहे.

> *'भगवान श्री, तुम्ही जे गेली सात-आठ वर्षं धर्मचक्र-प्रवर्तन करत आहात, त्याचं केंद्रीय तत्त्व ध्यान आहे असं वाटतं, तर कृपा करून सांगा की ध्यान आणि उपासना यात काय फरक आहे? आणि तुमच्या धर्मचक्र प्रवर्तनाचं केंद्र सूत्रध्यान आहे, साधना आहे की उपासना?*

माझ्यासाठी काहीही फरक नाही. या शब्दांनी काहीही फरक पडत नाही. सत्य हा प्रश्न आहे. मी ध्यानात, प्रार्थनेत, साधनेत, उपासनेत त्याच सत्याला सांगतो. माझ्यासाठी फरक नाही; पण जर कृष्णाच्या संदर्भात विचारत असाल, तर फरक आहे. महावीरांच्या संदर्भातही फरक आहे. महावीरांसाठी योग शब्द उपासना नाहीये. महावीरांना उपासना हा शब्द मान्य होणार नाही. महावीर साधना मान्य करतील. बुद्ध साधना मान्य करणार नाहीत. जीझस उपासना मान्य करतील, कृष्ण नाही करणार; पण मोहम्मद मान्यता देतील. त्यांचा स्पष्ट शब्द उपासना हाच असेल.

पण माझ्यासाठी कसलेही प्रश्न नाहीयेत. असं वाटेल तुम्हाला की मी काल जे बोललो होतो त्याच्या विरुद्ध आज बोलतो आहे. पण मला काही फरक पडत नाही. आत्ता कृष्णाबद्दल बोलत आहे म्हणून उपासनेबद्दल बोलत आहे. मागे महावीरांबद्दल बोलत होतो म्हणून साधनेबद्दल बोलत होतो. पुढे जीझसबद्दल बोलेन

तर ते अजून काहीतरी वेगळं असेल. माझ्यासाठी, मला जसं सत्य दिसतं, ते दिसण्यात आता काहीही फरक राहिलेला नाही की कुणासाठी कोणता फरक आहे. जसं महावीरांवर नृत्य थोपू... काही फरक नाही. जसे महावीर शांत उभे आहेत, अगदी आनंदात आणि कृष्ण झाडाखाली बासरी वाजवत आहेत, त्या आनंदात! काही फरक नाही. पण जर कुणी असं म्हणतं की महावीर आणि कृष्णाला काही फरक पडत नाही तर ते मला मान्य नाही. महावीर नृत्यासाठी मान्यता देणार नाहीत. कृष्ण महावीरांसारखे एखाद्या झाडाखाली नग्न उभं राहण्यास मान्यता देणार नाहीत. कृष्णाने झाडाखाली नित्य नृत्य केलं आहे, ध्यान नाही.

कृष्णाने कधी ध्यान केलं आहे, हेच ठाऊक नाही. महावीरांनी साधनेअगोदर नृत्य केलं हेही संभव नाही. तर जेव्हा कृष्णाबद्दल बोलतोय तेव्हा उपासनेवर भर देतो आहे. मला माझ्यासाठी अंतर नाहीये. साधना एका प्रकारच्या माणसांसाठी आवश्यक आहे आणि उपासना एका प्रकारच्या माणसांसाठी आवश्यक आहे आणि मला दोहोंत सत्य दिसतं आणि दोहोंत अडचणी आहेत आणि सुविधाही आहेत. पण दोन्ही गोष्टी नीट समजून घेणं तुमच्यासाठी गरजेचं आहे. उपयोगी आहे. माझ्यासाठी दोहोत अंतर ठेवणं जराही उपयोगी नाही. तुम्हाला निर्णय घ्यावा लागेल की साधनेच्या मार्गाने जायचं की उपासनेच्या मार्गाने जायचं. तुम्हाला बघावं लागेल की तुम्ही कोणत्या प्रकारचे आहात. ज्यांना पोहोचायचं आहे. त्यांना ठरवावं लागेल, जे जिथे आहेत आणि असं समजतात की ते पोहोचले, त्यांच्यासाठी काही प्रश्न नाही. जर एखाद्या दिवशी असं समजलं की ना कुठे जायचं आहे, ना कुठे पोहोचायचं आहे, तेव्हा ना मग उपासना शब्द सार्थक आहे, ना साधना शब्द सार्थक आहे.

एक झेन फकीर गुहेबाहेर झोपत असे. ती गुहा तीर्थक्षेत्राच्या वाटेवर आहे. यात्री जे त्या वाटेवरून तीर्थक्षेत्रावर जायचे ते फकिराला विचारायचे, 'इथे का झोपला आहेस? यात्रेला नाही यायचं का?' 'तुम्ही जिथे जात आहात, तिथे मी पोहोचलो आहे.' कुणी परतून येणारा विचारायचा, 'इथेच पडला आहेस? वरपर्यंत गेला नाहीस का?' 'तू जिथून येतो आहेस मी तिथेच राहतो.' अशी उत्तरं देऊन तो तिथेच पडून राहायचा. तर तो ना कधी तीर्थावर गेला, ना कधी जाणार. आणि यात्री त्याला वेड्यात काढत पुढे निघून जात राहतील. पण तो म्हणतो की तुम्ही जिथे जात आहात आणि जिथून परतून येत आहात, मी तिथेच आहे.

अशा माणसासाठी ना साधना महत्त्वाची ना उपासना. अर्थहीन आहे, तर मी कधी साधनेबद्दल बोलेन, कधी उपासनेबद्दल बोलेन तर कधी वेडेपणाबद्दल बोलेन. पण जर तुम्ही नीट समजून घेतलंत तर विरोधाभास दिसणार नाही, विरोधाभास नाहीच.

'एका ठिकाणी विरोधाभास जाणवला. तुम्ही म्हणालात की

कृष्ण जन्मत: सिद्धी आहेत आणि महावीर साधक आहेत. परंतु काश्मीरमधल्या शिबिरात तुम्ही म्हणाला होतात की महावीरांनी त्यांच्या पूर्व जन्मातच आपली सर्व साधना पूर्ण केली होती. या जन्मात त्यांना कोणतीही साधना करायची नव्हती, अभिव्यक्त करायचं होतं, तर महावीर जन्मानेच सिद्ध झाले, कृष्ण जसे झाले.'

नाही, मी असं नाही म्हणालो. मी इतकंच म्हणालो की महावीर जे काही झाले ते होऊन झाले. मग ते मागच्या जन्मातल्या साधनेमुळे असेल अथवा त्याहीमागच्या. त्याने काही फरक पडत नाही. ते जे काही झाले ते साधनेमुळे झाले. त्यांच्या सिद्धावस्थेअगारेदर त्यांची साधनेची यात्रा आहे. कृष्णाने कोणत्याही जन्मात कधी साधना केली नाही.

'सरळ पूर्ण झाले?'

आम्हाला कठीण वाटतं. सरळ पूर्ण झाले? आम्हाला वाटतं... तो फकीर हेच तर सांगतो आहे. लोक येणारे-जाणारे हेच विचारतात की इथे पडल्या पडल्या पोहोचलास? आम्ही तीर्थयात्रा करतो आहोत आणि तू...? असं होऊ शकत नाही आणि फकीर म्हणतो आहे की तुम्ही पडल्या पडल्या पोहोचू शकत नाही, तर मग वर चढून तरी कसे काय पोहोचाल? जिथे पोहोचायचं आहे ती अशी गोष्ट नाहीये की त्यासाठी यात्रा करणं आवश्यक आहे. पण आहेत एका पद्धतीचे, जे यात्रा केल्याशिवाय नाही पोहोचू शकत. आपल्या घराचा पत्ता जरी शोधायचा असेल, तर दुसऱ्यांना विचारूनच पोहोचू शकतात. हा पद्धतीतला फरक आहे. महावीर-कृष्णाच्या पद्धतीतला फरक आहे. साधनेशिवाय पोहोचणं हे महावीरांना मान्यच नाही, हे समजून घेणं आहे.

महावीरांना कुणी सांगतंय की साधनेशिवाय हे ठेवलेलं मिळतंय, तर ते म्हणतील, 'क्षमा करा, असं आम्ही घेणार नाही. कारण जे अर्जित केलं नाही, साधलं नाही ते घेणं म्हणजे चोरी. मोक्ष जरी त्यांना दान म्हणून मिळतोय, तरीही ते अमान्य करतील. आम्ही तर शोध घेऊ. ज्या दिवशी मिळेल, त्या दिवशी घेऊ.' कृष्ण म्हणतील की ज्यांना शोधून मिळतो, त्याला मिळवून तरी काय उपयोग? कारण जो शोधून सापडतो, तो हरवूही शकतो. आम्ही तर तोच घेऊ, जो आहेच. हा व्यक्तित्व भेद आहे. मी उच्च-नीच असं सांगत नाहीये. महावीरांसाठी जे कष्टपूर्वक, श्रमाने मिळतं... म्हणून तर त्यांचं नावही 'श्रमण' झालं आणि त्यांच्या

पूर्ण परंपरेचं नाव श्रमण-परंपरा झालं. जे काही मिळेल ते श्रमाने मिळेल, जे श्रमाशिवाय मिळतं ती चोरी. मग परमात्मा जरी श्रमाशिवाय मिळतो तरी त्यात काहीतरी गडबड, धोका आहे. महावीरांच्या भाषेत प्रयास, श्रम, पुरुषार्थ, साधना, संघर्ष असे शब्द आहेत. म्हणून त्यांची संपूर्ण परंपरा श्रमण-परंपरा आहे.

भारतात दोन परंपरा आहेत, श्रमण आणि ब्राह्मण! ब्राह्मण परंपरेचा अर्थ असा आहे की जे मानतात की ब्रह्म आम्ही आहोतच. श्रमण परंपरेचा अर्थ आहे की आम्हाला ब्रह्म व्हायचं आहे, आम्ही नाही आहोत. पण मी असं मानतो की ब्राह्मण, ब्राह्मण नाहीच आहेत. कारण असं म्हणणं की अधिकार नसताना अधिकारी आहोत, न जाताच पोहोचलो. कठीण आहे. साधारण मन म्हणतं, मिळवायला हवं, कष्ट घ्यायला हवेत. काही न करता कसं काय मिळणार? आमचं संपूर्ण गणित सांगतं की साधनेशिवाय साध्य नाही. श्रमाशिवाय उपलब्धता नाही. म्हणून ब्राह्मण कधी कधी चार-दहा शतकातून एखादा असेल. बाकी सगळे श्रमण आहेत. मग ते स्वत:ला जैन आणि श्रमण मानत असोत अथवा नसोत. म्हणून बुद्ध आणि महावीरांमधे फरक असूनही दोहोंच्या परंपरेला श्रमण नाव मिळालं. कृष्ण ब्राह्मण आहेत. ते म्हणतात, 'आम्ही ब्रह्म आहोतच.'

या दोन वैचारिक प्रक्रिया आहेत. म्हणून कुणी चूक अथवा बरोबर नाहीयेत.

'एक शेवटचं विचारतो. कृष्ण आपल्या पूर्वजन्मात कधी ना कधी अपूर्ण आणि अज्ञानी असतील?'

अपूर्ण अथवा अज्ञानी महावीरही कधी कोणत्या जन्मात नव्हते त्यांच्या. केवळ त्यांना समजलं ते या जन्मामध्ये आणि कृष्णाला नेहमीच माहीत होतं. अपूर्ण आणि अज्ञानी तुम्हीही नाही आहात. कुणीच नाहीये. बस, केवळ हे माहीत होणं बाकी आहे. जो फरक आहे तो अपूर्ण होण्याचा नाहीये. बोध होण्याचा आहे.

इथे सगळी माणसं निद्रिस्त आहेत. सूर्योदय झाला आहे आणि एक माणूस जागा आहे. पण सूर्य मात्र सगळ्यांसाठी उगवलेला आहे. जो जागा आहे तो जाणतो की सूर्योदय झालेला आहे. जे निद्रिस्त आहेत ते जाणत नाहीत की सूर्योदय झाला आहे. जेव्हा त्यांना जाग येईल, तेव्हा ते म्हणतील की आत्ता सूर्योदय झाला!– पण हे चूक आहे. योग्य आहे असं म्हणणं की सूर्य उगवलेलाच होता, आम्हाला जाग आत्ता आली. अपूर्ण, अज्ञानी ना महावीर होते, ना कृष्ण ना तुम्ही आहात!

परंतु कृष्ण स्वत:ला अशा पातळीवर कधीही जाणत नाहीत आणि तसा प्रयत्नही करत नाहीत. महावीर कधी प्रयत्न करतात की अपूर्ण आणि अज्ञानी नाही आहोत, जाणून घेतात की पूर्ण आणि ज्ञानी आहोत. जेव्हा हे समजतं, तेव्हाच हेही

समजतं की हे असणं हे नेहमीच होतं. केवळ आत्ता जाणलं आणि काय फरक पडतो? कुणाला दोन जन्म आधी समजतं, कुणाला दोन जन्मांनंतर समजतं. पण आम्हाला ते कठीण वाटतं, कारण आम्ही 'काळात' जगतो. सर्व प्रश्न हेच की कोण आधी? पण जगात काळाचा, वेळेचा ना प्रारंभ आहे, ना शेवट. आधी अथवा नंतर याला तेव्हाच अर्थ प्राप्त होतो, जेव्हा प्रारंभ आणि अंत असेल आणि जे पोहोचतात ते कालातीत असतात.

म्हणून मी एक अजब गोष्ट सांगेन की ज्या क्षणी महावीर पोहोचतात त्याच क्षणी कृष्ण पोहोचतात. पण हे समजणं जड आहे. बराच वेळ हवा समजवण्यासाठी.

एक मोठं वर्तुळ आहे ज्याला मध्य आहे आणि परिघापासून मध्यापर्यंत आपण अनेक रेषा काढू. परिघावर रेषांमध्ये अंतर असेल. मग दोन्ही रेषा केंद्रापाशी येता येता हे अंतर कमी होत जाईल आणि जेव्हा केंद्रापाशी, मध्यापाशी पोहोचतात तेव्हा अंतर समाप्त होतं. काळाचा जो परीघ आहे तिथे महावीर आणि कृष्ण यांच्यामधे अंतर आहे. सर्वांमध्येच अंतर आहे. पण ज्या दिवशी मध्यावर पोहोचता त्या दिवशी अंतर नष्ट होऊन जातं; पण हे आम्हाला समजणं जड जातं कारण आपण परिघावर जगतो, राहतो. मध्याची आम्हाला माहिती नाही.

असंही समजा, बैलगाडीचं चाक फिरतं. चाक फिरतं. पण मधला खिळा स्थिर राहतो आणि गंमत अशी आहे की स्थिर खिळ्यावरच चाक फिरतं. त्याच्याआधारे फिरतं, जो फिरत नाही. चाक दहा मैलांचा प्रवास करेल, पण खिळा म्हणेल मी जिथे होतो तिथेच आहे. तर चाक जे खिळ्याला जोडलं गेलेलं आहे ते दहा मैल चाललं पण खिळा कणभरही हलला नाही जो त्या चाकाला जोडला गेलेला आहे. या दोन्ही गोष्टी एकत्र कशा काय घडू शकतात? घडतात. कारण खिळा मध्य आहे आणि चाक परीघ आहे. परिघावर इतिहास, काळ आहे आणि खिळ्यावर सत्य आहे, ब्रह्म आहे.

महावीर आणि कृष्ण एकाच क्षणी तिथे पोहोचतात आणि तेव्हा मग हे कळत नाही की कोण आधी पोहोचलं, कोण नंतर पोहोचलं. पण परिघावर जगणाऱ्यांकडे काळाचा हा हिशेब आहे यावर उद्या बोलू.

> *'भगवान श्री, माझी एक प्रार्थना आहे. वेळ थोडा राहिला आहे. म्हणून संध्याकाळी एक स्वतंत्र प्रवचन द्यावं. गीतेत जे काही आमच्यासाठी उपादेय आणि हितकर आहे, ते पाच भागांत आम्हाला सांगावं आणि पहाटे त्या प्रवचनांवर प्रश्नोत्तरं व्हावीत.*

नको, मला जे सांगायचंय ते मी सांगेनच. त्याची चिंता नको आहे.

◆

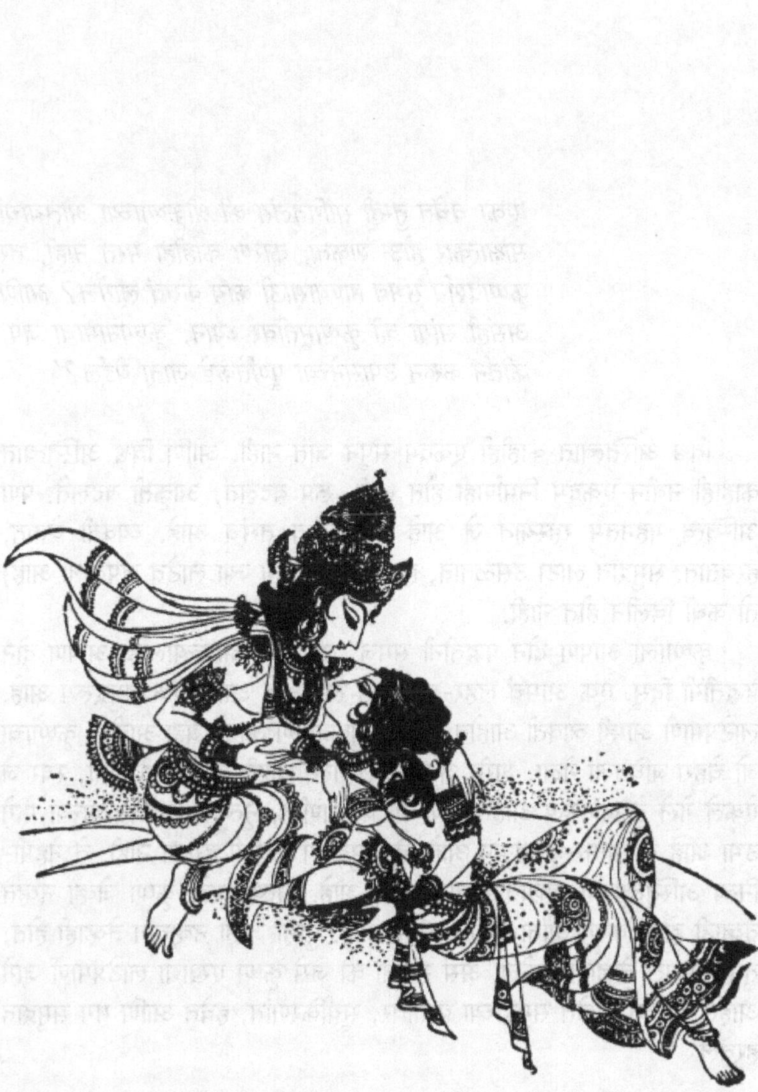

६

'एका चर्चेत तुम्ही सांगितलंत की श्रीकृष्णाच्या आत्म्याचा साक्षात्कार होऊ शकतो; कारण काहीही मरत नाही, तर कृष्णदर्शन संभव होण्यासाठी काय करावं लागेल? आणि असंही सांगा की कृष्णमूर्तीवर ध्यान, कृष्णनामाचा जप, कीर्तन करून उपासनेच्या पूर्णतेकडे जाता येईल?'

विश्व अस्तित्वात काहीही एकदम संपून जात नाही. आणि विश्व अस्तित्वात काहीही नवीन एकदम निर्माणही होत नाही. रूप बदलतं, आकृती बदलते. पण अस्तित्व गहनतम रहस्यात जे आहे ते नेहमीच तसंच आहे. व्यक्ती येतात, हरवतात. समुद्रात लाटा उसळतात, हरवतात. पण तो ज्या लाटेत लपलेला आहे, तो कधी विलीन होत नाही.

कृष्णाला आपण दोन पद्धतींनी समजू, बघू. मग आपल्यालाही आपण दोन पद्धतींनी दिसू. एक आमचं लहर-लाट तसं रूप आहे आणि एक समुद्ररूप आहे. लाटेप्रमाणे आम्ही व्यक्ती आहोत आणि समुद्राप्रमाणे आम्ही ब्रह्म आहोत. कृष्णाचा जो चेहरा बघितला गेला, शरीर जे बघितलं गेलं, वाणी जी ऐकली गेली, स्वर जे ऐकले गेले ते लाटरूप आहेत. पण जो या वाणीत, नृत्यात, व्यक्तित्वाच्या मागे उभा आहे तो सागर-समुद्ररूप आहे. हे समुद्ररूप कधीही हरवत नाही. ते नेहमी-नित्य अस्तित्वाच्या प्राणात निवास करत आहे. नित्य आहे. कृष्ण जेव्हा नव्हते तेव्हाही होतं, कृष्ण आता नाहीत तरीही आहे. तुम्ही जेव्हा नव्हतात तेव्हाही होतं, तुम्ही नसाल तेव्हाही असेल. असं समजा की जसे कृष्ण एखाद्या लाटेप्रमाणे जागे आहेत, नाचत आहेत समुद्राच्या छातीवर, सूर्यकिरणांत, हवेत आणि मग समुद्रात हरवले.

अचिंत्य धारेचे प्रतीकबिंदू : कृष्ण!

आम्ही सगळे असेच आहोत. थोडासा फरक आहे. कृष्ण जेव्हा लाटेप्रमाणे नाचत होते तेव्हा ते जाणत होते की ते समुद्र आहेत. जेव्हा आम्ही नाचतो, तेव्हा आम्ही विसरलेले असतो की आम्ही समुद्र आहोत. कारण आम्ही आम्हाला लाट समजतो, मग कृष्णाला समुद्र कसं काय समजणार? मग लाट ज्या आकारात साकार झाली होती, त्या आकाराचा उपयोग केला जाऊ शकतो, त्या लाटेच्या पुन:साक्षात्कारासाठी. पण खेळ हा छाया– जगाचा आहे. दोन-तीन गोष्टी समजून घेतल्या तर स्पष्ट होईल सर्व.

कृष्णाच्या समुद्ररूपाचा आजही साक्षात्कार होऊ शकतो. महावीरांच्या, बुद्धांच्या समुद्ररूपाचा आजही साक्षात्कार होऊ शकतो. ते माध्यम बनू शकतात. मूर्ती सर्वांत आधी पूजेसाठी बनवली गेली नव्हती. एका गुप्त विज्ञानासारखी बनवली गेली होती. त्या मूर्ती, ज्या व्यक्ती त्या रूपात जगल्या होत्या, असं वचन केलं गेलं होतं की या मूर्तीवर जर ध्यान केलं गेलं तर माझ्या समुद्ररूप अस्तित्वाशी संबंध होऊ शकेल.

कधी रस्त्यावर एखाद्या मदारीला 'हिप्नॉटिझम'चा एक छोटासा खेळ खेळताना बघितलं असेल. मदारी एका मुलाला झोपवतो आणि त्याच्या छातीवर एक ताईत ठेवतो. ताईत ठेवल्यानंतर तो मुलगा बेशुद्ध होतो. मग मदारी त्याला नाना प्रश्न विचारतो आणि तो उत्तरं देतो. तुमच्याजवळ मदारी येतो, नाव विचारतो हळूच. तुम्ही त्याच्या कानात तुमचं नाव सांगता. तो, मुलगा तिकडून ओरडून सांगतो तुमचं नाव. मदारी त्या मुलाला विचारतो की तुमच्या खिशातल्या नोटेचा नंबर काय आहे? आणि तो मुलगा नंबर सांगतो. मदारी तुम्हाला सांगतो की तो मोठा अद्भुत ताईत आहे. त्या ताइतामुळेच तो मुलगा इतका समर्थ झाला. मग तो चार-आठ आण्यांत तो ताईत विकतो. तुम्ही तो ताईत घेऊन घरी येता. छातीवर ठेवून झोपता. पण

काहीही होत नाही. होणारही नाही. त्या ताईताचा काही संबंधच नव्हता. पण त्या मुलासाठी होता.

'पोस्ट हिप्नॉटिझम' एक छोटीशी प्रक्रिया आहे. एखाद्या व्यक्तीला खोल बेशुद्धीत नेलं – जे अगदी सहज आहे आणि तशा अवस्थेत त्याला जर सांगितलं की हा ताईत नीट बघ आणि जेव्हा हा ताईत तुझ्या छातीवर ठेवेन, तेव्हा तू बेशुद्ध होशील. तर त्याच्या अचेतनेत ही आज्ञा इतकी खोलवर जाऊन बसते, की मग कधीही त्या व्यक्तीच्या छातीवर ताईत ठेवला तर ती व्यक्ती बेशुद्ध होते आणि बेशुद्धीत मेंदूतल्या अचेतन शक्ती कार्यरत होतात; जे आम्ही शुद्धीत असताना करत नाही ते आम्ही बेशुद्धीत करतो. जागृतावस्थेत जे आम्ही ऐकतो त्यापेक्षा जास्त तीव्रतेने बेशुद्धीत ऐकतो. तसंच दिसण्याचंही होतं. पण तो ताईत तुम्हाला उपयुक्त नाही, कारण तुम्हाला तशी अचेतनेत आज्ञा दिली गेलेली नाही.

कृष्ण, महावीर, बुद्ध, जीझससारखी माणसं जेव्हा पृथ्वीचा निरोप घेतात, तर जे त्यांच्यावर प्रेम करतात, ज्यांनी खूप काही मिळवलं आहे त्यांच्यापासून, आणि ते जर निवेदन करतात की जरी देहरूपातून तुम्ही आत्ता नसलात तरी जर आम्हाला तुम्ही हवे असाल तर आम्ही काय करावं? आणि अत्यंत गहिऱ्या ध्यानावस्थेत कृष्ण जर त्यांना सांगतात की ही घ्या माझी प्रतिमा, हे माझं रूप आणि जेव्हा तुम्ही ध्यान कराल तेव्हा लगेचच माझ्याशी संयुक्त व्हाल, माझ्या समुद्ररूपाशी. या प्रतिमा ध्यानावस्थेत दिल्या गेलेल्या प्रतिमा आहेत. प्रतीकं आहेत. त्या सर्वांसाठी उपयुक्त नाहीयेत. तुम्ही कृष्णाच्या मूर्तीसमोर आयुष्यभर ओरडत राहा, उपयोग होणार नाही. ध्यानावस्थेत तुमच्यात अंत:सूचना हवी की या मूर्तीद्वारे तुमचा संबंध त्या व्यक्तीशी होऊ शकेल, ज्याची ही मूर्ती आहे.

तर जेव्हा बुद्ध, महावीर, कृष्ण यांसारखी माणसं पृथ्वीचा निरोप घेतात, तर त्यांच्या अगदी जवळचा जो वर्ग आहे, त्यांना ते सूचना देऊन जातात. त्या वर्गाची जी पहिली पिढी असते, ती त्याचा संपूर्ण लाभ घेते. दुसरी पिढीही लाभ घेऊ शकते पहिल्या पिढीपासून जी त्यांच्या चित्तात ती सूचना गहिऱ्या ध्यानात असताना देते. हळूहळू सूचना हरवत जातात आणि हातात राहते मूर्ती. जसे तुम्ही बाजारात जाता, ताईत घेता हातात आणि सूचनांचा काही पत्ता नसतो. मग त्या मूर्तीला घेऊन तुम्ही बसा जन्मभर– काहीही होणार नाही.

जसं मूर्तीचं आहे, तसंच नामाचंही आहे. नामाचाही उपयोग होऊ शकतो. पण तेही ध्यानाच्या खोल मग्नतेत दिलं गेलं पाहिजे. आता गुरू लोकांचे कान फुंकत राहतात, त्याने काहीही होत नाही. प्रश्न कान फुंकण्याचा नाहीये. प्रश्न गहिऱ्या ध्यानात काही शब्द प्रतीक स्वरूपात देण्याचा आहे की त्या शब्दाचं स्मरण केलं. उच्चार केला रे केला की सर्व चेतना रूपांतरित होईल. अशा शब्दांना बीज शब्द

म्हणतात. त्यात काही भरलं गेलं आहे.

तर कृष्णाचं नाव जर बीज शब्द आहे. याचा अर्थ असा की जर ध्यानाच्या अगदी गहिऱ्या अवस्थेत तुमच्या चित्ताच्या अंतर्गत लपवला तो शब्द – आणि बी नेहमी खाली खोल जमिनीत लपवलं जातं, झाड तर वर दिसतं. बी अंधारात, गर्भात! तर तो शब्द आणि त्या बरोबरीने एखादी सूचना दिली गेली तर त्याचा परिणाम होण्यास सुरुवात होईल. रामकृष्ण अडचणीत होते. ते रस्त्यावरून जाऊ शकत नसत. जर रस्त्यावरून जाताना कुणी म्हटलं, 'जय रामजी की' तर ते तिथेच पडत. कोणत्या मंदिरात रामधून चालू असेल, ऐकली की ते तिथेच हरवून जात. बुडून जात. राम हा शब्द त्यांच्यासाठी बी होता. परिपूर्ण! पण हे मानणं आम्हाला जड जातं.

आमच्यासाठी सुद्धा काही बीजं आहेत, आम्ही समजून घेतलं पाहिजे. कोणी माणूस चिंतेत असेल तर लगेचच कपाळावर हात ठेवतो. तुम्ही त्याचा हात काढायचा प्रयत्न करा, तो अस्वस्थ होईल. कुणी एका विशिष्ट पद्धतीने बसतो काळजीत असताना– तुम्ही त्याला उठवा. तो अजून काळजीत पडेल, अस्वस्थ होईल.

डॉ. हरिसिंह गौर एक केस लढत होते कोर्टात. ते जेव्हा गोंधळलेले असत, अन्ईझी असत तेव्हा आपल्या कोटाचं वरचं बटण ते बोटांनी फिरवत. ही त्यांची सवय. जसं ते बटण हातात येई, त्यांची वाणी प्रखर होई. एक मोठी केस होती आणि त्यांच्या विरोधी पक्षातले वकील काळजीत होते. त्या वकिलाने डॉ. गौरच्या ड्रायव्हरला सांगितलं की हवे तेवढे पैसे घे, पण डॉक्टरांच्या कोटाचं वरचं बटण तोडून फेकून दे. ड्रायव्हरने तसं केलं.

शेवटचा दिवस होता केसचा. गौरने कोट चढवला आणि ते विवादासाठी उभे राहिले. त्यांनी बटणाकडे हात नेला. बटण हाताला लागेना आणि ते अचानक बेशुद्ध होऊन खुर्चीवर कोसळले. त्यांनी त्यांच्या आठवणींमधे लिहिलं आहे की, प्रथमच माझ्या मेंदूने काम करणं बंद केलं. जणू सर्वस्व हरवलं. मी आता काहीही बोलू शकणार नाही.

अजब गोष्ट आहे. एका बटणाचं एवढं सामर्थ्य? 'असोसिएशन' हा अर्थ आहे. बटणावर हात ठेवताच नेहमीच मन सक्रिय होतंय आणि बटण न मिळाल्यामुळे अचानक निष्क्रिय झालं. ही 'कंडिशन रिफ्लेक्स'ची गोष्ट आहे. नामाचा प्रयोगही अशा तऱ्हेने केला गेला आहे. पण केवळ रिकामे शब्द, त्यांचा उपयोग करून काहीही साध्य होत नाही. रिकामे शब्दात आणि बीजशब्दांत हाच फरक आहे. बीजशब्दांचा अर्थ असा आहे की तुमच्या अचेतन गहिरतेत त्यांना पेरायचं आणि बसवायचं की त्यांचं स्मरण होताक्षणी तुम्ही तत्काळ रूपांतरित व्हाल. तर ते

बी बनतात.

कृष्ण, राम, बुद्ध अथवा महावीर अशा तऱ्हेचे शब्द आणि मंत्र बीप्रमाणे उपयोगात आणले गेले आहेत; पण आता लोक असेच सहज उच्चारतात. हजारदा राम-राम असं म्हणत बसून राहतात; पण काही होत नाही. बी असता तो शब्द तर एकदाच उच्चारूनही पुरेसा होता, पुन:पुन्हा उच्चारण्याची आवश्यकता भासली नसती. आणि 'राम' याच शब्दाने होईल असंही नाही. कोणताही शब्द अ-ब-क बी बनू शकतो आणि तुमच्या व्यक्तित्वात खोलवर टाकता येईल पण आम्ही मूळ स्रोत सूत्रं हरवून बसतो. वरवरच्या गोष्टी राहतात. कुणीही राम-राम म्हणत राहतं, कृष्ण-कृष्ण ओरडत राहतं. काही उपयोग नाही.

कीर्तनाबद्दल विचारत आहात. ध्यानाच जो उपयोग आम्ही करत आहोत. ठीक तोच उपयोग कीर्तनाचा करता येऊ शकतो. जे जाणकार आहेत, त्यांनी तसाच उपयोग केला आहे. तसंच भजन, नृत्य यांचा उपयोगीही व्यापक प्रमाणात करता येतो आणि परिणामही व्यापक होतो. पहिला परिणाम तर हा आहे की जेव्हा मोठ्या भावनेने तुम्ही नाचू लागता, गहिरा भाव तर शरीर तुम्हाला वेगळं दिसू लागतं. शरीर वेगळं, तुम्ही वेगळे. थोड्याच वेळात तुम्ही द्रष्टा होता. नाचणारे उरत नाही. तो क्षण वेगळा होण्यासाठी उपाय केले गेले होते आणि तुम्ही तत्काळ तुटून वेगळे व्हाल, नृत्याबाहेर, दूर उभे राहाल. खिळा वेगळा राहतो आणि चाक फिरत राहतं आणि खिळा ओळखू लागतो की मी खिळा आहे आणि जे फिरत आहे ते चाक आहे.

नृत्याचा उपयोग चाकासारखा केला जातो. जोरात फिरत राहिलात एक वेळ येते अशी जिथे खिळा दिसू लागतो. मजेची गोष्ट आहे. चाक आणि खिळा दोन्ही स्तब्ध आहेत तर खिळा कोणता आणि चाक कोणतं हे समजणं कठीण जातं; परंतु चाक फिरू लागतं तर लगेच समजतं खिळा कोणता ते! नाचता तुम्ही, तुमच्या आत काहीतरी सुटत राहतं. जो नाचत नाही बस तो तुमचा खिळा आहे. तुमचा मध्य आहे. जो नाचतो तो तुमचा परीघ आहे. चाक आहे. या क्षणी जर साक्षी होत असाल तर कीर्तनाचा अद्‌भुत उपाय झाला; परंतु जर साक्षी नाही होऊ शकलात आणि कीर्तनच करत राहता, तर सर्व मेहनत वाया गेली. काही अर्थ नाही.

प्रक्रिया निर्माण होतात आणि हरवतात. हरवतात कारण सर्व प्रक्रिया अनिवार्यरूपे, मनुष्याचा जो स्वभाव असतो, जे सार्थक आहे ते विसरलं जातं आणि जे निरर्थक आहे त्याला धरून ठेवलं जातं. सार्थक खोल असतं, निरर्थक वरवरचं असतं. निरर्थक वस्त्राप्रमाणे वर असतं आणि सार्थक आत्म्याप्रमाणे आत असतं. जे आत असतं ते दिसत नाही. हळूहळू वरच्यासारखं होतं, विसरलं जातं. म्हणून अशी वेळ येते 'मीच आहे'. मला जर कुणी कीर्तनाबद्दल विचारतं तर मी स्पष्ट सांगतो की

काहीही होणार नाही. कारण मला माहीत आहे की कीर्तन आता एक मृत परंपरा झाली आहे. मृतवत् साचा. ते चाकच आहे. खिळ्याचा शोध लागणं कठीण होऊन बसलंय.

'चैतन्याचं नृत्य-कीर्तन म्हणजे एक बेभान होणं होतं?'

नाही, चैतन्याने जरूर भजन आणि कीर्तनातून ते मिळवलं, जे मिळवण्याची मी गोष्ट करत आहे. चैतन्याने नाचून मिळवलं, जसं बुद्ध आणि महावीरांनी उभं राहून मिळवलं. दोन्ही गोष्टी होऊ शकतात. खिळ्याला पकडण्याच्या दोन वाटा असू शकतात. एक वाट अशी की तुम्ही असे उभे राहा, की तुमच्यात कंपनच नसेल, इतके स्थिर. तशा अवस्थेतही तुम्ही खिळ्यापर्यंत पोहोचू शकता अथवा दुसरी वाट म्हणजे तुम्ही इतके हालचाल करणारे, इतके गतिमान की पूर्ण चाक फिरत राहील आणि खिळा दिसू लागेल. सोपा मार्ग दुसरा आहे. फार कमी लोकं आहेत जी चाक आणि खिळा स्थिर होऊन ओळखू शकतात. महावीर स्थिर राहून तर कृष्ण नाचून! आणि चैतन्य तर कृष्णाही जितके नाचले नाहीत तितका नाचले आहेत. त्यांचा सामना कुणीही करू शकत नाही. त्यांच्या नृत्याचा काही हिशेबच नाही आणि लक्षात घेण्यासारखी गोष्ट आहे इतकीच की आमच्या आत दोन– आमचा परीघ आहे. गतिमान आहे, परिवर्तन तिथे आहे आणि आमच्या आत आत्मा आहे. तिथे शाश्वतता आहे. तिथे परिवर्तन नाही. शांत, स्थिर नित्य उभा, खिळ्यासारखा, त्याला ओळखा.

ध्यानाचं जे दुसरं चरण आहे, त्यात याच गोष्टीवर गहिरा प्रयोग केला जातो. पण हे कीर्तनात सांगितलं गेलं नाहीये, कारण त्याचे शब्द आता अपदस्थ झाले आहेत. अर्थ हरवलेत. पैसा घासून घासून नकली झाले आहेत आणि मग एक वेळ येते की टांकसळीत नवी नाणी घालावी लागतात.

मला समजून घेण्यासाठी त्रास होईल कारण नव्या टांकसाळीत मी जी नवीन नाणी घालत आहे, ज्या कारणाने जुनी नाणी चालत होती. पण ती नाणी फार हाताळली गेली. त्यात ना चेहरा ओळखता येत, ना काय लिहिलं आहे हे वाचता येत. म्हणून प्रत्येक वेळी नवी सुरुवात करावी लागते आणि आजची नवी नाणीही पुढे तशीच जुन्या नाण्यांसारखी होणार आहेत आणि नवीन नाणी घालणाऱ्यांना मोठा सामना द्यावा लागतो की त्यांना त्याच नाण्यांशी लढावं लागतं ज्यांच्यासाठी ते जगत आहेत. लढणं नाइलाज होतो. नवीन नाणी बाजारात आणायची तर जुनी नाणी पुन्हा टांकसाळीत पाठवावी लागतात. मला ती नाणी तुमच्याकडून ओढून घ्यावी लागतात आणि नवी द्यावी लागतात. पण जुन्या नाण्यांचा मोह असतो. अनेक दिवस

हाताळलेली असतात. घासली, झिजली गेली. पण आपल्याच हातांनी, नवीन नाण्यांचा एकदम विश्वास वाटत नाही. धर्माबरोबर रोज असं घडतंय.

कीर्तनाचा मोठा उपयोग केला जाऊ शकतो. पण कठीण, कारण मी जेव्हा कीर्तन करेन तेव्हा तुम्हाला तेच कीर्तन वाटेल जे तुम्ही समजता. म्हणाल की अगदी योग्य कीर्तन करत आहात, आम्हीसुद्धा हेच कीर्तन करतो. आम्हीही राम-राम म्हणतोच आहोत. मग मला वाटतं की मी हे सांगून काही चूक तर नाही ना केली? मी तुमच्या राम-रामचं समर्थन नाही करत आहे. कारण तुम्ही जर कीर्तनाने पोहोचू शकला असतात, तर आत्तापर्यंत पोहोचला असतात. मी तर कीर्तनाचं जे मूळ आहे त्याबद्दल बोलतो आहे. नामाचं जे मूळ आहे, त्याबद्दल बोलतो आहे. तुमच्या कीर्तनाबात, नामाबाबत बोलत नाहीये. मूर्तीचं जे मूळ आहे त्याबाबत. तुमच्या घरात जी मूर्ती आहे त्याबाबत चर्चा करत नाहीये. ती तर मी काढून फेकून देईन.

पण याचा अर्थ असा नाही की त्या सूत्रांना काही अर्थ नाही. खूप काही होतं. सत्य तर हे आहे की आम्ही केवळ त्याच सूत्रांच्या नावे हजारो वर्षं चुकीची स्त्रोतं खेचू शकतो, ज्यात काहीही नाही. जर आम्ही एखादी गोष्ट हजारो वर्षं ओढून आणतो, काहीही प्राप्त न करता, तर त्याचा अर्थ इतकाच आहे की मनुष्य चेतनेत तो अनुभव लपलेला आहे जो प्राप्त झाला होता. चुकीच्या गोष्टी जर चालू राहतात, तर याचा अर्थ असा की त्या चुकीच्या मागे कधीतरी सत्य होतं जे आता हरवलं आहे. अन्यथा चुकीचं इतकं ओढून आणता आलं नसतं.

'भगवान श्री, महाप्रभू चैतन्याचं जीव-जग जे जगदीशाहून भिन्नही आहे आणि अभिन्नही आहे हा अचिंत्य भेदाभेद वाद आहे. तो तुमच्या खिळा आणि चाकाच्या जवळ येतो का?'

नक्कीच येतील, नक्कीच! चैतन्य हे कृष्णावर प्रेम करणाऱ्या यात्रेकरूंमध्ये सर्वाधिक महत्त्वपूर्ण आहेत. अचिंत्य भेदाभेद, यात महत्त्वपूर्ण शब्द आहे अचिंत्य – कधीही विचार न केलेला. जे विचार करतात, ते म्हणतील जगात जीव आणि जग यात भेद आहे तर भेदभाव होणार. अथवा ते म्हणतील की जीव आणि जग एक आहे तर अभेद वाद होईल. चैतन्य म्हणतात, दोन्ही आहे, भेद-अभेद! जशी लाट समुद्रापासून भिन्नही आहे आणि एकही आहे. निश्चितच. लाट भिन्न आहे म्हणून तर आम्ही नाव दिलं – लाट. आणि एकरूपही आहे. जर समुद्राशी एकरूप नसेल तर ती असणार कुठून? तर लाट एकरूपही आहे आणि भिन्नही आहे, तर

चिंतनात तसं येतं की एकरूप आणि भिन्नता दोन्ही आहेत. त्यावर एक शब्द जोडला जातो 'अचिंत्य'. विचारही न केलेला. हाच शब्द मोठा अद्‌भुत आहे. ते असं म्हणतात की हेही जर तुम्ही चिंतनाने प्राप्त केलंत तर तुम्ही काहीही मिळवलं नाही. विचारपूर्वक मिळवलंत, तर मग तो केवळ सिद्धान्त आहे. विचारांच्या बाहेर जून मिळवलंत तर मग अनुभवातून मिळवलंत.

समजून घेऊ.

जोपर्यंत आपण विचारपूर्वक मिळवतो, तोपर्यंत शब्दांतूनच मिळवतो आणि जेव्हा जगून मिळवतो तेव्हा शब्दांबाहेरचं मिळवतो. ते अचिंत्य असतं. संपूर्ण जीवन अचिंत्य आहे. काहीही चिंतन नसतं. प्रेमाबद्दल – शास्त्र म्हणून अफाट लिखाण झालं आहे प्रेमाबद्दल. विशाल साहित्य आहे प्रेमाबद्दल, काव्य, महाकाव्य, व्याख्या, चर्चा – तर एक माणूस आहे ज्याने प्रेमाबद्दल काहीही ऐकलेलं नाही, समजलेलं नाही, जाणलेलं नाही, पण प्रेम जगला मात्र आहे आणि एक आहे. ज्याने अत्यंत वाचन केलं आहे, चर्चा-व्याख्या प्रेमाच्या – या दोघांत फरक आहे. तो काय आहे? कसा आहे तो फरक? एकाची माहिती चिंत्य आहे आणि एकाची चिंतनातून मिळालेली आहे. एकाची माहिती अनुभव आहे आणि अनुभव नेहमीच अचिंत्य असतो. तो चिंतनातून येत नाही. चिंतनाअगोदर येतो आणि अनुभवामागून चिंतन येतं. अनुभव आधी आणि चिंतन केवळ अभिव्यक्ती– प्रकटीकरण.

म्हणून चैतन्य म्हणतात, अचिंत्य आहे आणि त्यांचा अर्थ याहून जास्त आहे. तसं तर मीराही म्हणते की 'सोच-समझ के परे है' पण मीरा कधी विचारपूर्वक स्त्री नव्हतीच. पण चैतन्य तर महातार्किक होतं. तर्काला अंत नव्हता. त्यांच्याशी विवाद करण्याइतकं सामर्थ्य कोणातही नव्हतं. ते कायम विजेते होते. तर जेव्हा असे चैतन्य सर्व विवाद करून, पांडित्य रचून, तर्क-ऊहापोह करून एक दिवस म्हणू लागले की मी नृत्य करणार आणि अचिंत्य शोधणार, तेव्हा त्याचा अर्थ वेगळा होतो. मीरा कधी तार्किक नव्हतीच. प्रेम तिचं जीवन होतं. प्रेमाची फुलं सहजी उमलत. चैतन्य मात्र विरुद्ध होते. प्रेमळ – प्रेम – असे नव्हतेच. आणि प्रेमाच्या दिशेने आले ते चिंतनाचा पराजय होऊन. आणि हा पराजय कुणा दुसऱ्याबरोबरचा नव्हता, आपल्याच आतल्या चिंतनाला पराजित करून ती जागा आली जिथे चिंतन हरतं आणि बाहेर उरतं जीवन.

म्हणून मी म्हणालो की कृष्णाच्या मार्गावर जे चालले, त्यांच्यात चैतन्याशी सामना करणारं कुणीही नाही. कारण चैतन्यसारखा माणूस नाचू शकत नाही. चैतन्यसारखा माणूस चिपळ्या, झांजा घेऊन भर रस्त्यात 'हरे कृष्ण, हरे राम' असं म्हणत नाचू लागत असेल, तर विचार करण्यासारखी गोष्ट आहे. त्यांच्या वक्तव्याला मोल येतं. मूल्य हे आहे की या माणसाचं नृत्यात उतरणं आणि झांजा-चिपळ्या

वाजवणं आणि सांगणं की अचिंत्य आहे तो आणि आता आम्ही चिंतन सोडून देतो आणि अचिंत्याने त्याला मिळवू हे या गोष्टीची जाणीव करून देतं की चिंतनाच्या पलीकडे केवळ तेच जाऊ शकतात जे गहन चिंतनात उतरतात. अशा सीमारेषेवर पोहोचतात जिथे दगड ठेवला आहे की बुद्धी इथपर्यंतच साथ देते. अशी जागा जिथे बुद्धी सीमांत होते. म्हणून चैतनांच्या वक्तव्याचं मोठं महत्त्व आहे. त्या दगडाच्या पुढे गेलं मूल्य. मीरा त्या दगडापर्यंत कधी पोहोचली नाही.

'भगवान श्री, अमेरिका, इंग्लंड वगैरे देशांमधे कृष्ण-चेतना आंदोलन व्यापक स्वरूपात सुरू आहे आणि कीर्तनाचा उपयोग केला जातो. त्यामुळे असं वाटतं की काही नवीन मनोरंजक गोष्टी घडत आहेत, तर तुम्ही असं म्हणू शकता का की कृष्णजन्माची काही पूर्वभूमिका तयार होत आहे?'

कृष्ण-चेतनेचं आंदोलन, गहिरं इम्प्लिकेशन आहे. युरोप, अमेरिकेत जोर पकडत आहे. जसे कधी चैतन्य बांगलामधल्या एखाद्या गावात नाचत, गुंजत निघत, तसं आज न्यू यॉर्क आणि लंडनमधल्या रस्त्यांवर हरिकीर्तन ऐकू येतं. हे अकस्मात नाहीये.

प्रत्यक्षात चैतन्य व्यक्तिगतरीत्या थकले होते. तिथे पश्चिम सामूहिक रूपात थकत होता. चैतन्य विचार करकरून थकले होते आणि त्यांना जाणवलं होतं की विचार करून काहीही साध्य होणार नाही आणि पश्चिमही थकत होता. सुकरातपासून बर्ट्रेंड रसेलपर्यंत पश्चिमेने केवळ विचारच केला आहे आणि विचार करकरून प्रयत्न केला आहे सत्याला शोधण्याचा. मोठी विशाल साधना होती तीसुद्धा, मोठा अद्‌भुत प्रयोग होता. सुकरातपासून रसेलपर्यंत की आम्ही विचारपूर्वक सत्य मिळवू आणि सत्याला तर्काच्या सीमेपर्यंत उपलब्ध करायचं आहे आणि अशा सत्याला पश्चिम निरंतर अमान्य करत आला आहे. जो तर्कात बसत नाही. अतर्क्याला त्यांनी मान्यता दिली नाही.

या पंचवीसशे वर्षांच्या यात्रेत पश्चिमने गहन तर्क केले आहेत. पश्चिम सामूहिकतेने थकला पण सत्याची झलकही मिळाली नाही. सतत वाटत राहिलं, मिळालं, जवळ आलं आणि जवळ जाऊन बघितल्यावर समजलं की केवळ सिद्धान्त राहिले हातात, सत्य नाही!

पश्चिमेची सामूहिक चेतना 'कलेक्टिव्ह कॉन्शसनेस' त्या जागेपर्यंत येत आहे जिथे चैतन्य व्यक्तिगत रूपात पोहोचले म्हणून पश्चिमेत 'एक्सप्लोझन' संभव आहे, जे होत आहे. वसंत ऋतूतल्या पहिल्या फुलांनी फुलायला सुरुवात केली

आहे. जागोजागी स्फोट होत आहेत. पश्चिमेतली युवा पिढी जागोजागी तुटत आहे. आणि त्या पिढीने अचिंत्य दिशेने वाटचाल करण्यास सुरुवात केली आहे. आणि अचिंत्य दिशेने प्रवास करायचा तर कृष्णाइतकं योग्य प्रतीक दुसरं नाही. महावीरांचं वक्तव्य अगदी तर्कशुद्ध आहे. महावीर जर रहस्याबद्दल बोलतात तरी भाषा नेहमी तर्काची असते. त्यांची विचारांची मालिका कधीही खंडित होत नाही. बुद्धांना जर जाणवतं की रहस्यमय गोष्ट आहे तर ते चर्चा करण्यास नकार देतात. ते म्हणतात, 'अव्याख्येय!' जिथपर्यंत तर्क जाऊ शकतो, त्याच गोष्टी बोलू.

पश्चिमेच्या चित्तात जो ताणतणाव आहे, तो चिंतनेतून निर्माण झालेला आहे. जो संताप, अस्वस्थता, ती अगदी परमपर्यंत खेचत नेल्यामुळे आहे. अगदी टोकापर्यंत! तिथे नवी पिढी असहकार पुकारेल, अनेक रूपांतून. कारण चैतन्य एक माणूस होते, तर एकाच रूपात होईल. एक संपूर्ण पिढी जेव्हा असहकार करेल तेव्हा अनेक रूपांत प्रकट होईल. त्या अचिंत्य यात्रेत सामील होण्यासाठी भजन-कीर्तनातून कृष्ण नामजप करतील, तर कुणी एल.एस.डी. आणि मेस्कलीनचा प्रयोग करू लागेल. त्या अचिंत्यतेत प्रवेश करण्यासाठी कुणी भारतात जाईल आणि हिमालयाकडे जाईल, तर कुणी जपानमधल्या फकिरांकडे जाईल. त्या अचिंत्यचा शोध चालू आहे.

पण मला असं वाटतं की कृष्ण या अचिंत्येच्या शोधात हळूहळू पश्चिमेच्या जवळ रोज जात आहेत. एल.एस.डी. दूरगामी साथीदार असू शकत नाही आणि कुठवर लोक भारतायात्रा करत राहतील? किती लोक? आणि जपानमधल्या झेन फकिरांच्या चरणी जाऊन बसून राहतील? पश्चिमेला स्वतःची चेतना शोधावी लागेल. या उधार गोष्टी फार काळ चालणार नाहीत.

आणि एक मजेशीर गोष्ट आहे. भारतात तुम्ही कुणा व्यक्तीला भजन-कीर्तन करताना बघता, तर तिच्या चेहऱ्यावर तो आनंदी भाव दिसणार नाही, जो लंडनमधल्या मुलामुलींच्या चेहऱ्यावर भजन-कीर्तन करतानाचा असेल आनंदी भाव! आमच्यासाठी ते अगदी घासून घासून गुळगुळीत झालेलं आहे. त्यांच्यासाठी हे नवं नाणं आहे. आमची ही परंपरा त्यांच्यासाठी मात्र उत्साहाचं, नावीन्याचं द्योतक ठरतेय. जेव्हा लंडनच्या रस्त्यावरून कुणी नाचत-गात जाऊ लागेल, तर ट्रॅफिक पोलिसांनाही वाटेल की वेड तर नाही ना लागलं? आमच्याकडे कुणी तसा विचार करणार नाही. पण जगातले धर्म वेड्यांमुळे चालतात, बुद्धिमानांमुळे नाही. जगात जिथे गोष्टी बदलतात, ते बदल वेड्यांमुळेच होतात. आमच्याकडे भजन-कीर्तन करणं म्हणजे वेडेपणा नाहीये. कधी काळी असेल. चैतन्य जेव्हा बंगालमध्ये नाचले होते तेव्हा वेडे ठरले होते. आता मात्र तसं नाहीये. ट्रेडिशन सर्व मान्य करतं. मोठमोठाल्या वेड्यांनाही पचवतं. जागा देतं.

पश्चिममध्ये स्फोटजनक परिस्थिती आहे म्हणून तिथले युवक जेव्हा नाचतात, तर त्या नाचात मोहकता, सरळपणा असतो. कृष्णजन्माची कोणतीही तयारी चालू नाहीये; परंतु कृष्ण चेतनेच्या जन्माची तयारी नक्कीच चालू आहे. कृष्ण चेतना आणि कृष्ण यांचा परस्परांशी काहीही संबंध नाही. कृष्णचेतना याचा अर्थ असा की एक अशी शक्यता की लोक कामं सोडून उत्सवाला धरतील. प्रतीकात्मक रूपाने कामाशी कृतघ्नता. खूप काम केलं, खूप चिंतन केलं जेवढं काही मनुष्य करू शकतो ते सर्व काही करून आता थकला. एक तर पश्चिम मरेल अथवा कृष्ण चेतनेत प्रवेश करेल आणि मरत तर काहीच नाही. कृष्ण चेतनेत प्रवेश करावा लागेल.

जीझस तेवढे प्रतीकात्मक पश्चिमवासीयांना वाटत नाहीत, कारण जीझस जे आहेत ते आरोपण आहेत आणि कृष्ण जे आहेत ते निवड आहेत. आणि ती माणसं आता उबली आहेत, अगदी गंभीररीत्या! टू मच सिरियसनेस कॉज्ड डिसिज्ड. अति जास्त गंभीरतेचे रूपांतर रुग्णात होतं. क्रॉसवर लटकलेला जीझस मोठा गंभीर आहे. 'क्रॉस' हे गंभीर प्रतीक आहे. क्रॉस नको. बासरी हवी आणि क्रॉसच्या विरोधात दुसरं प्रतीक जर शोधायचं असेल तर बासरीशिवाय काय असू शकणार? म्हणून कृष्णापाशी जाण्याची संभाव्यता पश्चिमेत दररोज वाढतच जाईल.

अजूनही कारणं आहेत.

कृष्णाच्या जवळ केवळ वैभवसंपन्न समाजच असू शकतो. कारण बासरी वाजवण्याची चैन दीन-गरीब समाजात असू शकत नाही. कृष्ण ज्या दिवसांत जन्मले त्या दिवसांत कृष्णाचा समाज बराच संपन्न समाज होता. अन्नधान्य मुबलक होतं. दही-दूध तोडलं, फोडलं जाऊ शकत होतं. दही-दुधाची मडकी रस्त्यांवर फोडली जाऊ शकत होती. संपन्न समाज होता. सुखी होती माणसं. वस्त्र-दागिने होते. एक माणूस काम करणारा आणि संपूर्ण परिवार बासरी वाजवू शकणारा अशी स्थिती होती.

पश्चिम आता पुन्हा या मापदंडाप्रमाणे श्रीमंत होत आहे. भारताला मात्र कृष्णासाठी अजून बरीच प्रतीज्ञा करावी लागेल. अजून भारतात कृष्ण, भारताच्या मनात ते फार खोलवर नाही जाऊ शकत. कारण दीन-गरीब समाज बासरी वाजवण्याच्या गोष्टींचा विचारही करू शकत नाही. त्याला जीझसच ठीक वाटतात. जो रोज स्वत: क्रूसावर लटकतो आहे म्हणून हे अगदी वाढत्या प्रमाणात घडत आहे की भारतात जीझसचं महत्त्व, त्यांचा प्रभाव वाढत आहे आणि पश्चिमेमध्ये कमी होत आहे. जर कुणी असा विचार करत असेल की मिशनरीवाले लोकांना धर्म बदलण्यास भाग पाडत आहेत, पण हे इतकंच पुरेसं नाहीये. जीझसचं प्रतीक भारतातल्या दीन-दु:खी मनांना खूप जवळ वाटत आहे. कृष्णाची स्वर्णमूर्ती आणि

रामाची वैभवशाली मूर्ती भारताच्या गरीब मनांना विषम वाटते. कदाचित पुढे असंही होईल की ही गरीब मनं, श्रीमंतांवर तुटून न पडता या मूर्तीवर तुटून पडतील; पण जीझसचा क्रूसावर लटकलेला देह या मनांना जवळचा वाटू लागला आहे. भारतात ख्रिश्चन धर्म स्वीकारणारे वाढत जातील, जसं पश्चिमेमध्ये कृष्णाच्या जवळ जाणारा समाज आपला धर्म सोडेल.

पश्चिमच्या मनात आता क्रॉसला काही अर्थ नाही. ना पीडा आहे, ना दु:ख. ते दिवस गेले. दु:ख एकच आहे की अतिसंपन्नता आहे आणि या संपन्नतेचं काय करायचं? म्हणून निश्चित नाचणारं प्रतीक, गाणं गाणारं प्रतीक, नृत्य करणारं प्रतीक जवळचं वाटू लागलंय. म्हणून पश्चिमेचं मन कृष्णाच्या मधुर बासरीने भरून जाईल, तर त्यात काही आश्चर्य नाही.

> *'भगवान श्री, पश्चिमेमध्ये 'कृष्ण कॉन्शसनेस'च्या आंदोलनाचं नेतृत्व इरॅशनल कवी एलन गिन्सबर्गने घेतलं आहे. चिंतक वर्गावर अजूनपर्यंत काहीही प्रभाव पडलेला नाही. दुसरं म्हणजे काल तुम्ही एफ्ल्युएंट सोसायटीबद्दल बोलत होतात. ती चतुर्वर्णी होती. गीतेतही, भागवतातही सुदामाचं जे वर्णन येतं, त्यात तो 'गरिबीचं प्रतीक' असं येतं. गीतेतल्या 'कलौ केशव कीर्तनात' आणि 'यज्ञानाम् जपयज्ञस्मि'चा अर्थ काय आहे?'*

नाही, मी असं म्हणत नाहीये की त्या वेळी कोणी गरीब नव्हतं आणि मी असंही म्हणत नाहीये की आज पश्चिमेत कुणी गरीब नाही. शोधल्यावर पश्चिमेत गरीब सापडतीलच. गरीब माणसं आहेतच. समाज गरीब नाहीये. त्या वेळेसही गरीब होते, सुदामाही होता. पण समाज गरीब नव्हता. समाजाची गरिबी ही वेगळी गोष्ट आहे आणि गरीब व्यक्ती शोधणं ही वेगळी गोष्ट आहे. आज आम्ही भारतातल्या समाजाला गरीब म्हणू शकतो. धनवानही मिळतील; पण धनवानांमुळे भारताचा समाज श्रीमंत होऊ शकत नाही. सुदामामुळे त्या काळातला समाज गरीब असू शकत नाही.

भारतातल्या इतक्या गरीब समाजात श्रीमंत माणसं तर मिळतीलच. पश्चिमेमधल्या श्रीमंत समाजातही गरीब माणसं मिळतीलच. प्रश्न हा नाही. प्रश्न असा आहे की बहुजन समाजाचा पूर्ण साचा संपन्न होता. त्या दिवसांमधल्या जीवनातल्या ज्या सुविधा होत्या त्या अधिकतम लोकांना उपलब्ध होत्या. आज अमेरिकेतल्या जीवनातल्या ज्या सुविधा आहेत त्या अधिकतम लोकांना उपलब्ध आहेत. संपन्न समाजात उत्सव

प्रवेश करू शकतो, गरीब समाजात उत्सव प्रवेश करू शकत नाही. गरीब समाज उत्सव साजरा करतो पण कर्ज घेऊन. होळीसाठी मागच्या वर्षातले कपडे सांभाळून ठेवतो. जुन्या फाटक्या कपड्यांना शिवून होळी खेळली जाते. खरं तर होळीच्या दिवशी जे सर्वांत चांगले कपडे आहेत ते घालून लोक खेळायला बाहेर पडत असत. त्याचा अर्थच असा होता की मुबलक कपडे आहेत, तुम्ही रंगवा! आम्हीही खेळतो होळी, पण आमचा हा खेळ म्हणजे केवळ एक पद्धत, रीत, रूढी सांभाळणं आहे. होळीच्या दिवशी नवीन कपड्यांवर रंग लागतो तर आमचं मन चुकचुकतं. पण पश्चिमेत होळी रंगू शकते. आता तिथे कृष्णाचा रंग आहे. आज ना उद्या होळी तिथे प्रवेश करेलच. त्यांच्याकडे कपडे, रंग, वेळ, फुरसत आहे आणि त्यांच्या होळीत एक आनंद असेल, जो आजच्या होळीत नसेल.

संपन्नतेचा माझा अर्थ आहे 'परिपूर्ण!' आणि जेव्हा पूर्ण समाज संपन्न होतो, तर जे त्या समाजातले गरीब आहेत ते सुद्धा त्या समाजातल्या संपन्नतेपेक्षा उच्च असतात, जो दरिद्री समाज असतो, म्हणजे आज अमेरिकेतल्या गरीब माणसाची पैशांवर इतकी पकड नसेल जितकी भारतातल्या श्रीमंत माणसाची असते. भारतातला श्रीमंतातला श्रीमंत माणूस पैसा असा धरून ठेवतो, कारण सर्वत्र गरिबी दिसत असते. जर त्याने ही पकड ढिली केली, तर उद्या तोसुद्धा दीन-दरिद्री होऊन जाईल.

मी एक घटना ऐकली आहे. एक मस्त, तगडा भिकारी एका घराच्या दाराशी भीक मागत होता. गृहिणीने त्याला मोठी भीक घातली. मग तिने त्याच्याकडे रोखून बघितलं की तो स्वस्थ, सुंदर आहे. ती म्हणाली, तुला बघून तू भिकारी, गरीब असशील असं वाटत नाही. भिकारी कसा काय झालास?' तो म्हणाला, 'अशाच पद्धतीने, जशी तू उद्या होशील. तू जितक्या आनंदाने दिलंस, तसंच मीही देत होतो. फार काळ जाणार नाही तुला रस्त्यावर यायला.'

जेव्हा चारही बाजूंनी गरीब समाज असतो तेव्हा पैशांवरची पकड घट्ट होते. श्रीमंतातला श्रीमंत माणूस पैसा धरून राहतो. समाज संपन्न असेल तर गरिबाहून गरीब माणूस पैसा सोडू शकतो. कारण भीती नसते. उद्या पुन्हा मिळतील अशी खातरी असते.

या अर्थाने मी म्हणालो. दुसरं जे विचारलं आहे तेही विचार करण्यासारखं आहे. एलन गिन्सबर्ग आणि अशा तऱ्हेच्या लोकांकडून जी एक उडी आहे, येत आहे... ही सर्वच्या सर्व माणसं मग ते एक्झिस्टेंशियलिस्ट असोत, बीटल असोत, बीटनिक असोत, हिप्पी असोत कशीही असोत, ही सर्वच्या सर्व माणसं इर्रॅशनलिस्ट आहेत. अबुद्धिवादी आहेत.

पश्चिमेतला कोणीही बुद्धिवादी आता या गोष्टींनी प्रभावित नाहीये. याची कारणं आहेत.

ही जी अबुद्धिवादी पिढी जन्मली आहे पश्चिमेत, ही मागच्या पिढीतल्या अतिबुद्धिवादी माणसांची आहे. ही त्याचीच प्रतिक्रिया आहे. खरं सांगू तर एखाद्या समाजात अबुद्धिवादी तेव्हाच जन्म घेतात जेव्हा बुद्धिवादी परमबिंदूपाशी पोहोचतात. रहस्याच्या गोष्टी तेव्हा सुरू होतात जेव्हा तर्क अगदी प्राण घेऊ लागतो. परमार्थाच्या गोष्टी तेव्हाच सुरू होतात जेव्हा पदार्थ छातीवर दगड ठेवून बसतो. आणि लक्षात ठेवा, गिन्सबर्ग, सार्त्र, कामू अथवा आणि कुणी... हे सगळे जण इथूनतिथून शेवटी ॲब्सर्ड होतात, हरवतात. अतर्क्यात हरवतात. यातून तुम्ही असं समजू नका की हे आमच्या ग्रामीण अबुद्धिवादी लोकांसारखे आहेत. ते त्यांच्या अबुद्धिवादींमध्ये मोठे बृद्धिवादी आहेत. त्यांचं जे अतर्क्य असणं, अचिंत्य असणं ते एका श्रद्धाळूसारखं नाहीये. ते चैतन्यासारखंच आहे. हे त्याचंच अचिंत्य होणं आहे, जो चिंतन करकरून थकून भागून गेला आहे आणि मग जाणलं आहे की हे सर्व निरर्थक आहे. तर गिन्सबर्गचं वक्तव्य, कविता जर अतर्क्य आहेत, अबुद्धिवादी, बुद्धिविरोधक आहेत, तर लक्षात ठेवा की त्याच्या या अबुद्धिवादी होण्यातही एक पद्धत आहे. एक व्यवस्था आहे.

नीत्सेने कुठेतरी म्हटलं आहे की मी वेडा आहे, पण माझ्या वेडं असण्याचा एक माझा तर्क आहे. मी असाच वेडा नाहीये. इतरांसारखा, जे वेडे असतात, तसा नाही. माझं वेडं असण्याचं एक कारण आहे. एक पद्धत आहे.

हे जे अबुद्धिवादी आहेत ते जाणीवपूर्वक आहेत, प्रयत्नपूर्वक आहेत, त्यांचा तसा आग्रह आहे. या अबुद्धिवादीमध्ये बुद्धिवादाचा स्पष्ट विरोध आहे. खंडन आहे. हे जे खंडन केलं जातं ते निश्चितच तर्काने नसतं. कारण तर्काने केलेलं खंडन बुद्धिवादी बनवतं. नाही, ते अतर्क्य जीवन-व्यवस्थेतून करतात. गिन्सबर्ग एका छोट्याशा कवी-संमेलनात कविता वाचत होता आणि त्याची कविता अर्थहीन आहे. एका कडव्याचा दुसऱ्या कडव्याशी काहीही संबंध नाही. प्रतीकंसुद्धा संबंधहीन आहेत. त्यांचा परंपरेशी काहीही संबंध नाही. मोठं दुःसाहस आहे. असंगती दाखवण्याचं मोठं धैर्य. असंगती दाखवण्याचं साहस– यापेक्षा मोठ साहस जगात दुसरं नाही. म्हणून हे साहस केवळ तोच करू शकतो, ज्याच्या प्राणांच्या अति खोलात संगतीचा भाव असतो. जो जाणतो की मी संगत आहे. कितीही असंगत बोलू, त्याने काहीही फरक पडत नाही. माझी संगती सुरक्षित आहे.

ज्यांची संगती खूप आत्मिक नाहीये, ते एकेक वक्तव्य तोलून-मापून करतील, कारण भीती असते की दोन वक्तव्यात असंगती जाणवली तर आतली असंगती प्रकट होईल. जो आतून कन्सिस्टंट आहे, तोच 'ही कॅन बी ॲफोर्ड टू बी इनकन्सिस्टंट'. तर तो गिन्सबर्ग अगदी असंगत कविता सांगत आहे, तर कुणी म्हणतो की मोठी असंगत कविता सांगत आहात. पण कविता अशी म्हणून काय

साध्य होणार? काही कृत्य करून दाखवा साहसी, तर गिन्सबर्ग सर्व कपडे उतरवून नग्न उभा राहतो. म्हणतो, 'हे माझ्या कवितेचं शेवटचं कडवं आहे. कृपा आणि तुम्हीही नग्न उभे राहा.' 'मी असं कसं करणार?' लोक विचारतात, 'गिन्सबर्ग, तू असं कसं काय केलंस? का केलंस?' तो म्हणतो, 'आम्ही विचारपूर्वक काहीही करत नाही. तसं झालं! त्याने विचारलं की कृती करून दाखवा, साहस दाखवा तर मग कवितेचा शेवट कसा करू? कोणतं साहस करू?'

पण हे अकस्मात आहे. त्यात विचारविनिमय नाहीये, पण अतर्क्य आहे. कवितेचा आणि या कृत्याचा काहीही संबंध नाही. कुणी कालिदास, भवभूती, रवीन्द्रनाथ असं नाही करू शकत. असा विचारच करू शकत नाही आम्ही की कालिदास, भवभूती, रवीन्द्रनाथ असं काही करतील. या माणसाला मात्र ते शक्य झालं. तो तेच सांगतो आहे की तर्काने विचार करकरून कधीपर्यंत जगणार? कधीपर्यंत तुम्ही दोन आणि दोन जोडून जगणार? हिशेब करत जगणार? सोडा त्या हिशेबाच्या वह्या आणि जगा. आता हे जगणं कसं असेल?

म्हणून गिन्सबर्गसारख्या व्यक्ती माझ्यासाठी गावंढळ, ग्रामीळ श्रद्धाळू नाहीयेत. पक्क्या, गहिऱ्या बुद्धिवादी परंपरेची शेवटची कडी आहेत. आणि जेव्हा बुद्धिवादी परंपरा मरते, जेव्हा तिला नाकारणारे जन्म घेतात... मी असं मानतो की कृष्णसुद्धा अतिमोठ्या बुद्धिवादाची शेवटची कडी आहेत. भारताने बुद्धिवादीचा परमबिंदू स्पर्शिला आहे. आम्ही शब्दांची सालपटं काढली आहेत. केसांना कापून, मधून चिरून टाकण्याचा प्रयत्न केला आहे. आमच्याकडे असं साहित्य आहे जे जगातल्या इतर कुठल्याही भाषेत अनुवादित होऊ शकत नाही. कारण इतके सूक्ष्म शब्द जगातल्या कुठल्याही भाषेत नाहीत. आमच्याकडे असे शब्द आहेत जे पूर्ण पानभर पसरतील. एकच शब्द पूर्ण पान व्यापून राहील. कारण आम्ही इतकी विशेषणं, बारकावे वर्णितो की तो शब्द पानभर पसरतो. कृष्णसुद्धा आत्यंतिक बुद्धिवादी परंपरेची शेवटची कडी आहेत. जिथे आम्ही वेद, उपनिषद, पतंजली, कपिल आणि कणादी, समस्त बृहस्पती यांचा विचार केला. विचार करकरून हरलो, थकलो. त्यांच्या शेवटच्या अगदी टोकाशी हा गृहस्थ कृष्ण येतो. तो म्हणतो, 'बस, खूप विचार करून झाला. आता जगायला सुरुवात करा. जगणार कधी?'

आणि याच संदर्भात दुसरी गोष्ट सांगतो, चैतन्यही बंगालमध्ये याच काळात येतात. बंगालमधल्या 'नव्वन्याय,' मनुष्यजातीच्या चिंतनाची जी शेवटची कडी स्पर्शिली गेली आहे ती स्पर्शिली गेली. ज्या गावात चैतन्य जन्मले, तो भारतातल्या तार्किकांचा अंतिम गाव आहे. नवदीप, जिथे ते जन्मले, भारतातले श्रेष्ठतम तार्किक नवदीपमध्ये जमले होते. ती तार्किकांची काशी होती आणि नवन्याय तिथे जन्मला.

आम्ही तर्कांची उंची गाठली जी अजून पश्चिमला गाठायची आहे. आत्ताचे त्यांचे तर्क जुने आहेत. अरस्तू त्यांचे तर्कशास्त्री आहेत. नवदीपमध्ये आम्ही अरस्तूंच्या पुढे आलो आहोत. कुणी पंडित जर नवदीपमधून आल्याचं समजलं तर त्याच्याशी कुणी विवाद करत नाहीत. अशा नवदीपमधला चैतन्यांचा जन्म आहे. ते स्वत:ही तार्किक आहेत. त्यांनी मोठ्या तार्किकांना नवदीपात हरवलं. नवदीप जिंकलं तर सारं जग जिंकलं.

नेहमी असं व्हायचं की लोक जिंकण्यासाठी जात आणि शिष्य होऊन राहत. एखादा तार्किक नव्हता तिथे, घराघरांतून तार्किक होते. पूर्ण गावच तार्किक! एकाशी जिंकलं तर दुसरा सामोरा यायचा, दुसरा जिंकला तर तिसरा... शिडीच होती. तर मग पूर्ण नवदीप जिंकून परतायचं कठीणच होतं. अशा नवदीपात चैतन्याने सर्वांना जिंकलं. आणि एके दिवशी याच चैतन्याने हातात झांजा-चिपळ्या घेऊन नाचायला सुरुवात केली. म्हणू लागला, अचिंत्य आहे सर्व. तेव्हा त्याच्या या म्हणण्याला मोठा अर्थ प्राप्त होतो. हा त्याच तर्काच्या परंपरेचा शेवटचा हिस्सा आहे. हा चैतन्य जो तर्काच्या गहनतम चिंताना, शोध, अन्वेषण, बारीकसारीक समज, त्यानंतर म्हणतो की मी नासमज होण्यास तयार आहे. आता मला समजूतदार नाही व्हायचं. आता आम्ही नाचू बेभान, तर्क करणार नाही. तर्काने सत्याचा शोध घेणार नाही. आता आम्ही जगू. तर्काच्या शेवटच्या कडीनंतर जीवन सुरू होतं.

'भगवान श्री, चैतन्य महाप्रभू आणि त्यांच्या अचिंत्य भेदाभेदीच्या गोष्टी झाल्या. गिन्सबर्गही बोललो. याआधीच्या शब्दांचा मंत्र होण्याच्या विशिष्टतेबद्दलही तुम्ही सांगितलंत. आणि हेच नाम-कीर्तनालाही लागू पडतं. तुम्ही हेही सांगितलंत की शब्दांचा उच्चार केल्याबरोबर द्वैत उभं राहतं. पण कृष्णाने मोठ्या विश्वासाने सांगितलं आहे की जो पुरुष ओम अक्षराचा उच्चार जप ब्रह्माचा उच्चार करत त्याच्या अर्थस्वरूपात चिंतन करत शरीरत्याग करतो, तो पुरुष परमगती प्राप्त करतो. भगवान श्री, कृष्णाच्या 'ओम्' शब्दाने अद्वैताचा बोध कसा काय होतो? 'ओम्' रॅशनल आहे की इर्रॅशनल? आपल्या ध्यान-प्रयोगात ओमला प्रवेश देण्यासाठी कोणते अडथळे होते?'

शब्द सत्य नाहीयेत. सत्य तर नि:शब्दातूनच उपलब्ध होतं आणि सत्याला प्रकट जरी करायचं असलं तरीही ते शब्दांतून प्रकट करता येत नाही. सत्य तर

नि:शब्दातूनच अभिव्यक्त होतं. मौनातूनच प्रकट होतं. मौन ही सत्याची वाणी आहे, असं मी सकाळी म्हणालो.

असं विचारलं आहे की असं असूनही तुम्ही म्हणता की शब्द बी बनतं आणि शब्दच साधनेचा आधार बनू शकतात. या दोन्ही गोष्टी वेगळ्या आहेत. मी सकाळी म्हणालो की शब्द सत्य नाहीत. पण जे असत्याने वेढलेले आहेत, सत्यापर्यंत पोहोचण्यासाठी असत्याच्या आधारानेच चालावं लागतं. अथवा उडी घ्या म्हणजे मग सरळ शब्दांतून मौनापर्यंत पोहोचाल. जर उडी मारायची हिंमत नसेल तर हळूहळू शब्द सोडून देत जा. बी शब्दाचा अर्थ आहे. सर्व शब्द सोडा, एकच शब्द धरा. मग शेवटी त्या एका शब्दालाही सोडून द्यावं लागतं. तो जो बीज शब्द आहे तो सत्यापर्यंत नाही नेता येत, केवळ मंदिराच्या दारापर्यंतच घेऊन जातो. जसे मंदिराबाहेर बूट-चपला काढाव्या लागतात, सोडून द्यायला लागतात तसंच शब्दालाही सोडून द्यावं लागतं. तेवढी दुविधाही बरोबर नेता येत नाही. तेवढा आवाजही बाधक आहे. सर्व शब्द म्हणजे अडथळाच तर आहेत, बीज शब्दही शेवटी अडथळा आहे.

म्हणून जे या बीज शब्दाबद्दल बोलतात, तेसुद्धा म्हणतील की तो एक क्षण येईल जेव्हा बीजशब्दही हरवेल, तेव्हा तुम्ही समजा की सर्व ठीक झालं. नाव जपा, पण नंतर अजपापर्यंत पोहोचा. जपाने सुरुवात करा आणि अजपापर्यंत पोहोचा. हेच आहे. मग ते सुरुवातीला सोडा अथवा शेवटी. कुठेतरी सोडून द्यावं लागेलच.

मी उडी घेण्याबद्दल बोलतो म्हणून साधनेत शक्यतो बीज शब्दापासून दूर राहण्यास सांगतो. रामकृष्णांच्या संदर्भात असं झालं आहे, त्यावरून समजेल.

रामकृष्णांनी आईला स्मरून परमात्म्याला आईचं रूप मानून साधना केली. मग असं झालं ते अशा स्थानावर पोहोचले जिथे शेवटची पायरी आली. आईसोबत पोहोचले. पण त्या पायरीनंतर मात्र एकट्यालाच प्रवेश मिळणार होता. आईलाही बरोबर नेता येणार नव्हतं. ते तर प्रतीक होतं. शब्द होता, रूप होतं, लहर होती. आता समुद्रात प्रवेश करण्याआधी ते प्रतीक सोडून देणं गरजेचं होतं. रामकृष्ण अडचणीत पडले. जिला इतक्या प्रेमाने बाळगलं, अश्रूंनी सिंचन केलं, नाचनाचून रमवलं, हाक मारमारून बोलावलं, श्वासाश्वासात बसवलं, शेवटच्या क्षणी सोडून द्यायचं!

तोतापुरी नावाच्या एका अद्वैतवादी साधकापाशी ते शिकतात सोडून द्यायला. तोतापुरी त्यांना म्हणतो, आईला सोडा. तोतापुरीसाठी प्रतीकाला काहीही महत्त्व नाहीये. एकटेच जाऊ शकता. रामकृष्ण डोळे बंद करतात. मग डोळे उघडून म्हणतात, 'नाही, हे शक्य नाही. मी मला सोडू शकतो, आईला नाही. तोतापुरी म्हणतो, 'पुन्हा प्रयत्न करा. कारण तुम्ही जर तुम्हाला सोडून द्याल तर मंदिराबाहेरच

राहाल. आई मंदिरात जाईल. त्यामुळे तुला काय मिळणार? काही अर्थ नाही. तुला जायचं आहे सत्याच्या समुद्रात, तर मग सोड. हे द्वैत नाही चालणार. ही प्रेमाची गल्ली अगदी बोळकांडच आहे. इथून शेवटी एकटंच जावं लागतं. पण रामकृष्ण सोडू शकत नाहीत. तीन दिवस तोतापुरी प्रयत्न करत राहतात. मग विचारतात, 'मी जाऊ?' रामकृष्ण म्हणतात, 'एकदा पुन्हा माझ्यासाठी प्रयत्न करा. कारण त्या अजाण असलेल्यासाठी तडफडतो आहे. पण या प्रतीकावर इतकं प्रेम केलं आहे की अगदी बांधला गेलो आहे आतून.'

मग तोतापुरी काचेचा तुकडा घेऊन येतात. रामकृष्ण डोळे बंद करून बसतात. तोतापुरी म्हणतात, 'या काचेच्या तुकड्याने जिथे माथ्यावर आज्ञाचक्र आहे, तिथे मी कापेन आणि मग जेव्हा रक्त वाहू लागेल आणि तुला हे कापलेलं जाणवेल तेव्हा एक तलवार उचल आणि आईचे दोन तुकडे करून टाक.' 'आईचे दोन तुकडे? हे काय सांगताहात? स्वत:ला कापू शकतो. आणि तलवार आणू तरी कुठून?' तोतापुरी म्हणतात, 'वेडा आहेस. जी आई नाहीये, तिला घेऊन आलास, तर जी तलवार नाहीये, तिलाही घेऊन ये. इतकं मोठं असत्य तू सत्य केलंस, जे कुठेही नाहीये, ते तू साकारलंस, तर मग एक तलवार साकार, त्याला वेळही लागणार नाही. तू कुशल आहेस, तलवारही आणशील. खोटी तलवार उपयोगी पडेल.'

रामकृष्ण डोळे मिटून बसतात. तोतातुरी जे सरळ उडी मारणारे, ते रामकृष्ण जे शेवटच्या पायरीशी अडखळले आहेत, त्यांच्या माथ्यावर काचेने कापतात आणि तेव्हाच रामकृष्ण हिंमत करून तलवारीने दोन तुकडे करतात. मूर्ती पडते. रामकृष्ण परमसमाधीत हरवतात. शेवटचा अडथळा गळून पडतो.

तर हे जे शब्द, मंत्र, बीज आहेत ते शेवटच्या क्षणी अडथळे बनतील, तेव्हा तलवार घेऊन त्यांना कापावंच लागेल. फार कष्ट पडतात म्हणून माझ्या शक्यतो प्रयत्न असतो की त्यांना संधीच द्यायची नाही.

पुढे असंही विचारलं आहे की, कृष्ण म्हणतात की, 'ओम् सद्‌रूपात मला बघून, जाणून, जगून ओळखून शेवटच्या क्षणी तू मला उपलब्ध होशील.' तर हा ओम् शब्द आहे की नाही?

हा ओम् शब्द मोठा अद्‌भुत आहे. असाधारण शब्द आहे. असाधारण कारण तो अर्थहीन आहे. सर्व शब्दांना अर्थ असतात, या शब्दात काहीही अर्थ नाही. म्हणून ओम्‌चा आम्ही जगातल्या कुठल्याही भाषेत अनुवाद करू शकत नाही. अर्थ असेल तर अनुवाद करता येतो. अर्थच नसेल तर?

हा शब्द ज्यांनी बनवला त्यांनी शब्द आणि नि:शब्दमधली एक कडी शोधली. शब्द आहेत अर्थपूर्ण, नि:शब्द – ना अर्थ आहे, ना अनर्थ आहे – पलीकडे पार

आहे. या दोहोंत ओम्चा एक पूल बनवला. समस्त शब्द ध्वनी अ, उ, म चा विस्तार आहेत. तिघांना जोडून ओम् बनला. म्हणून मग या ओम्ला शब्दांसारखं लिहिलंही नाही. त्याचं चित्र बनवलं. असं चित्र की वाटूच नये की हा काही शब्द आहे. एक चित्र आहे हे. आणि तिथे ते चित्र उभं आहे जिथे शब्द संपतात आणि नि:शब्दता सुरू होते. सीमेवरचा दगड आहे. तिथून पुढे शब्द नाहीत. म्हणून कृष्ण म्हणतात की, तू जर मला ओम्रूपात – ओम्चा अर्थ अर्थहीन, भाषाकोषात मिळत नाही, अशा शब्दात जर तू माझा विचार करू शकत असशील शेवटच्या क्षणी तर तू मला उपलब्ध होशील. शेवटच्या क्षणी या सीमेपर्यंत कोणी पोहोचू शकत असेल तर ती मोठी झेप असेल.

या ओम् शब्दात भारताच्या मनात खूप काही आहे भरलेलं. विस्तीर्ण अर्थ दिला आहे. इतका विस्तीर्ण की आत्ता त्यात काही अर्थ नाही. सीमा नाही. पण ओम्च्या धड्यात अर्थ नाही, अनुभवात अर्थ आहे आणि जेव्हा ध्यानात उतराल तर सर्व शब्द हरवतील. तेव्हा तुमच्या आत ओम्चा ध्वनी उमटू लागेल. तो उमटवावा लागणार नाही. जर तसं करावं लागलं तर धोका आहे की तो ध्वनी तुम्हीच करत आहात.

म्हणून मी ही ध्यानात ओम्चा ध्वनी बनवला नाही. जर आण तसा बनवला तर तो शब्दध्वनी होईल. ओम्चा ध्वनी एक तोही आहे जेव्हा आमचे सर्व शब्द हरवतात, तर केवळ तो उरतो. जेव्हा सर्व काही संपून जातं, सर्व शब्द, सर्व बुद्धी, सर्व विचार, तेव्हा एका ध्वनीचं स्पंदन उरतं, ज्याला या देशाने ओम्सारखं म्हटलं आहे, व्याख्या केली आहे. जेव्हा तुम्ही रेल्वेत बसून जात असता, तेव्हा गाडीच्या चाकांचा आवाज होत असतो. त्या आवाजांच्या अनेक व्याख्या केल्या जातात. ती चाकं जो आवाज करतात, तो तुमच्यासाठी केलेला नसतो. पण तुम्ही तुम्हाला जे हवं ते त्या आवाजात शोधू शकता. तो तुमचा शोध असेल जेव्हा विशाल शून्य उत्पन्न होतं, तर त्याचा एक स्वत:चा आवाज आहे, स्वत:चं संगीत आहे. साउंड ऑफ कॉस्मिक सायलेन्स. जेव्हा जेव्हा शून्य होतं, तेव्हा तेव्हा एक ध्वनी आहे स्वत:ची. त्या ध्वनीचं नाव अनाहत आहे. कोणत्याही कारणामुळे निर्माण होत नाही.

आम्ही टाळी वाजवतो तर तो आहत नाद आहे. दोन गोष्टींच्या आपटण्यामुळे निर्माण होतो. आहत नादाचा अर्थ आहे दोन वस्तूंचं आपटणं! ढोल वाजतो – आहत नाद आहे. बोलतो – तर दोन ओठ आणि जिभेचा आहत नाद आहे. जेव्हा सर्व बंद होतं, जिथे दोन उरत नाहीत, एकच राहतो तेव्हा अनाहत नाद असतो. न आपटण्यामुळे जो ध्वनी, तो ध्वनी अनाहत नाद. अनाहताला या देशातल्या मुनिवर्यांनी 'ओम्' असं म्हटलं आहे. तशी व्याख्या केली आहे. इतर देशातल्या

मुनिवर्यांनीही जी व्याख्या केली आहे ती जवळपास ओमची व्याख्या आहे. जसे ख्रिश्चन 'आमीन' म्हणतात, मुसलमानही 'अमीन' म्हणतात. ती ओमीन, ओमचीच व्याख्या आहे. उपनिषदाच्या शेवटी ऋषी लिहितात, 'ओम शान्तिः शान्तिः शान्तिः!' मुसलमान आयत वाचतात. शेवटी म्हणतात 'आमिन आमिन आमिन!' त्यांना विचारा आमिनचा अर्थ काय? आमिन अर्थहीन आहे. कॉस्मिक ध्वनीची व्याख्या आहे ती. ओम्ची व्याख्या. तसंच ख्रिश्चनही आमिनचा उपयोग करतात.

इंग्रजीत काही शब्द आहेत 'ओमनिसियेंट', 'ओमनीप्रेझेंट', 'ओमनीपोटेंट' – अजब शब्द आहेत. इंग्रजी भाषेत शास्त्रात त्यांच्या उत्पत्तीचं सूत्र नाही. सर्व ओम्ने निर्माण झालेले शब्द आहेत. भाषाशास्त्राला पेच पडतो की यांचा अर्थ काय? ज्याने 'ओम्' बघितला आहे तो ओमनिसियेंट आहे. जो ओम्मध्ये उपस्थित झाला तो ओमनीप्रेझेंट. जो ओम्शी निगडित झाला तो ओमनीपोटेंट! त्याला तितकी ऊर्जा मिळाली जितकी ओमची आहे. तो तितका शक्तिशाली झाला जितका ओम् आहे.

ही ओम्ची व्याख्या अनेक रूपांत शोधली गेली. पण जगातल्या दोन मोठ्या धर्मरिषांनी... ही एक मजेशीर गोष्ट आहे. जैन हिंदूचं काहीही स्वीकारणार नाहीत, पण ओमला नाकारणार नाहीत. जैन, बुद्ध आणि हिंदू यांच्यात एकच शब्द समान आहे. तो म्हणजे 'ओम्'. त्यांची व्याख्या ओमीनची आहे की आमीनची की ते ओम म्हणतात... हे नक्की नाही सांगता येत. पण एक गोष्ट नक्की की आमिन आणि ओम्मध्ये एकाच ध्वनीची व्याख्या केली गेली आहे. तो ध्वनी अंतिम आहे. जेव्हा आम्ही सर्व शब्दांच्या पलीकडे पोहोचतो तेव्हा एकच ध्वनी शिल्लक राहतो जो 'कॉस्मिक साउंड' आहे.'

झेन फकीर आपल्या साधकांना सांगतात की, तुम्ही अशा जागी जा आणि अशी गोष्ट शोधून काढा जिथे एका हाताने टाळी वाजते. झेन फकिरांचा हा स्वतःचा ढंग आहे 'अनाहत' सांगण्याचा. अनाहत हा शब्द त्यांना ठाऊक नाही. जिथे एका हाताने टाळी वाजेल, तिथे ओम् उरेल. जिथपर्यंत दोन हातांनी टाळी वाजेल, तिथपर्यंत शब्द असतील, आवाज असेल.

मी जाणूनबुजून ध्यानात ओम्ला का नाही स्थान दिलं? जाणीवपूर्वक नाही दिलेलं. कारण तुम्ही ओम्चा उच्चार करणार, तर तो तुमच्याद्वारे निर्माण झालेला ध्वनी असेल. तो आहत नाद असेल. मी वाट बघतो आहे अशा ओम्ची की जेव्हा तुम्ही पूर्णपणे हरवून जाल आणि ओम् प्रकट होईल, जो अगदी आतून येईल. तो हुंकार असेल, अनाहत असेल. त्या दिवशी जसं कृष्ण म्हणतात, योग्य म्हणतात की जर तुम्ही ओम्ला समजलात आणि जाणलंत आणि जगलात, शेवटच्या क्षणी तुम्हाला मी प्राप्त होईन. ते योग्य म्हणतात. पण तो तुमच्याकडून म्हटला गेलेला

ओम् नाही. मृत्यूक्षणी तुम्ही तुमच्या ओठांतून ओम् ओम् म्हणत राहाल तर व्यर्थ मेहनत घ्याल. शांततेने मरू शकत होतात आणि अशांततेत मेलात.

ओम् आला पाहिजे, प्रकट व्हायला हवा, विस्फोट झाला पाहिजे... तसा असतो. आता ध्यानाला सुरुवात करू या...

◆

७

'तुम्ही म्हणाला आहात की श्रीकृष्णाच्या मार्गात कोणतीही साधना नाही. केवळ पुनरात्मस्मरण आहे. परंतु तुम्ही सात शरीरांच्या साधनेबद्दल सांगता, तर सात शरीरांच्या संदर्भात कृष्णसाधनेची रूपरेषा काय असेल, कृपया स्पष्ट करा.'

कृष्णाच्या विचारदर्शनात साधनेला स्थान नाही. म्हणून सात शरीरांचाही काही उपयोग नाही. साधनेच्या मार्गावर जे मैलांचे दगड मिळतात, ते उपासनेच्या मार्गावर मिळत नाहीत. साधना माणसाला जशा प्रकारे विभाजित करते, तशी उपासना करत नाही. साधना पायऱ्या तयार करते, म्हणून माणसाच्या व्यक्तित्वाचे सात भाग पाडते. मग एक एक पायरी चढण्याची व्यवस्था करते. पण उपासना माणसाच्या व्यक्तित्वाचे भाग करत नाही. खंडित करत नाही. माणसाचं जसं अखंड व्यक्तित्व आहे, ते पूर्णपणे उपासनेत लीन करते.

म्हणून साधकांनी तर बऱ्याच पायऱ्या बनवल्या आहेत, मैलांचे दगड तयार केले आहेत, सप्त शरीरांत विभाजन केलं आहे. सात चक्रांत शरीराचं विभाजन केलं आहे, तीन भागांत विभाजन केलं आहे. वेगवेगळ्या साधकांनी वेगवेगळ्या पायऱ्या तयार केल्या आहेत साधनेच्या. परंतु उपासनेच्या जगात कोणतंही विभाजन नाही. जसा माणूस आहे तसाच्या तसा त्याला पूर्णपणे स्मरण करायचं आहे. स्मरण खंडित नसतं. साधना खंड-खंड असू शकते. कोणा माणसाला असं स्मरण होत नाही की, मी थोडा परमात्मा आहे आणि थोडा नाहीये. जेव्हा स्मरण होतं तेव्हा ते पूर्णत्वाने असतं.

स्मरणाची प्रक्रिया वेगळी आहे. ती अकस्मात आहे. हळूहळू होत जाणारी नाहीये. एका झटक्यात स्मरण घडतं. विस्फोट! साधनेचा एक क्रम आहे. स्मरणाला

अकर्माचे पूर्ण प्रतीक : कृष्ण!

क्रम नाही. उदाहरणार्थ, तुम्हाला कुणाचं तरी नाव नक्की माहीत आहे. पण आठवायला हवं तेव्हा नेमकं आठवत नाही. म्हणता तुम्ही की अगदी ओठांवर आहे. जिभेवर आहे. मजेशीर आहे हे. जिभेवर आहे, पण आठवत नाही. असंमजस परिस्थिती. विस्मरणाचा अर्थच हा की जे माहीत आहे, ते आठवत नाही. मनाच्या गाभाऱ्यात आहे, पण मन:पटलावर उमटत नाही.

मग तुम्ही काय करता?

खूप प्रयत्न करता. डोकं खाजवता, हातवारे करता, येरझारा घालता. जितकं आठवायचा प्रयत्न करता, तितकं ते आठवत नाही. का? कारण जितका शोध घेत जाता तितका ताण वाढत जातो. आणि जितका ताण वाढतो तितके तुम्ही आपल्या मनाच्या गाभाऱ्यापासून तुटत जाता. तणावपूर्वक मन खंडित होतं. शांत मन एकत्रित येतं. एकाच वेळेस तुम्ही आठवत असता आणि असंही म्हणत असता की आठवत नाहीये. दोन्ही विरोधात्मक क्रिया–एकाच वेळेस! मग आत्मविश्वास हरवतो. मन ताणलं जातं. आठवण येत नाही. मग म्हणता, जाऊ दे. सोडून देऊ. ती व्यक्ती मग इतर काही कामं करू लागते आणि अचानक आठवतं नाव. जेव्हा असं आठवतं तेव्हा ते पूर्ण आठवतं की अर्धं? पूर्णच आठवतं.

का? अकस्मात, तणावरहित अवस्थेतच का आठवतं? ताण जातो, आठवण्याचे प्रयत्न सोडून दिले जातात. दोन्ही मनं जी तुटलेली होती, आठवण करणारं, ज्याला आठवत होतं ही दोन्ही मनं लढत होती. तो लढा संपला. प्रयत्न संपले. जे प्रयासाने साध्य होत नव्हतं ते अप्रयासाने उपलब्ध झालं. आणि ही आठवण अर्धवट नसते, पूर्ण असते. कारण तुम्हाला पूर्णच माहीत होतं.

हे मी एक उदाहरण म्हणून सांगितलं. आमच्या सामान्य स्मृतीची गोष्ट आहे ही. या स्मृतीत मन दोन भागांत काम करतं. कॉन्शस माइंड आणि अनकॉन्शस

माइंड. चेतना मन आणि अचेतन मन. असं समजू शकतो की चेतन मन आमच्या मनाचा जो भाग आहे ज्यात आम्ही चोवीस तास काम करतो. अचेतन मन आमच्या मनाचा तो भाग आहे जिथे आम्ही क्वचित असतो. चेतन मन प्रकाशित मन आहे, अचेतन मन अंधारात बुडलेलं मन आहे. हे जे आठवणीचं उदाहरण मी सांगितलं, ते अचेतनेत दबलं गेलेलं आणि चेतन आठवण करणारं. चेतन अचेतनेशी झगडा करणारं, जोपर्यंत लढणं चालू तोपर्यंत आठवणं कठीण. जसं लढणं संपवलं, दोघं मिळतात आणि आठवतं. अचेतन अगदी दाराशी उभं, चेतनेत प्रवेश करण्यासाठी, त्यालाच तुम्ही म्हणता 'अगदी जिभेवर आहे'.

परमात्म्याची आठवण, आत्मस्मृती. ही अजूनच गहिरी गोष्ट आहे. ती अचेतनेच दबली गेलेली नाही. याच्या खाली अजून एक अचेतन मन आहे, ज्याला आम्ही 'कलेक्टिव्ह अनकॉन्शस' आमच्या सर्वांचं, सामूहिक अचेतन मन म्हणू. असं म्हणू की चेतन मन आहे आमचा वरचा प्रकाशित भाग. त्याच्या खाली अचेतन मन, आमचा व्यक्तिगत काळोखात दबला गेलेला भाग, त्याच्या खाली सामूहिक मन, जो अजून काळोखात दबला गेलेला भाग आणि त्याच्याही खाली 'कॉस्मिक अनकॉन्शस' जो समस्त जीवनाचा, समस्तांचा अंधारात दबला गेलेला भाग. परमात्म्याची स्मृती त्या समष्टी अचेतनेत दबून गेलेली आहे, तर स्मरणाचा अर्थ इतकाच की आम्ही आमच्या आत इतकं एकरूप व्हायला हवं की केवळ आपल्या अचेतनेशी जोडले जाऊ, सामूहिक अचेतनेशी जोडले जाऊ आणि त्याहीपेक्षा समष्टी अचेतनेशी जोडले जाऊ.

उदाहरणार्थ, तुम्ही ध्यानाला बसता, तर जेव्हा ध्यानमग्न होता, तर आधी तुम्ही व्यक्तिगत अचेतनेत उतरता. रडता, हसता, नाचता या क्रिया तुमच्या व्यक्तिगत अचेतनेतून प्रकट होतात. परंतु दहा मिनिटं पूर्ण होता होता तुम्ही व्यक्तिगत राहत नाही. तुम्ही सामूहिक अचेतनेत उतरता. त्या क्षणी असं वाटत नाही की, मी नाचत आहे, तेव्हा असं वाटतं की नाच चालू आहे आणि मी त्याचा एक भाग आहे. मी हसतोय, रडतोय असं वाटत नाही. वाटतं की हसू-रडू फुटतंय. आणि मी भागीदार आहे. असं वाटत नाही की मी आहे. उलट असं वाटतं की सर्वच नाचत आहेत, सर्व जग नाचतंय. कणन्‌कण नाचतोय. त्याचा एक भाग मीही आहे.

त्याच्या खालच्या भागात सामूहिक अचेतनेत जेव्हा तुम्ही उतराल तेव्हा तर हा नाचही समजत नाही. तुम्हीही त्या नाचातला एक भाग आहात हेही समजत नाही. तुम्हाला जाणवेल की तुम्ही आणि सर्व एकच आहात. भागही नाही – एकच! मीच सर्व आहे. ज्या क्षणी असं प्रतीत होईल त्या क्षणी समष्टी – कॉस्मिक अनकॉन्शसमधून एका तीरासारखी आठवण तुमच्या चेतन मनापर्यंत घुसेल. त्या क्षणी तुम्हाला स्मरतं की मला माहीत आहे, मी कोण आहे. मी ब्रह्म आहे. अहं ब्रह्मास्मि! तो बोध तुमच्या

चेतन मनापर्यंत पसरतो. ही जी स्मरणाची प्रक्रिया आहे तिला मी चार भागांमध्ये विभाजित केली तुम्हाला समजण्यासाठी. कृष्ण असं विभाजन करत नाहीत. या चार वेगवेगळ्या गोष्टी नाहीत, एकाच गोष्टीचा विस्तार आहे. खोल, अधिक खोल, जास्त खोल.

आम्हाला अगदी खोलवर माहीतच आहे की आम्ही परमात्मा आहोत. आम्हाला परमात्मा व्हायचं नाहीये. शोधायचा आहे केवळ ऋषी सांगतात, उपनिषदेत की सुवर्णपात्रात झाकून ठेवलं आहे सत्य, तुम्ही ते उघडा. झाकलंय, कशाने उघडायचं? आमच्याच विस्मृतीने झाकलं आहे. आम्ही आमच्या मनाच्या अगदी वरच्या पातळीवर जगत आहोत. जसं कुणी महालात राहतो आहे आणि आपल्या महालाच्या ओटीवर, बाहेरच्या भागातच जगतो. तिथेच राहतो, काम करतो, जेवतो, झोपतो. त्याला आठवतच नाही की त्या ओटीला जोडून एक मोठा महालही आहे. खरं तर कोणतीच ओटी एकटी नसते. मोठ्या महालाचा भाग असतेच. पण त्या मोठ्या महालाची आम्हाला आठवणच नाही. माहीतच नाही की महालही आहे. आम्ही आमच्या चेतन मनाच्या पातळीवरच जगतो, तीच आमची ओटी. आम्ही आत महालात जातच नाही. त्या महालात जाणं हे खंड खंड नसेल. त्याची चर्चा आणि समजून घेणं हे खंड खंड असेल.

साधनेच्या मार्गावरून जे चालतात ते एक एक खंड साध्य करण्याचा प्रयत्न करतात. कृष्ण सांगतात इतकंच की तुम्ही परमात्मा व्हा. हे आठवायचं आहे. म्हणून उपनिषद वारंवार सांगतात, स्मरण करा, स्मरण करा. आठवा की आम्ही कोण आहोत? आम्ही ते विसरलो आहोत. हरवलेलं नाहीये. हे असंच नाहीये की हे आमचं काही भविष्य आहे, जसं आम्हाला व्हायचं आहे. केवळ विस्मृती आहे. फार फरक पडतो. साधनेत केवळ विस्मृती नाहीये, अथवा साधनेच्या क्रमात काही तरी चुकीचं जोडलं गेलं आहे जे कापून वेगळं करायला हवं. स्मरण प्रक्रियेत ना काही कापायचं, ना काही वेगळं करायचं, काही चुकीचं जोडलं गेलेलं नाही ना आम्हाला काही व्हायचं आहे. आम्ही जे आहोत, ते आहोत. केवळ विस्मरण आहे.

कृष्णाचा सर्वच्या सर्व आधार उपासनेचा आहे. आणि उपासनेचा सर्व आधार स्मरणाचा आहे. पण उपासक स्मरण विसरले आणि स्मरणाची जागा जपाने घेतली. बसल्या बसल्या राम-राम जप करू लागले. असा जप करून हे आठवणार नाही की मी राम आहे. स्मृती शब्द हळूहळू सुरती बनला आणि त्याचे अजून अर्थ बदलत गेले. एखादा माणूस सतत म्हणत राहिला की मी परमात्मा आहे, मी परमात्मा आहे – तरीही काहीही होणार नाही. केवळ घोकंपट्टी! त्यामुळे केवळ भ्रम निर्माण होईल चेतन मनाशी की मी परमात्मा आहे. त्याचा खालच्या तळाला काहीही बोध होणार नाही.

म्हणून स्मरणाची प्रक्रिया काय असेल! कोणता मार्ग असेल? कोणतं दार? माझ्या मतानुसार तुम्ही शांत आणि शून्य होऊन बसून राहिलात, काहीही न करता – तुमचं काहीही करणं बाधक होईल. करण्याने आम्ही ते मिळवू शकतो, जे आम्ही नाही आहोत. करण्याने ते मिळू शकतं जे आमच्यापाशी नाहीये. म्हणून स्मरणाचा संपूर्ण अर्थ अकर्म आहे. म्हणून कृष्ण अकर्मावर खूप जोर देतात. खोलवर अकर्म! जसं मी म्हणालो की एखादी लहानशी गोष्ट तुम्ही विसरता आणि जोर देता आठवण्यासाठी, पण आठवत नाही. पण जेव्हा सोडून देता, अकर्म होता, तेव्हा तिचं स्मरण होतं. जर आम्ही संपूर्ण इनॲक्टिव्हेट होतो तर तो जो कॉस्मिक अनकॉन्शसमध्ये आहे, तो जो ब्रह्मांड, अचेतनेत आहे. तो तीरासारखा जागृत होतो. जसा अंकुर फुटतो, तसंच आमच्या चित्ताच्या एखाद्या गहिऱ्या बीजातून तो अंकुर फुटतो आणि आमच्या चेतन मनाच्या प्रकाशात येतो आणि मग आम्ही जाणतो की आम्ही कोण आहोत! अकर्म हे सूत्र आहे. साधनेत नेहमीच कर्म हे सूत्र आहे. क्रिया हाच मार्ग आहे साधनेत. उपासनेत अक्रिया आहे दार, अकर्म आहे मार्ग!

कृष्णाच्या या अकर्माला थोडं समजून घेणं योग्य होईल. माझं असं मानणं आहे की ते नीट समजून घेता येत नाही. कठीण आहे. कारण ज्यांनी कृष्णाबद्दल टिप्पणी केली, व्याख्या केली त्या कोणत्याही व्याख्येत अकर्म नाही बसू शकलं. अकर्माचा अर्थ त्यांनी असा घेतला की संसार सोडून पळून जा. पण संसार सोडून पळून जाणं हेही एक कर्म आहेच. सोडणं हे एक कृत्य आहे. अकर्माचा अर्थ कायम असाच समजला गेला की काम करू नका. प्रेम करू नका, गृहस्थी करू नका, पळून जा बास! त्याग करा! परंतु त्याग हे तितकंच कर्म; आहे, जितकं भोग आहे. तर कृष्णाला नाही समजलं गेलं. अकर्माचा अर्थ सोडणं, पलायन, त्याग असा झाला. भारतात मोठी परंपरा आहे त्यागाची! त्याग! पण कुणी नीट बघत नाही की कृष्ण पळून गेलेले नाहीयेत. आश्चर्य वाटतं की इतकी मोठी परंपरा आंधळी असू शकते! कोणीही हे बघत नाही की जो माणूस अकर्माची गोष्ट करतो आहे, तो गहन कर्मात उभा आहे. म्हणून त्याचा अर्थ पलायन असा असू शकत नाही.

कृष्ण तीन शब्दांचा प्रयोग करतात – अकर्म, कर्म आणि विकर्म! कर्म ते त्याला म्हणतात केवळ काही कृती करण्याला ते कर्म म्हणत नाहीत, केवळ करण्यालाच जर आम्ही कर्म म्हणू, तर अकर्मात कुणी जाऊच शकणार नाही. अकर्म होणारच नाही मग. कृष्ण– कर्माला असं करण्याला कर्म म्हणतात ज्यात 'कर्ता' असा भाव आहे. करणाऱ्याला ही जाणीव आहे की 'मी करत आहे'. असं कर्म ज्यात कर्ता हजर आहे. कर्ता असा विचार करूनच करतो की करणारा 'मी' आहे. जोपर्यंत करणारा 'मी' आहे तोपर्यंत आम्ही जे काही करू ते कर्म आहे. मी संन्यास घेत असेन तर संन्यास घेणं हे कर्म झालं. त्याग करत असेन तर त्याग हे

कर्म झालं.

अकर्म याचा अर्थ उलट आहे. अकर्म म्हणजे असं कर्म ज्यात कर्ता नाहीये. 'मी' करत आहे, हा भाव नाही. असं कोणतंही केंद्र नाही की असा भाव जागृत होईल की 'मी करत आहे' जर मी करत आहे, हा भाव नष्ट होतो आहे तर सर्व कर्म अकर्म आहेत. 'कर्ता' हरवला की सर्व कर्म 'अकर्म' म्हणून कृष्णाचं कोणतंही कर्म कर्म नाहीये. सर्व कर्म अकर्म आहेत.

कर्म आणि अकर्मामधे विकर्मची जागा आहे. विकर्म म्हणजे विशेष कर्म! अकर्म तर कर्मच नाही, कर्म कर्म आहे. विकर्म– विशेष कर्म! दोहोंमधलं! समजून घेऊ हे.

'विशेष कर्म' कृष्ण कशाला म्हणतात? जिथे ना कर्ता आहे– ना कर्म! तरीही गोष्टी तर असतील. माणूस श्वास घेईल. ना कर्म आहे, ना कर्ता! श्वास कर्म तर आहे, रक्ताला गती शरीर देणारच. अन्न पचन होईलच. यांची गणती कशात होईल, कोणत्या वर्गात? मध्यात– विकर्मात! ना कर्ता आहे, ना कर्म! साधारण मनुष्य 'कर्म'मध्ये आहे. संन्यासी 'अकर्म'मध्ये आहे. परमात्मा 'विकर्म'मध्ये आहे. तिथे गोष्टी अशाच चालतात, जसा श्वासोच्छ्वास! गोष्टी होत आहेत अशाच!

माणसाच्या जीवनातही असंच थोडंसं काही तरी आहे. ते सर्व विकर्म आहे; परंतु ते परमात्म्यातर्फेच केलं जात आहे. तुम्ही श्वास घेत आहात? जर तुम्ही श्वास घेता तर कधी तुम्हाला मृत्यू येणार नाही. मृत्यू समोर उभा असेल आणि तुम्ही श्वास घेत राहाल. जरा श्वास थांबवून बघा, तर समजेल की तो थांबत नाही. श्वासाच्या बाबतीत आम्ही काहीही करत नाही, आम्ही कर्ता नाही. जीवनातल्या अनेक क्रिया अशाच आहेत. अकर्मात तो माणूस प्रवेश करतो जो विकर्माचं हे रहस्य जाणतो. मग तो म्हणतो, विनाकारण मी कर्ता का बनू? जीवनातलं महत्त्वपूर्ण जे काही आहे ते घडत आहे, तर मी का ते ओझं बाळगू?

मी असं ऐकलं आहे. एक माणूस ट्रेनमध्ये शिरला आणि आपलं सामान आपल्या डोक्यावर घेऊन बसला. आजूबाजूच्या प्रवाशांनी त्याला विचारलं की सामान डोक्यावर का घेतलं आहेस? खाली ठेव. तो म्हणाला, ट्रेनला फार वजन होईल म्हणून थोडं वजन मी घेतलं डोक्यावर. प्रवासी हैराण झाले. म्हणाले, 'वेडा तर नाहीस ना तू? डोक्यावर जरी घेतलंस तरी ट्रेनमधे वजन आहेच. ते शिवाय तुझ्या डोक्यावरही वजन...' तो माणूस हसू लागला. म्हणाला, 'मला वाटलं होतं तुम्ही सगळे संसारी आहात; पण तुम्ही तर संन्यासी आहात असं वाटतं. तुम्हाला बघूनच तर मी हे वजन डोक्यावर ठेवलं होतं.'

तो माणूस एक संन्यासी होता. म्हणाला, 'तुम्हाला बघूनच हे ओझं मी डोक्यावर ठेवलं. पूर्ण जीवनभर तुम्ही वजन कुठे ठेवलं आहेत? आपल्या डोक्यावर

ठेवलं आहे की परमात्म्यावर सोडून दिलं आहेत? तुम्ही का ते ओझं डोक्यावर ठेवलं आहेत? कारण तुम्ही तुमच्या डोक्यावर जरी ठेवलंत तरी तो भार परमात्म्यावरच पडतो.' त्याने सामान खाली ठेवलं. इतकंच नव्हे तर तो त्यावर बसला. म्हणाला, 'आता मी माझ्या योग्य पद्धतीने माझ्या योग्य स्थितीत बसू शकतो. ही माझी पद्धत आहे. तुम्हाला हे विचित्र वाटेल म्हणून मघाशी सामान डोक्यावर ठेवलं होतं.'

जो विकर्माला समजू शकेल, तो अकर्मात जाईल. कर्म आमची स्थिती आहे, जसे आम्ही जगत आहोत. विकर्म आमची समज असेल, अकर्म आमचं 'होणं' होऊन जाईल.

कृष्णाची साधना – उपासना जे काही आम्हाला नाव द्यावंसं वाटतं, त्याच्या खोलवर अकर्म आहे. तुम्हाला काहीही करायचं नाहीये. जे होत आहे ते होऊ द्यायचं आहे. तुम्हाला 'कर्ता'ला संपवून देता आलं पाहिजे. ज्या दिवशी तुमचा कर्ता संपेल, भिंत पडेल आणि स्मरण येईल. कर्ताच बाधा आहे. 'मी करतो' असं म्हणणारा हीच भिंत आहे लोखंडाची, ज्याच्या खाली दबली गेली आहे स्मृती! आणि जोपर्यंत तुम्ही कर्ता आहात, तोपर्यंत स्मृती परतून येणार नाही. म्हणून राम-राम म्हणत बसून राहिलात तरी काही होणार नाही. कारण असा जप करणारा तो तुमचा कर्ताच आहे. कृपा करून या कर्त्याला सोडून द्या, जाऊ देत त्याला.

कर्ता कसा जाईल?

विकर्म समजून कर्म करत राहा आणि विकर्म समजून घ्या. कर्म करत राहा आणि जीवन समजून घ्या. जीवनाची समज सांगेल की मी काय करत आहे. ना मी जन्म घेत, ना मी मरत, ना मी श्वास घेत, ना मला कधी कुणी विचारलं की तुम्ही होऊ इच्छिता? ना मला कधी कुणी विचारत मी कधी तरुण होतो, कधी म्हातारा होतो? मला कुणी विचारतच नाहीये, माझं 'होणं' नाहीये. मी नसेन तर काय फरक पडेल? मी नव्हतो तर काय फरक होता? चंद्र-चांदण्या फिकट होत्या? फुलं कमी फुलत होती? पहाड छोटे होते? ढग-सूर्य त्रासलेले होते? मी नव्हतो तेव्हा सर्व होतं, मी नसेन तेव्हाही सर्व असेल. पाण्यावर ओढलेली रेघ जशी मिटून जाते. तसा मी मिटून जाईन. कुठेही काहीही फरक पडणार नाही. सर्व काही चालू राहील. सर्व असंच चालू राहील... तर मी विनाकारण 'मी'मध्ये का अडकू? जर माझ्याशिवाय सर्व काही असंच चालू राहणार असेल तर मी सुद्धा माझ्याशिवाय का न चालू? मी नाहक या 'मी'मुळे का फरक पाडू?

विकर्म समजणं याचं नाव प्रज्ञा आहे. जो विकर्म जाणतो, तो सर्व काही जाणतो. तेव्हा विकर्म एकदम अकर्म होतो. विकर्म किमया आहे, मधलं दार आहे. कर्मातून जाताना विकर्म असेल आणि अकर्म स्मरणात येईल. तुम्हाला आणावा लागत नाही. जे स्मरण तुम्ही आणाल ते कर्म होईल. जे स्मरण होईल, ते कर्तातून

सुटलेलं, ब्रह्मांडातून आलेलं असेल. म्हणून वेदांना आम्ही अपौरुषेय म्हणू शकतो. याचा अर्थ असा नाही की ज्यांनी लिहिलं ती माणसं नव्हती. आम्ही असं म्हणू शकतो कारण जे वेदात म्हटलं आहे ते त्यांच्या पुरुषातून नाही आलेलं, तर पलीकडून आलेलं आहे पुरुषाच्या! त्यांच्या व्यक्तित्वाच्याही पलीकडून. म्हणून आम्ही म्हणू शकतो की वेद जे आहेत ते ईश्वराचं वचन आहे.

याचा अर्थ असा नाही की वेदच ईश्वराची वचनं आहेत. कुणाही व्यक्तीच्या व्यक्तित्वापलीकडून जी गोष्ट प्रकट होते, ती गोष्ट ईश्वराचं वचन असतं. म्हणून मोहम्मदच्या कुराणाला म्हणता आलं की, ईश्वराकडून दिलं गेलेलं ज्ञान आहे. म्हणून जीझस म्हणू शकले की, जे काही मी सांगतो आहे, ते मी नाही सांगत आहे, ते परमात्मा सांगतो आहे. म्हणून कृष्ण सरळ सांगू शकले की, 'मी नाहीच आहे, परमात्माच आहे. हे सर्व मीच करवतो आहे. हा खेळ, हे युद्ध... अर्जुना, तू घाबरू नकोस, कारण तू ज्यांना मारणार आहेस, त्यांना मी आधीच मारलं आहे. ते मेलेलेच आहेत. तुझं काम इतकंच की ही बातमी त्यांच्यापर्यंत तू पोहोचवायचीस की ते मेलेले आहेत.' हे ती व्यक्ती बोलत नाहीये. ब्रह्मांडाकडून आलेली सूचना आहे की जे जिवंत दिसत आहेत, ते मृत आहेत. तू केवळ निमित्तमात्र आहेस. तू असा विचार करू नकोस की तू मारतो आहेस. कर्ता आला की भय निर्माण होतं. चिंता सुरू होते. संताप सुरू होतो. तू कर्ता नाहीस. करू दे ब्रह्मांडाला जे करायचं असेल ते. तू स्वत:ला सोडून दे.' म्हणून ते म्हणतात, 'सर्वधर्मान् परित्यज्य' तू सर्व सोडून ये. स्वत:ला सोड आणि अकर्मात ये.

अकर्म स्मरणाची प्रक्रिया आहे.

'भगवान श्री, तुम्ही आत्ता कर्म, विकर्म आणि अकर्मावर गहिरी आणि असाधारण चर्चा केलीत. काश्मीर प्रवासातही जेव्हा योगी महेशांनी विदेशी शिष्यांसमोर आत्मसाक्षात्कारावर वक्तव्य केलं होतं तेव्हाही तुम्ही त्यांना अकर्माचा बोध दिला होतात. त्यात काही गोंधळ वाटत नाही. पण कृष्णाने जे काही गीतेत सांगितलं त्यात गोंधळ वाटतो. गीतेच्या चौथ्या आणि पाचव्या अध्यायात अकर्म दशेवर कृष्णानेही भर दिला आहे; परंतु गीतेतली अकर्म दशा दुहेरी वाटते, म्हणून गोंधळायला होतं. दुहेरी अशी की आधी कृष्ण म्हणतात की सर्व कर्म करून अगदी न केलेलं, असं होणं योग सांगतो. आणि कर्म अगदी न करूनही सर्व कर्म करणं, असं होणं संन्यास आहे. म्हणजे नक्की काय, हे

सांगावं!

भगवान श्री, याच बरोबरीने अजूनही एक प्रश्न शांकरभाष्यात, ज्ञानीला कर्माची गरजच नाही असं शंकराचार्य सांगतात आणि कर्मीलाच कर्म करणं त्यांना मंजूर आहे. आणि आत्ता तुम्ही सांगितलंत की आम्हाला काही करायचंच नाही. तर मग अर्जुन म्हणजे केवळ यंत्र आहे का? त्याच्या स्वतंत्र अस्तित्वाचं काय?'

कृष्ण म्हणतात की सर्व कर्म करूनही असं होणं की कर्म केलीच नाहीत – योग आहे. अर्थात अकर्तामध्ये प्रतिष्ठित होणं, योग आहे. नंतर ते जे सांगता तती याच गोष्टीची दुसरी बाजू आहे. काहीही न करता हे जाणणं की सर्व काही केलं आहे – संन्यास आहे.

संन्यास आणि योग एकाच नाण्याच्या दोन बाजू आहेत आणि निश्चितच या बाजू उलट असतात; पण एकाच नाण्याच्या दोन बाजू या जोडलेल्या असतात आणि फार कठीण आहे हे जाणणं की एक बाजू संपून दुसरी बाजू कधी सुरू होते. दोन्ही कधीच संपत नाहीत, अगदी एकत्रित असतात. एका पृष्ठभागाला, जी आम्ही एक बाजू म्हणतो, दुसरी बाजू त्या पृष्ठभागाची पाठ असते.

तर जर ज्ञानीला त्याच्या चेहऱ्याच्या बाजूने धरलं तर तो योगी वाटेल, पाठीकडून धरलं तर संन्यासी वाटेल. आणि कृष्णाच्या दोन्ही परिभाषांमध्ये काहीही गोंधळ नाहीये. ते ज्ञानीबद्दल दोन्ही परिभाषेत बोलत आहेत. ते असं म्हणत आहेत की ते करत असूनही करत नाही, न करता करतात आणि लक्षात ठेवा, ज्ञानीमध्ये या दोन्ही गोष्टी एकत्र होऊ शकतात. वेगवेगळ्या नाही होऊ शकत कारण जो माणूस करूनही करत नाही, तोच न करताही करणारा होऊ शकतो. एकाच नाण्याच्या या दोन बाजू. आणि लक्षात ठेवा, कोणतंही नाणं एकाच बाजूचं असू शकत नाही. आजतागायत असं नाणं नाही बनू शकलं. कुठली बाजू आपण धरतो, हे आपल्यावर अवलंबून आहे. कृष्ण दोन्ही बाजू धरतात. आणि ते अर्जुनाला सर्व तऱ्हेने समजवण्याचा प्रयत्न करत आहेत. जर ते सांगतात अर्जुनाला की जर तू योग उत्सुक असशील तर त्याचा अर्थ कमी करत असूनही कर्ता होऊ नकोस. जर तू संन्यास घेण्यात उत्सुक असशील, म्हणत असशील की मला संन्यास हवा. हे सर्व सोडून मला निघून जायचं आहे, मी यांना मारू शकत नाही, मला यात गुंतवू नका. पण संन्यास म्हणजेच जो सर्व काही करत नाही आणि तरीही सर्व करतो!

त्यांनी सर्व बाजूंनी अर्जुनाला घेरलं आहे. म्हणून त्यांची वक्तव्यं विरोधाभास

निर्माण करतात. माझीही अशीच अवस्था होते तुमच्यासमोर. मीही घेरून टाकतो आहे तुम्हाला. तुम्ही जर म्हणालात की 'हे असं नाही' मी म्हणतो, सोडून देऊ. दुसऱ्या बाजूने सुरुवात करू. तुम्ही कुठूनही मान्य करा. स्वीकारा. तुम्ही जिथे मान्य करत नाही, दुसऱ्या बाजूने मान्य करून जिथे पोहोचता, शेवटी त्याच बिंदूपाशी पोहोचता. तुम्ही सुलट नाणं मान्य करता. पण उलट कुठे जाणार? ते तुमच्याबरोबर त्या सुलट्या बाजूच्या बरोबरीने येणारच!

एक ताओईस्ट गोष्ट आहे. ती सांगतो.

लाओत्सेच्या फकिराने एक अद्‌भुत गोष्ट सांगितली आहे. एक फकीर आहे. जंगलात राहतो. त्याने पंधरा-वीस माकडांना पाळलं आहे. एका सकाळी एक जिज्ञासू आला आणि त्याने विचारलं की, तुम्ही एकदा असं म्हणता, एकदा तसं म्हणता. आम्ही गोंधळून जातो. फकीर म्हणाला, 'बस आणि बघ'. त्याने आपल्या माकडांना बोलावलं, म्हणाला, 'माकडांनो, आजपासून तुमच्या जेवणात बदल करतो आहे.' माकडांना रोज सकाळी चार पोळ्या आणि संध्याकाळी तीन पोळ्या मिळायच्या. आता रोज सकाळी तीन आणि संध्याकाळी चार पोळ्या मिळतील.' माकडं नाराज झाली. म्हणाली, 'हे सहन करणार नाही आम्ही. हा अन्याय आहे. आम्ही जुन्या नियमांप्रमाणेच चालणार...' ती माकडं हल्ला करू पाहू लागली. फकीर म्हणाला, 'ठीक आहे. तुम्हाला पूर्वीसारखंच जेवण मिळेल.' फकिराने त्या जिज्ञासूकडे बघितलं. म्हणाला, 'पोळ्या सातच मिळणार आहेत पण सकाळी चाराच्याऐवजी तीन मिळणार म्हणून ते नाराज आहेत. पोळ्या सातच– मग सकाळी चार मिळाल्या अथवा संध्याकाळी काय फरक पडतो... पण आता ते प्रसन्न आहेत. त्यांना सकाळी चार पोळ्या मिळणार!....'

कृष्ण अर्जुनाला असंच घेरत आहेत. कधी त्याला सांगतात, 'ठीक आहे, तू तीन घे.' तो म्हणतो, 'हे शक्य नाही.' मग ते म्हणतात, 'ठीक, तू चार घे.' अर्जुन हे कसं मान्य करेल ते आपण त्याच्यावर सोडून देऊ. म्हणून इतकी मोठी गीता सांगितली गेली. वारंवार बदल होतो. 'ठीक आहे तू योगी हो. भक्त हो, कर्मयोगी हो. नाही तर ज्ञानयोगी... तुला जे हवं ते तसं – घे. पण पोळ्या सात आहेत. अर्जुनाला गीतेच्या शेवटी शेवटी उमगतं की पोळ्या सात आहेत.

दुसऱ्या प्रश्नाचं उत्तर –

शंकरांची भाषा पक्षपाती – परिभाषा आहे. शंकरांची भाषा निवडीची भाषा आहे. ते कर्माच्या अगदी विरोधात आहेत. ते म्हणतात, कर्म हेच बंधन आहे. कर्मच अज्ञान आहे. कर्म सोडून द्यायलाच हवं, दुसरा काही मार्ग नाही. इथे ते कृष्णाच्या अकर्माला कृष्णाचं कर्म सोडून देणं असं म्हणतात, की सोडा कर्म. आणि कर्म सोडून द्यायचा अर्थ ते असा सांगतात की जो कर्मीचा संसार आहे, जे कर्मींचं जग आहे, तिथून

पळून जा. त्या संबंधातून सुटका करा.

ज्ञानींसाठी कोणतंही कर्म नाहीये, ही गोष्ट खरी आहे. पण शंकराचार्य जी व्याख्या देतात ती योग्य नाही. अर्धवट आहे. ज्ञानींसाठी कोणीही कर्ता नाही हे सत्य. पण ते 'महत्त्व' बदलत आहेत. अजुनीला कृष्ण सांगत आहेत की 'कर्ता' होऊ नकोस. शंकर कर्माला महत्त्व देतात, कर्म असता कामा नये. खरं तर 'कर्म'चे दोन भाग आहेत. कर्ता आणि कर्म! कृष्णाचा सर्व भर कर्ता नसण्यावर आहे. कर्म तर राहणारच. परमात्माही कर्माशिवाय नाहीये. कारण हा संसार त्यांचं कर्म आहे. अन्यथा हा संसार. प्रपंच कसा चालला असता? त्यामागे ऊर्जा आहे. कर्मापलीकडे, अतिरिक्त परमात्माही नाही तर ज्ञानी कसा असेल? कृष्णाचा भर कर्ता न होण्यावर आहे, पण संसारापासून पळवाट शोधणारा संन्यासी कर्म सोड असंच सांगेल. आणि तेव्हा शंकरांना संसाराला 'माया' म्हणावंच लागेल. त्यांना म्हणावं लागतं की हे परमात्म्याचं कर्म नाहीये, केवळ आमचा भ्रम आहे. नाही तर कठीण होईल. जर हे परमात्म्याचं कर्म आहे – फुलं फुलणं, डोंगर तयार होणं आणि संपवणं, चंद्र-तारे यांचं भ्रमण, सूर्योदय, सूर्यास्त... जर हे परमात्म्याचं कर्म आहे तर मग परमात्माही संन्यस्त नाही, तर मग माणसांकडून काय अपेक्षा करायची? म्हणून मग शंकरांना दुसऱ्याही वक्तव्यात जावं लागतं.

प्रत्यक्षात तर्कांच्या आपल्याच काही अडचणी आहेत. एक तर्क तुम्ही धरलात की त्याच्या शेवटच्या टोकापर्यंत, सीमेपर्यंत जावं लागतं. एकदा शंकरांनी सांगितलं की 'कर्म बंधन आहे, कर्मच अज्ञान आहे आणि ज्ञानीचं कोणतंही कर्म नाही' तेव्हा अडचण निर्माण झाली. कर्माचं हे विशाल जाळं! मग त्याला 'स्वप्न' म्हणण्यापलीकडे अजून काही मार्ग शिल्लक राहत नाही. नाहीच आहे. आहे तो केवळ भास, माया, जादू! एखादा जादूगार एखादं बी पेरतो आणि आंब्याचा वृक्ष होतो, आंबे लागतात – ना बी आहे, ना वृक्ष, ना आंबा – केवळ भास! पण गंमत आहे की हा भास निर्माण करणाऱ्यांसाठी ते खोटं असेल, पण करणाऱ्यांसाठी कर्म आहे. हिप्नॉटिस्टसाठी ते कर्म आहे. हिप्नोटाइज तर करावं लागतंच ना!

शंकर असे जाळ्यात अडकतात आणि अडचणीत चापडतात की आता काय करावं? ही माया म्हणजे काय हे कसं समजवावं? जर माया हा केवळ आमचा भ्रम आहे, आम्ही निर्माण केली आहे, तरीही परमात्म्याने तशी आम्हाला परवानगी दिली असणारच ना? म्हणजे त्याचं इतकं तरी हे कर्म आहे की तो आम्हाला आज्ञा देतो की तुम्ही भ्रम बघा. त्याच्या आज्ञेशिवाय आम्ही बघणार कसं? आम्ही भ्रम बघतो. असं असू शकतं की हा भ्रम खोटा असेल, पण तो बघणं हे आमचं कर्म असणार.

म्हणून शंकरांची सुटका होत नाही, चक्र वाढत जातं. पण ते मोठे तार्किक आहेत आणि मोठा प्रयास घेतात समजवण्याचा की कर्म असत्य आहे. ज्ञानींसाठी

कोणतंही कर्म नाही. त्यांचा भर कर्ता मिटवण्याकडे तितका नाही, जितका कर्म संपवण्यासाठी आहे. पण मी असं म्हणतो आहे का की शंकर सत्यापर्यंत नाही पोहोचू शकले? नाही, मी असं म्हणत नाहीये. शंकर सत्यापाशी पोहोचले. कारण ज्या दिवशी तुम्ही कर्म संपूर्णत: संपवून टाकाल, तेव्हा कर्ता कसा काय उरेल? कारण जोपर्यंत कर्म आहे, तोपर्यंतच कर्ता असेल. तर शंकराचं संपूर्ण लॉजिक ॲब्सर्ड आहे, चूक आहे. पण त्यांची अनुभूती चूक नाही. या सर्व चुकीच्या मार्गावरून ते पोहोचले. अनेक खेपा घातल्या. मंदिराभोवती पळत राहिले, पण मंदिरात प्रवेश केलाच शेवटी. प्रवेश केला तो दुसऱ्याच कारणाने. कारण कर्ममुळेच कर्ता असतो. कारण कर्ता उरतो कर्म केल्याने, तर अगदी उलट चुकीची बाजू त्यांनी घेतली. कृष्णाच्या बाजूने यात्रेला प्रारंभ नाही केला.

कृष्ण म्हणतात कर्ताला जाऊ दे. कारण कर्ता नसेल तर कर्मही नसेल. या दोन्ही गोष्टी एकाच वस्तूची दोन टोकं आहेत. पण मी निवड करतो शंकरांऐवजी कृष्णाची. कारण शंकर पळवून लावणारे बनतात आणि शंकरांच्या अनुयायींना शेवटी अवलंबून राहावं लागतंच त्यांच्यावर, जे पळून जाणारे नाहीत. जर ही संपूर्ण पृथ्वी शंकरांची अनुयायी होते तर एक क्षणही टिकू शकणार नाही आणि शंकरांनी कितीही प्रयत्न केले, सांगितलं की ही सर्व माया आहे तरीही काहीतरी शेष उरतंच. शंकरही भिक्षा मागण्यासाठी बाहेर पडतातच.

मला एक कथा आठवते, एक बौद्ध भिक्षू, जो जग म्हणजे माया असं मानतो, संसार असत्य मानतो, तो एका सम्राटाच्या दरबारात गेला. त्याने अनेक तर्क केले आणि सिद्ध केलं की सर्व खोटं आहे. तर्कात एक सुविधा आहे. तर्क कधीही सिद्ध करू शकत नाही की सत्य काय आहे, पण सिद्ध करू शकतो की खोटं काय आहे. काय आहे हे सांगू शकत नाही, पण काय नाहीये हे सांगू शकतो. तलवारीसारखा. तलवार मारू शकते, पण जोडू शकत नाही. तर्कही तसा आहे, तलवारीसारखा एकधारी. 'डिस्ट्रक्टिव्ह'– कन्स्ट्रक्टिव्ह नाही.

सम्राटाच्या दरबारात त्याने सर्व खोटं आहे हे सिद्ध केलं. पण सम्राटही आपल्या मर्जीचा आहे. तो म्हणाला की सर्व खोटं असेलही, पण जी एक गोष्ट माझ्यापाशी आहे ती खोटी असू शकत नाही. मी बोलावतो तिला. त्याच्याकडे एक वेडा हत्ती होता. त्याने त्या वेड्या हत्तीला बोलावलं. त्या हत्तीला मोकळं सोडलं गेलं आणि रस्ता मोकळा केला गेला. सम्राट महालाच्या छतावर गेला आणि त्या भिक्षूलाही मोकळं सोडलं गेलं. तो वेडा हत्ती पळू लागला आणि भिक्षू ओरडू लागला, पळू लागला – वाचवा, वाचवा! हत्तीने त्याला सोंडेत धरलं, उचललं. तो ओरडतच राहिला. हात-पाय जोडू लागला, रडू लागला, गयावया करू लागला, वाचवा... मग त्याला सोडवलं गेलं. महालात आणलं गेलं. सम्राटाने विचारलं, 'हा

हत्ती?' भिक्षू म्हणाला, 'सर्व असत्य; माझं रडणं, ओरडणं असत्य; माझं मृत्यूचं भय असत्य; माझी प्रार्थना असत्य; ज्यांची प्रार्थना केली गेली तो असत्य; तुम्ही जे सोडवलंत ते असत्य; काहीही सत्य नाही.'

हे कठीण आहे. तो वेडा हत्तीही हरला, काही अर्थच राहिला नाही. जो माणूस संपूर्ण जग म्हणजे माया आहे असं म्हणतो, त्याला समजावणं कठीण आहे. शंकरांचे विरोधक त्यांची मस्करी करतात, पण त्याने त्यांना काही फरक पडत नाही. ते म्हणतात, ना कोणी समजवणारं आहे, ना कुणी समजवणारं, सर्व माया आहे. जो असं म्हणाला की सर्व माया आहे, त्याला तर्काचा काही उपयोग नाही.

पण हा तर्क कितीही खरा ठरो, या जीवनाला माया असं नाव देऊनही पण 'माया' तरीही आहेच. ती असण्याला शंकर नाकारू शकत नाहीत. रात्री आपण स्वप्न बघतो, खोटं असतं ते, पण असतंच. त्याच्या अस्तित्वाला नाकारू शकत नाही. रश्शीत साप दिसतो, पण तो नसला तरीही दिसतोच. साप नसेल, पण रस्सी तर असतेच.

अस्तित्वाला अंततः आपण निषिद्ध नाही करू शकत. ते उरतंच. डिकार्ट योग्य म्हणतो की आम्ही सर्व निषिद्ध करू, पण शेवटी त्याला कसं निषिद्ध करणार जो निषेध करतो आहे. सर्व असत्य करू, पण शंकर? शंकर तर आहे. म्हणून त्यांची व्याख्या अपूर्ण आहे. ती एका दृष्टिकोनातून आहे. नाण्याच्या एकाच बाजूवर भर देत आहेत. दुसऱ्या बाजूची त्यांना माहितीच नाही. नाकारत आहेत ती बाजू, जेव्हा नाण्याला दोन्ही बाजू आहेत.

शंकर कृष्णापेक्षा कमी गोंधळात टाकतात, कमी भ्रम निर्माण करतात, म्हणून भारतात शंकर अनेक संन्यासी निर्माण करू शकले. एक मोठा वर्गच निर्माण झाला. हे कृष्ण करू शकले नाहीत. शंकर एकच बाजू सांगत राहिले. दुसरीही बाजू अस्तित्वात आहे याची तमा न बाळगता. पण जर त्यांनी दुसरी बाजूही मांडली असती, तर ती समजण्यासाठी फार मोठी समज हवी. त्यांनी एक मोठा वर्ग नक्कीच तयार केला, पण अज्ञानी संन्यासीही मोठ्या संख्येने एकत्रित झाले. भारतातला संन्यास शंकरांसोबतच निर्माण झाला आणि भारतातला संन्यास शंकरांसोबतच मंदबुद्धीही झाला. या दोन्ही गोष्टी एकदम झाल्या. कारण कृष्णासोबत उभं राहण्यासाठी मोठी झेप पाहिजे, जी गोंधळत नाही, भ्रमात पडत नाही. आम्ही सर्व विरोधांमुळे भ्रमात पडू. म्हणून शंकरांनी केलेली गीतेची व्याख्या सर्वांत लोकप्रिय झाली. कारण त्यांनी सर्व भ्रम वेगवेगळे केले. स्वच्छ, सुंदर, मोकळं! सरळ एकरस व्याख्या केली. पण माझ्या मते शंकरांनी जितका अन्याय कृष्णावर केला तितका कुणीही केला नाही. हेही सत्य आहे की जर शंकरांनी टीका केली नसती तर गीता हरवून गेली असती. त्यांच्या टीकेमुळेच गीता या जगात अजूनही आहे.

'भगवान श्री, शंकरांच्या मायाचा अर्थ असत्य न होता परिवर्तनशील असा होऊ शकत नाही का?'

अर्थ तर काहीही घेता येऊ शकतो. पण शंकर परिवर्तनशीलतेलाच असत्य म्हणतात. शंकर असं म्हणतात, तेच असत्य आहे जे नेहमी एकसारखं नाहीये. जे काल काही वेगळं होतं आणि आज काही वेगळं आहे आणि उद्या काही वेगळं असेल. शंकरांच्या मिथ्या आणि असत्याची परिभाषाच परिवर्तन आहे. ते म्हणतात, जो शाश्वत आहे, जो नेहमी आहे, तोच सत्य आहे, तोच आहे, तसाच आहे. ज्याच्यात कधीही परिवर्तन झालेलं नाही, होऊ शकतच नाही. तोच सत्य! सत्याची शंकरांची परिभाषा 'शाश्वत' अशी आहे. आणि संसाराची परिभाषा परिवर्तन आहे. जो बदलत आहे, बदलत चालला आहे, क्षणासाठीही तसा नाही, जो एक क्षणापूर्वी होता.

आता याचा अर्थ काय? क्षणापूर्वी आणि क्षणानंतर तो तसा नाही, जो नाही, त्याचं नाव असत्य; जो क्षणापूर्वी होता, जो क्षणानंतरही असेल, जो आहेच, तो सत्य आहे. शंकर सत्य आणि असत्याची जी परिभाषा करतात त्यात परिवर्तनच असत्याचा पर्याय बनतं आणि अपरिवर्तन सत्याचा पर्याय बनतो. पण मी जे म्हणतो, जे कृष्ण म्हणतात की परिवर्तन तितकंच सत्य आहे, जितकं अपरिवर्तन. कारण जे अपरिवर्तित आहे, ते परिवर्तनाशिवाय शक्य नाही. आणि जे परिवर्तित आहे ते अपरिवर्ततेच्या चावीशिवाय फिरू शकत नाही. खरं तर अपरिवर्तित होण्यासाठी परिवर्तन गरजेचं आहे. आणि परिवर्तन होण्यासाठी अपरिवर्तित होणं आवश्यक आहे.

जे स्थिर आहे ते याच कारणासाठी की त्याच्या भोवतीचं सर्व अस्थिर आहे. कृष्ण सर्व द्वंद्व सर्व दिशांनी आत्मसात करतात. ते म्हणतात की गतीचा आधार अगती आहे. अगतीचं असणं गतीवर आहे. सत्य होण्यासाठी असत्य अनिवार्य आहे. नाही तर सत्यही होऊ, असू शकणार नाही. प्रकाश घेण्यासाठी अंधार जसा आवश्यक आहे, अनिवार्य आहे. जे विपरीत आहे, ते अनिवार्य आहे. एकाच गोष्टीच्या दोन बाजू, पण आमची ही अडचण आहे की आम्ही त्याला विपरीत मानतो. आम्ही असं विचारतो की असत्य येतं कुठून? पण असं विचारत नाही की सत्य येतं कुठून? जर सत्य विनाकारण कुठून तरी येतं, तर असत्य का नाही? ब्रह्मज्ञानावर अखंड चर्चा करणारे लोक नेहमी विचारतात की असत्य आलं कुठून? पण त्यांच्यापैकी एकही जण अशी बुद्धी चालवत नाही की सत्य आलं कुठून? आणि खरं तर असं आहे की असत्याला जास्त सुविधा आहे सत्यापेक्षा.

नाही, सत्य-असत्य आलं कुठून असा विचार करणं चुकीचं आहे. दोन्ही एकत्रच आहेत. युगापत आहेत. त्यांच्या येण्या-जाण्याचा प्रश्नच उदभवत नाही. ज्या दिवशी तुमचा जन्म झाला, त्याच दिवशी मृत्यूही आला. जन्माची दुसरी बाजू मृत्यू आहे. हे तुमचं असामर्थ्य; आहे की तुम्ही दोन्ही गोष्टी एकत्र बघू शकत नाही. तुम्हाला नाणं फिरवण्यासाठी सत्तर वर्षं लागली अन्यथा ज्या दिवशी जन्म आला, त्याच दिवशी मृत्यूही आला. ज्या क्षणी सत्य आलं त्याच क्षणी असत्यही औलं.

शंकरांनी एका बाजूवर भर दिला, त्याच बरोबरीने दुसरी बाजू लक्षात घेणंही आवश्यक आहे.

शंकरांनी भर दिला की जे दिसतं, ती माया आहे. ही एक बाजू. बुद्धांनी याच्या उलट बाजूवर भर दिला की जो नागार्जुनमध्ये जाऊन पूर्ण झाला. नागार्जुनच्या भाषेत आत्मा खोटा झाला. नागार्जुन म्हणतात, जो दिसतो आणि जो हे दिसणं बघतो, या दोहोंतला महत्त्वाचा आधार तो नाहीये जो दिसतो. महत्त्वाचं आहे की ज्याला दिसतं तो असत्य आहे आणि सर्व असत्य त्यातून निर्माण होत आहेत. कारण मी डोळे बंद केल्यावर संसार दिसत नाही, पण स्वप्न निर्माण होतात. मूळ स्रोत 'मी' खोटा आहे. संसार नसेल तर मी स्वप्न निर्माण करतो आणि गंमत अशी आहे की मी स्वप्नाच्या आतही स्वप्न निर्माण करतो. तुम्ही अशीही स्वप्नं बघितली असतील, ज्यात तुम्ही स्वप्नं बघत आहात. जसा एखादा जादूगार डब्यातून डबा काढतो, तसंच स्वप्नामध्ये स्वप्न! तर नागार्जुन म्हणतात, संसाराला असत्य म्हणण्याच्या मागे का लागला आहात? खरा असत्य आत बसला आहे. तो जो आत आहे, तो खोटा आहे.

प्रत्यक्षात सत्य आणि असत्य जगामध्ये एकत्रच आहेत. जर कुणी अति भर दिला की केवळ सत्यच आहे तर त्याला कुठे ना कुठे असत्य दाखवावं लागेल. तसंच असत्याबद्दलही, की सत्य दाखवावं लागेल. कृष्णाची दुविधा खोलवर आहे आणि जी माणसं द्विधा नसतात, ती उथळ असतात. द्विधा असणं गहिरी गोष्ट आहे. सौभाग्याने द्विधा मिळते. द्विधाचा अर्थ असा की जीवनाला आम्ही त्याच्या पूर्णतते बघणं सुरू केलं. ना आम्ही म्हणत की असत्य आहे हे, ना आम्ही म्हणत की सत्य आहे हे. आम्ही बघतो आणि जाणतो की सत्य-असत्य एकाच गोष्टीचा ताळमेळ आहे. एकाच गोष्टीचा स्वर आहे. एकाच बासरीतून निर्माण झालेलं अस्तित्व आहे आणि अस्तित्व नाहीही. आणि जो माणूस पूर्णत्वाने हे बघू शकतो, तेव्हा त्याची अडचण होते कारण तो जे काही वक्तव्य देतो, ते गोंधळात टाकणारं असतं. म्हणून कृष्णाची सर्व वक्तव्यं तशी आहेत आणि अतिखोल, दर्शनामुळेच गोंधळून टाकणारी वक्तव्य दिली जाऊ शकतात.

'शंकरांच्या मायेला अनिर्वचनीय म्हणणं म्हणजे त्यांचं तडजोड करणं नाहीये का?'

त्यांना तर तडजोड करावीच लागेल. जे कुणी अपुऱ्या सत्यावर जोर देतील त्यांना कोणत्या ना कोणत्या पार्श्वभूमीवर तडजोड करावीच लागते. कारण जो आहे त्याला नाकारता येतच नाही. कोणत्या ना कोणत्या स्वरूपात स्वीकारावंच लागतं. मग म्हणा, माया आहे, म्हणा निवृत्ती सत्य आहे, व्यवहार सत्य आहे. काहीही नाव द्या, पण स्वीकारावं लागतंच. शंकर असं म्हणू शकत नाही की ते मायेबद्दल बोलत नाहीत, कारण जे नाहीच त्याबद्दल काय बोलायचं? पण त्यांनाही बोलावं लागतंच. तर त्यांना तडजोड करावीच लागते. केवळ कृष्णासारखा माणूस तडजोड करत नाही. गरजच पडत नाही, कारण त्यांनी दोन्हीचा स्वीकार केलेला आहे.

'भगवान श्री, द्विधाला तुम्ही शुभ म्हणालात. याआधी तुम्ही अनिर्णायक स्थितीविरुद्ध आणि कोणत्या ना कोणत्या पक्षात होण्यावर, त्या अनिवार्यतेवर जोर दिला आहेत. कृपया स्पष्ट करा.'

मी म्हणालो की, द्विधा सौभाग्य आहे. याचा अर्थ असा नाही की द्विधा असणं, त्यातच राहणं सौभाग्य आहे. याचा अर्थ द्विधा निर्माण होते, मग त्या द्विधेतून पार जाण्यासाठी प्रयत्न सुरू होतात. जे द्विधा होतच नाहीत, ते तसेच उभे राहतात, कुठेही जात नाहीत.

द्विधा संक्रमण आहे. द्विधा यात्रेचा बिंदू आहे. द्विधा असेल तर पार जावं लागेल. हे पार जाणं दोन पद्धतींचं असू शकतं. कोणत्या तरी पक्षात तरी जा – शंकर अथवा नागार्जुन – मान्य करा काही तरी एक. द्विधा संपेल. ज्यांच्यापाशी बुद्धी नाही ते द्विधा होत नाहीत. द्विधा मिटून जाणं दुर्भाग्य आहे. द्विधा मिटायला हवी बुद्धीने आणि अतिक्रमणेने, आणि अशा बिंदूपर्यंत पोहोचायला हवी जाऊन. मिटायला हवी की जिथे दोन्ही एकच आहेत हे जाणवेल आणि द्विधा राहणार नाही.

दोहोंतून एकाची निवड करायची. एक बाकी राहील. तुम्ही द्विधाच्या खाली घसराल. बुद्धीच्या खाली. द्विधा तर मिटेल. वेडे अशाच तऱ्हेने आपली द्विधा संपवतात. बुद्धी सोडून देतात. बुद्धीच्या पार जाऊनही द्विधा संपते, पण तिथे दोन्ही दिसतात, म्हणून संपते. तिथे विरोध संपतो, एक उरल्यामुळे नाही तर दोन्ही संपून गेल्यामुळे. एकच उरल्यामुळे. म्हणून मी म्हणतो द्विधा सौभाग्य आहे. ती अबुद्धीतून बुद्धीत घेऊन जाते आणि सौभाग्य म्हणून म्हणतो की, त्यामुळे बुद्धीच्या पलीकडे

बुद्धी गतकाळाचं दार उघडते.

'भगवान श्री, तुम्ही म्हणालात की शंकरांची व्याख्या अपूर्ण आहे. गीतेवर चाळीस-पन्नास व्याख्या आहेत. कोणतीही व्याख्या पूर्ण नाही का? लोकमान्य टिळकांच्या व्याख्येला तरी तुम्ही पूर्ण म्हणाल! ती ॲक्सॅपिस्ट नाही, ॲक्टिव्हिस्ट आहे. आणि मॉरलिस्टही. तुम्ही त्यांच्या ॲक्टिव्हिझमला आणि शंकरांच्या सुपरामॉरलिझमला दोहोंना एकत्र मिळवण्याचा प्रयत्न करत आहात का?'

कृष्णावर कोणतीही टीका पूर्ण नाहीये. असू शकतच नाही तोपर्यंत जोपर्यंत कृष्णासारखी व्यक्ती टीका करत नाही. कोणतीही टीका पूर्ण नाही, सर्व पैलू आहेत आणि कृष्ण अनंत पैलू आहेत. ज्याला जो पैलू भावतो, तो पैलू तो उचलतो. शंकर त्याच गीतेत संन्यास सिद्ध करतात, अकर्म सिद्ध करतात. त्याच गीतेत टिळक कर्म सिद्ध करतात, कर्मयोग सिद्ध करतात. शंकरांच्या अगदी विरुद्धचा पैलू टिळक निवडतात. शंकरांनी हा पैलू निवडून हजार वर्षं उलटली होती. आणि त्या हजार वर्षांत शंकरांच्या पलायनवादाने भारताच्या मुळांना अनेक तऱ्हेने दुबळं केलं. भारतात जी सक्रिय होण्याची क्षमता होती, ती क्षीण केली. हजार वर्षांच्या अनुभवाने लोलक फिरवला. गरजेचं झालं गीतेची नवी व्याख्या, जी कर्माला प्रत्यय देईल आणि ठोकपणे सांगेल की गीता कर्म करण्यासच सांगते. ठीक उलटया, दुसऱ्या पैलूवर टिळकांनी भर दिला. कर्मात बुडणारा पैलू, तर टिळकांनी केलेली ही कर्माची व्याख्या तितकीच अपूर्ण आहे.

अनेक व्याख्या आहेत कृष्णावर. अंदाजे पन्नास, नाही हजार आणि रोज त्यात भर पडतच आहे; पण कोणतीही व्याख्या गीतेला न्याय देऊ शकत नाही. याचं कारण कोणताही टीकाकार तर्काच्या पार जात नाही. जर जाऊ शकला तर गीता निर्माण होईल. टीका निर्माण होणार नाही. मग टीकेची गरज उरणार नाही. टीकेचा अर्थच असा की, जे आम्हाला समजत नाही ते समजवण्यायोग्य टिप्पणी देणं. जी गीता तुम्हाला समजत नाही, ती मी समजावतो; तर मी तिची एक व्याख्या करेन आणि जेव्हा समजवण्यासाठी व्याख्या केली जाते, तेव्हा ती तर्कापलीकडे जाऊ शकत नाही. तर्कापलीकडे जर कोणती गोष्ट जाते, तर ती स्वयं गीता बनेल.

'तुम्ही जे आत्ता सांगत आहात, ते काय आहे?'

एक नक्की, की ही टीका नाही.

'आणि दुसरं?'

दुसरी गोष्ट तुमच्यावर सोडतो, कारण काही तुमच्यावरही सोडून द्यायला हवं ना!'

'भगवान श्री, एक अंश बाकी राहिला माझ्या प्रश्नाचा. तो असा की शंकरांचं 'सुपरमॉरलिझम' आणि टिळकांचं 'ॲक्टिविझम' या दोन्ही गोष्टी एकत्रित केल्या तर तुम्ही असं मानता की गीता पूर्ण होईल? कारण जी अतिअनैतिकतेची गोष्ट तुम्ही करता, ती गोष्ट शंकर करतात, टिळक करत नाहीत. टिळक अति-अनैतिकवादी आहेत आणि ज्या प्रवृत्तीबद्दल तुम्ही बोलता, त्याबद्दल टिळक बोलतात, शंकर नाही. तो निवृत्तिमार्ग आहे.

ही गोष्ट खरी आहे. शंकर अतिअनैतिकवादी आहेत. कारण नीतिवादी कर्मवादी असेल. नैतिक धारणा सांगेल की हे करा आणि हे करू नका. शंकर म्हणतात सर्व कर्म माया आहे. मग तुम्ही चोरी करा अथवा साधुत्व करा. सर्व कर्म माया आहे. स्वप्नात मी डाकू असेन अथवा साधू. स्वप्न संपलं. दोन्ही बेकार झालं म्हणून शंकरांसाठी नीती नाही, अनीती नाही, असू शकत नाही. निवड करण्याला मार्ग नाही. निवड तेव्हा होऊ शकते जेव्हा आम्ही दोन यथार्थात निवड करू.

कारण की जग म्हणजे माया आहे, म्हणून शंकरांच्या विचारात अनैतिकतेला जागा नाही. त्यांची दृष्टी अतिअनैतिक आहे. अकर्म नैतिकतेच्या पलीकडे जाणारच. म्हणून जेव्हा प्रथम शंकरांच्या टीकेचे अनुवाद झाले पश्चिमेमध्ये. तेव्हा त्यांना लोकांनी इम्मॉरल म्हटलं. अनैतिक दृष्टी समजलं. कारण जर काहीच चूक अथवा बरोबर नाही, सर्व समान, तर मग माणसं भरकटतील, पतित होतील. मग माणसांचं काय होईल? तर पश्चिमेत जे हिब्रू विचारांवर उभे आहेत, जिथे सर्व धर्म 'हे करा आणि हे करू नका' यावर उभा आहे, त्यांच्यासाठी शंकरांचं म्हणणं अनैतिक वाटणं स्वाभाविक आहे. पण त्यांचं म्हणणं अनैतिक नाहीये. कारण अनैतिकचा अर्थ, नीतीच्या विपरीत निवड. त्यांचं म्हणणं निवड करू नये, चॉइसलेस! म्हणून अतिनैतिक. ते असं कधीही म्हणत नाहीत की तुम्ही अनैतिक व्हा, ते म्हणत नाहीत की तुम्ही चोर व्हा. ते म्हणत नाहीत की तुम्ही होण्याची निवड करा. ते म्हणतात

की तुमची चूक आहे. तुम्ही काही होण्याची निवड करूच नका. तुम्ही न होण्याचं बघा. ही अतिनैतिक ट्रान्समॉरल अशी दृष्टी आहे.

टिळकांची दृष्टी नैतिक दृष्टी आहे. 'मॉरल!' ते म्हणतात, कर्मात निवड आहे. शुभकर्म आणि अशुभ कर्म आहे. वांच्छनीय आणि अवांच्छनीय कर्म आहे आणि मनुष्याचा धर्म 'हवं'च्या आजूबाजूने निर्मित आहे, तर टिळक कर्मवादी आहेत. म्हणून ते जगाला अयथार्थ म्हणत नाहीत. यथार्थ म्हणतात आणि ते दिसतं ते माया नाही. सत्य आहे आणि या सत्यामध्ये आम्ही जे आहोत, ते निर्णायक आहोत आणि योग्य-अयोग्याची प्रत्येक क्षणी निवड आहे. आणि धर्माचा अर्थच असा आहे की प्रतिक्षण आम्ही निवड करू जे शुभ आहे त्याची. तर टिळक अगदी विरुद्ध व्याख्येत आहेत.

प्रश्न असा आहे की या दोघांना एकत्रित केल्यानंतर गोष्ट पूर्ण होईल का? नाही. नाही होणार पूर्ण. त्याची अनेक कारणं आहेत.

सर्वांत मूळ कारण आहे ते असं की जर आम्ही एका माणसाचे हात-पाय आणि हाडं सगळं वेगवेगळं करून पुन्हा मिळवलं, तर तो माणूस पूर्ण होईल का? नाही होणार. पूर्ण माणूस असेल जेव्हा हाडं एकत्रित काम करतात. हाडं जोडून माणसाला पूर्ण केलं, तर पूर्ण माणूस होत नाही. अंश अंश जोडून पूर्णत्व येत नाही. जोड कधीही पूर्णत्व देत नाही. हां, पूर्णत्वात अंश जोडलेले असतात, ही अगदी वेगळी गोष्ट.

तर जे मी सांगतो आहे त्यात टिळक आणि शंकर एकत्र होतील. परंतु टिळक आणि शंकरांना जोडून कृष्णाची पूर्ण दृष्टी समजवता येणार नाही. अजूनही एक कारण आहे की टिळक आणि शंकर हे केवळ दोन दृष्टिकोन आहेत. कृष्णाच्या बाबतीत अजून हजार दृष्टिकोन आहेत; परंतु त्या सर्वांना जोडूनही कृष्ण बनणार नाहीत. एखादं मशीन आम्ही पूर्ण करू शकतो जोडून; परंतु एखादं व्यक्तिमत्त्व, जिवंत व्यक्तिमत्त्वाला जोडून पूर्ण करता येत नाही. ही मजेची गोष्ट आहे. मॅकेनिकल जोड आणि ऑर्गेनिक जोड, मृत जोड आणि जिवंत जोड, यात एक मूळ फरक आहे, जो विचारात घेतला पाहिजे.

मृत जोड आपल्या अंशाचा पूर्ण जोड असतो. जिवंत जोड आपल्या अंशापेक्षा थोडा जास्त असतो. जिवंत जोड याचा अर्थ, जसे तुम्ही आहात, जर तुमच्या शरीरातून, शरीरातल्या सर्व गोष्टींचा जर हिशेब केला, किती लोखंड, तांबं-पितळ, मीठ-पाणी हे सर्व गोळा करून काढून टाकलं तर माणसाच्या शरीरात फारच फार तीन-चार रुपयांचं सामान मिळेल. नव्वद टक्के तर पाणीच – ज्याचं मूल्य ठरवणं ठीक नाही. बाकीच्या वस्तू जोडू, तर जोडता तर येतील; पण त्यात तुम्ही अजिबात नसाल. तुम्ही नसाल आणि बाकी सर्व काही असेल. कारण तुम्ही एक जिवंत

व्यक्ती होतात, या जोडपेक्षा जास्त काहीतरी. त्या जोडच्या आत होतात, पण जोड नव्हतात.

कृष्णाचं जे जीवनदर्शन आहे, ती एक ऑर्गेनिक युनिटी आहे. त्यामुळे हजारो पैलू टिकून आहेत. त्यावर रामानुज काही सांगतात. शंकर काही सांगतात. विनोबा काही सांगता. अरविंद अजून काही सांगतात. या सर्वांना एकत्र करून ऑर्गेनिक युनिटी निर्माण होत नाही. जे कृष्ण आहेत, सर्व एकत्रित होईल पण त्यात कृष्ण नसतील; पण याउलट गोष्ट नक्की आहे. जर कृष्ण आहेत तर त्यांच्यात या सर्व गोष्टी आहेत. पण याहून अजूनही काही असेल. म्हणून शंकर आणि टिळकांना जोडून काही होणार नाही, जर आम्ही समस्त व्याख्याकारांना, समस्त टीकाकारांना जोडलं, तरीही ते पूर्णापेक्षा कमी आणि मृत असेल. जिवंत नाही होऊ शकणार. तो जोडच असेल. गणिती जोड.

म्हणून मी जे सांगतो आहे, ती कोणती व्याख्या नाहीये कृष्णाची. माझं ते प्रयोजनही नाही. म्हणून मी चिंता करत नाही आणि भयभीतही नाहीये की माझ्या वक्तव्याला विरोध होईल. होईलच; कारण तो कृष्णातच आहे, त्याबद्दल मी काही करू शकत नाही. मी केवळ कृष्णाला तुमच्यासमोर मांडतो आहे. मी मला त्यांच्यावर थोपवत नाहीये. ते जसे आहेत. चूक, बरोबर, उचित, अनुचित, नैतिक, अनैतिक– मी कोणतीही निवड करत नाहीये. जसं कृष्णाच्या जीवनात त्यांची कोणतीही निवड नाही, तसंच मी कोणतीही निवड करत नाहीये. केवळ उघडून दाखवतो आहे. त्यामुळे मी अडचणीत सापडणारच. तुम्ही सगळेच टीका कराल, करत राहाल, की काय अर्थ होता? एक गोष्ट सांगतो, तर त्यांची दुसरीही. तिसरी जेव्हा असेल गोष्ट तेव्हा तिसरीही बोलेन. या व्याख्या नाहीत.

'तर मग तुम्ही कृष्ण होऊनच बोलत आहात?'

होण्याची आवश्यकता तेव्हा जाणवते जेव्हा कुणी नसेल. होण्याची आवश्यकता काय? आहेतच.

'भगवान श्री, श्री अरविंद यांनी जी भगवद्‌गीतेवर टीका लिहिली आहे, आत्ता जेव्हा तुम्ही त्यांचं नाव घेतलंत तेव्हा विचार आला की तुम्ही सृष्टी, दृष्टिवाद, ज्यात सृष्टीवर वर भर आहे आणि दृष्टी-सृष्टिवाद ज्यात दृष्टीवर भर आहे. त्या दोहोंच्या जवळ आलात. अडचण अशी आहे की अरविंद जेव्हा अतिचेतनेबद्दल बोलतात की प्रभूची चेतना खाली

उतरेल, तेव्हा एक डुअलिझम येतो. तसं होतं की नाही? आणि रमण महर्षींचा अजातवाद, चैतन्य महाप्रभूंच्या अचिंत्य भेदाभेदवादाजवळ आणि तुमच्याजवळही येतो की नाही? आणि अरविंद यांचा कृष्णदर्शनाचा प्रसंग काय होता?

अरविंद अतिचेतना, अतिमानसाच्या गोष्टी करतात. पण योग्य आहे. अरविंद बुद्धीपलीकडे कधीही जात नाहीत. ते बुद्धीच्या भूतकाळातल्या जरी गोष्टी करतात तरी बुद्धिगत धारणेतच करतात. निपट बुद्धीवादी आहेत. अरविंदांच्या वक्तव्यात सुसूत्रता आहे जी वक्तव्यात कधीही असत नाही. सातत्य आहे मोठं. मोठं गणित, मोठा तर्क; जो रहस्यवादींच्या शब्दांत असू शकत नाही. रहस्यवादींचे शब्द– एका शब्दानंतर, जो दुसरा शब्द असतो, तो पहिल्या शब्दाचं खंडन करतो. अरविंद कधी आपलं खंडन करत नाहीत.

अरविंद एक सुव्यवस्थित 'सिस्टीम मेकर' आहेत. रचनाबद्धता तयार करणारे कधीही अतर्क्य नसतात. रचना करायची तर ती कारणाने बनते आणि जे अतर्क्य असतात ते रचनाकार असू शकत नाहीत. व्यवस्था-रचना कशी असू शकेल अतर्क्यात? म्हणून या काळात जितके जण कारणापलीकडे गेले आहेत ते व्यवस्थित नाहीयेत. मग तो विरगिंस्टीन असो, हुसेरर असो, टायिडिगर असो, मारलुपांटी असो... कृष्णमूर्ती असोत... रचना, प्रणाली नाही यांची, तंत्र नाही. ते कोणतीही व्यवस्था बनवत नाहीत. त्यांचं वक्तव्य अण्विक आहे आणि एक वक्तव्य दुसऱ्या वक्तव्याचं खंडन करते.

अरविंदांचं भिन्न आहे. खरं तर असं आहे की शंकरांनंतर भारतात अरविंदांच्या तुलनेत इतका मोठा रचनाकार झाला नाही. इतका मोठा व्यवस्थापक झाला नाही; परंतु हेच त्यांचं दुबळेपण आहे, दीनता आहे. कारण ते तर्क, शब्द आणि सिद्धान्तात माहीर, कुशल खेळाडू आहेत; पण जीवनातलं खरं सत्य या सर्वांपलीकडचं आहे. तर ते विभाजन करतात. अरविंदांचं शिक्षण सर्वच पश्चिमेत झालं. तर्क आणि गणित शिकून परतले. ॲरिस्टॉटेलियन, डार्विनचा विकासवाद, विज्ञानातली तर्क-चिंतन व्यवस्था हे सर्व शिकून परतले. त्यांची मानसिकता पाश्चात्त्य. भारतात अरविंदांहून जास्त पाश्चात्त्य मानसिकता असणारा कुणीही नव्हता, त्या दरम्यान. मग त्यांनी पूर्वेची व्याख्या केली, तर जे व्हायचं होतं ते झालं. पूर्वेकडे कोणतीही तर्कव्यवस्था नव्हती. पूर्वेची गहनतम अनुभूती अतर्क्य आहे. पूर्वेचे अनुभव अचिंत्य आहेत; अज्ञात, रहस्यमय आहेत. मग अरविंद पश्चिमेची मानसिकता घेऊन पूर्वेच्या अनुभूतींची व्याख्या करण्यास बसले. तर एक चांगली व्यवस्था निर्माण झाली जी पूर्वेच्या कोणत्याही माणसाला शक्य नव्हती बनवणं. तर त्यांनी सर्व अचिंत्यच्या

गोष्टी केल्या आणि साधनं वापरली चिंत्यची!

परंतु या गोष्टीच आहेत म्हणून चिंत्य या माध्यमातून करू शकले ते. पण जर अरविंदांचा अनुभवही अचिंत्याचा असेल. ते अशा गोष्टींच्याही धारणा बनवतात, ज्यांच्यासाठी कधी धारणा बनवल्या गेल्या नाहीच. जसं 'सुपरामेंटल'. ते धारणा बनवत जातात, खंड करत जातात, योग्य गणित बसवतात, सर्व काही करतात.

दुसरी गोष्ट जी विचारली आहे, ती या संबंधात विचारात घेण्यासारखी आहे. समस्त धर्मांचं चिंतन एका अर्थी गैरविकासवादी आहे. समस्त धर्म दोन भागांत विभागला गेला आहे. एक भाग आहे जो सृष्टी मानतो. जसे मुसलमान, ख्रिश्चन, हिंदू सर्व सृष्टीला मानतात. असं मानतात की परमात्म्याने सृष्टी निर्माण केली आणि जे हे मानतात ते विकास मानत नाहीत. कारण विकास मान्य केला तर त्याचा अर्थ असा होतो की जेव्हा परमात्म्याने प्रथम सृष्टी निर्माण केली तेव्हा ती अपूर्ण होती, मग हळूहळू विकास झाला. पूर्ण परमात्मा अपूर्ण नाही बनवू शकत काही. म्हणून सृष्टिवादी विकासवादी नाही होऊ शकत. विकास म्हणजे रोज विकास होत आहेह. सृष्टी म्हणजे एका क्षणात संपूर्ण सृजन केलं गेलं, विकास नाही होत आहे. ज़े असं मानत नव्हते, जसे जैन, बुद्ध, तर त्यांनी मानलं सृष्टी झालीच नाही. जे आहे ते अनादी आहे, त्याचं कधी सृजन झालं नाही.

म्हणून मजेशीर गोष्ट आहे, सृष्टी हा हिंदूंचा शब्द आहे. प्रकृती जैन, बुद्ध सांख्योंचा शब्द आहे. आता सर्व एकत्र झालं हळूहळू. प्रकृती हा हिंदूंचा शब्द नाहीये, कारण हिंदू कधी प्रकृती म्हणू शकत नाहीत. प्रकृतीचा अर्थ असा की जो बनवण्याआधीच हजर आहे. जो नेहमी आहेच. ज्याला कधी बनवलंच नाही गेलं. सृष्टीचा अर्थ असा की कधी नव्हती आणि कधी बनवली गेली. म्हणून सांख्य, जैन, बुद्ध 'सृष्टी' मानत नाहीत, म्हणून त्यांच्यापाशी स्त्रष्टाची धारणा नाही. जर बनवलं गेलंच नाही तर बनवणारा कसा असू शकेल? प्रश्नच नाही. म्हणून परमात्मा हरवला तिथे. ज्यांनी सृष्टी मानली त्यांच्यापाशी स्त्रष्टा आहे.

अरविंद पश्चिमेतून विकासाची धारणा घेऊन आले. जेव्हा ते तिथे शिकत होते तेव्हा तिथे डार्विन होते, त्यांनी युरोपला व्यापून टाकलं होतं. इथे येऊन जेव्हा अरविंदांनी पूर्वेच्या मानसिकतेचा अभ्यास केला, अभ्यास म्हणतो आहे मी, जाणणं नाही. त्यांचा अभ्यास गहन आहे. त्यांचं ज्ञान इतकं गहन नाहीये. मनन आणि चिंतन अतितीव्र आहे; परंतु त्यांची अनुभूती क्षीण आहे. जेव्हा त्यांनी पूर्वेचा संपूर्ण अभ्यास केला आणि पश्चिम मानसिकत्व आणि डार्विनचे विचार घेऊन ते आले, त्यांच्यात क्रॉस ब्रीडिंग झालं. वर्णसंस्कार हा विचार निर्माण झाला. वर्णसंकर विचारात विकासाचा सिद्धान्त भारतीय मानसिकतेत जोडला गेला. कारण भारताची मानसिकता प्रकृती-पदार्थांची चिंतना नाही करत, चिंतना करते चित्ताची, मानसआत्म्याची आणि

पश्चिमेतून विकासाचा सिद्धान्त घेऊन ते आले आणि भारताची मानसिक चिंतना या दोहोंचा मिलाप झाला. मानसिकत्वाचा, मानसाचा विकास!

या विकासात त्यांनी एक नवीन गोष्ट जोडली, जी सर्वथः त्यांची, पूर्णपणे नवीन आणि म्हणूनच पूर्णपणे चूक आहे. मौलिक गोष्टी नेहमी चुकीच्या ठरतात, नेहमीच. कारण त्याचा शोध एकच व्यक्ती घेते. परंपरागत गोष्टी सडून जातात, जड होतात, पण त्या नेहमी चुकीच्या नसतात. कारण कोट्यवधी लोक त्यांचं संशोधन करतात. अरविंदांचा नवीनतम विचार, ज्यामुळे त्यांना प्रतिष्ठा मिळाली, ती ही की 'परमात्मा चेतनेचं अवतरण!'

नेहमी असाच विचार केला गेला आहे की माणूस वर जाईल आणि त्याला परमात्मा भेटेल. एक ऊर्ध्वगमन होईल. अरविंद म्हणतात, परमात्मा उतरेल आणि व्यक्तीला भेटेल. एका दृष्टीने विचार केला तर याही एका नाण्याच्या दोन बाजू आहेत. प्रत्यक्षात सत्य मध्यावर आहे आणि ते सत्य आहे की, मिलन तिथे होतं जिथे आम्हीही काही अंतर चालतो आणि परमात्माही काही अंतर चालतो. मिलन तिथे होतं. पण जुने विचार आमच्या चालण्यावर भर देतात. कारण आहे. कारण परमात्म्याचं चालणं सुनिश्चित आहे. आमचं चालणं सुनिश्चित नाही. आम्ही आमची चार पावलं उचलावीत, त्याची चार पावलं उचलली जाणारच आहेत. म्हणून त्याला सोडून दिलं होतं. हिशेबाच्या बाहेर ठेवलं होतं. कारण त्याच्या चालण्यावर भर दिल्याचा परिणाम आमच्या चालण्याला दुबळं बनवू नये.

अरविंदांनी दुसरा पैलू धरला आणि सांगायला सुरुवात केली की, परमात्मा उतरेल. याचा प्रभाव पडला, कारण जे चालण्यासाठी अजिबात उत्सुक नव्हते, ते म्हणाले की, ही मोठी हृदयाची गोष्ट आहे, पटते. म्हणून भारतात गेल्या वर्षभरात जितके जण अरविंदांमागे गेले, तितके अजून कोणाही मागे गेले नाहीत. कारण इतकंच की जे गहिऱ्या अर्थाने पळू शकत नव्हते, ते सगळे पळाले पाँडेचरीकडे. त्यांना वाटलं, हा सोपा मार्ग, स्वस्त मामला आहे. पाँडेचरीत तर पोहोचू शकतो, मग परमात्मा उतरेल. त्यानंतर आम्हाला काही... परमात्मा उतरण्याची गोष्ट खरी आहे, पण आमच्या चढण्याशिवाय? नाही, ते शक्य नाही. मी दोन पायऱ्या चढलो तर तो माझ्यासाठी उतरेल. तुम्ही दोन पायऱ्या चढलात तर तुमच्यासाठी उतरेल. पण फक्त परमात्मा उतरतो, तर समजणार कसं की कुणासाठी उतरला आहे? सर्वांसाठी उतरेल... पण मग हिशेब केला जाईल...

तर पाँडेचरीत एक विचार निर्माण झाला की अरविंदांनी प्रयत्न केला तर सर्वांसाठी उतरेल हा समज विचार निर्माण झाला आणि तोच लोभ बनला, जो लोभ आजही आहे. विचार असा झाला की जेव्हा एकावर उतरेल परमात्मा, जशी गंगा उतरली भगीरथावर. तर मग केवळ भागीरथावर थोडीच उतरली? सर्वांसाठी

उतरली, वाहू लागली. तर भागीरथाचं काम अरविंद करतील आणि एकदा का परमात्मा उतरला, सगळे पाणी पितील. मग गंगा किनारी सगळे बसतील.

या भ्रमाने मोठा उपद्रव निर्माण केला आणि मी असं मानतो की हीच चूक धारणा आहे. व्यक्तीला जावं लागतं. घटना घडते उतरण्याची, पण त्यासाठी व्यक्तीला तयारीत असावं लागतं. आणि सामूहिक रूपात कधी परमात्मा उतरेल, असं कुठलं कारण मला दिसत नाही. कारण परमात्मा तर उतरण्यास तयारच आहे. पण समूह कधी तयार होणार? आणि समूहात तुम्ही माणसंच आहात सगळी? उडणारे पक्षी नाही आहात? जगंलं, जनावरं नाहीयेत? हा रस्ता, किनारा, दगड नाहीयेत? परमात्मा जेव्हा उतरेल तेव्हा दगड वंचित राहील आणि तुम्हाला मिळेल? झाडं वंचित राहतील आणि तुम्हाला मिळेल? हा विचार असंभव आहे.

म्हणून अरविंदांची जी धारणा आहे उतरण्याची, तिने आमच्या लोभाला तर फार सुख दिलं, पण ती सार्थक नाहीये. म्हणून पाँडेचरीत जो प्रयोग चालला आहे, इतका व्यर्थ प्रयोग मनुष्यजातीच्या इतिहासात कधी झालेला नाही. पण तो आमच्या लोभाला अनुकूल आहे, म्हणून सुरू आहे.

अरविंदांचा विचार करताना दुसऱ्या नावाची आठवण दिली आहे 'रमण'! रमण अरविंदांच्या अगदी उलट आहेत. अरविंद मोठे पंडित आहेत आणि रमणचं पांडित्याशी काहीही नातं नाही. अरविंद मोठे जाणकार तर रमणइतका अनभिज्ञ माणूस मिळणं कठीण. म्हणून रमणच्या आयुष्यात जे संभव होऊ शकलं ते अरविंदांच्या आयुष्यात असंभव झालं. अरविंद जाणकार बनून राहिले आणि रमणांनी जाणलं. त्यांच्या जीवनात घटना घडली; परंतु ते जाणकार अजिबातच नव्हते म्हणून त्यांचं वक्तव्य एका अशा माणसासारखं आहे ज्याला ज्ञानाची भाषा येतच नाही. ज्ञान प्राप्त झालं आहे, पण ज्ञानाची भाषा माहीत नाही. म्हणून त्यांचं वक्तव्य अगदी कमजोर आहे. तर्काच्या दृष्टीतून अगदी दीन आहे; पण अनुभवाच्या दृष्टीतून तुलना नाही त्यांची. रमण कोणतीही व्यवस्था देऊ शकत नाहीत. त्यांचं वक्तव्य आणविक आहे. जास्तही नाहीये; कारण त्यांच्यापाशी सांगण्यासारखं काहीही नाही आणि जे काही आहे थोडंफार ते; व्यक्त करण्यासाठी तेवढी शब्दसामग्रीही नाही त्यांच्यापाशी. म्हणून रमणना एका पानात गोळा करता येऊ शकेल. पानच कशाला, साधं पोस्टकार्डही पुरेसं होईल. पण जर अरविंदना गोळा करायचं झालं तर एक लायब्ररीही कमी पडेल. आणि तरीही त्यांचं सांगणं संपलेलं नाही, अजून काही जन्म घ्यावे लागतील त्यांना त्यासाठी.

असं नाही की त्यांच्यापाशी सांगण्यासारखं खूप होतं म्हणून त्यांनी जाणलं नाही. नाही हा अडथळा नाही होऊ शकत. बुद्धांपाशी खूप काही आहे. त्यांनी सांगितलंही खूप. बुद्ध रमणसारखा माणूस आहे, अनुभवासारखा आणि जाणकार ते

अरविंदसारखे आहेत. महावीरांनी खूप कमी सांगितलं आहे. त्यांचा जास्त वेळ मौनात गेला आणि जे अल्पसं वक्तव्य आहे, तेही संक्षिप्त आहे. दिगंबरांपाशी तर महावीरांचा कोणता ग्रंथच नाहीये. श्वेतांबरांकडे आहे, तेही महावीरांनंतर पाचशे वर्षानंतर गोळा केलं गेलं आहे.

'तुम्ही रमणना बुद्धापर्यंत इतक्या दूरपर्यंत घेऊन जाता. त्यांना कृष्णमूर्तींजवळ ठेवून जरा समजवा.'

दूर-जवळ असं काही नाहीये. कृष्णमूर्ती ठीक रमणसारखी व्यक्ती आहे. रमण-बुद्ध, अरविंद यांची तुलना मी का केली, त्याचं काही कारण आहे? कृष्णमूर्ती अगदी रमणसारखं अनुभव घेणारं व्यक्तिमत्त्व आहे, पण अरविंदांसारखे जाणकार कृष्णमूर्तीही नाहीत. रमणपेक्षा जास्त तर्कयुक्त आहेत. पण दोहोंच्या तर्कात तफावत आहे. अरविंद तार्किक आहेत तसे कृष्णमूर्ती नाहीत आणि जर तर्काचा उपयोग करत असतील तर सर्व काळ तो तर्क मिटवण्यासाठी करत आहेत. तर्काचा पूर्ण प्रयत्न आहे तर तो अतर्क्यात प्रवेश करण्यासाठी आहे. म्हणून मी लांबचं उदाहरण दिलं. बुद्ध मी एवढ्याचसाठी म्हणालो की, तुम्हाला दोन्ही गोष्टी समजाव्यात. बुद्धांचा अनुभव रमणसारखा आणि माहिती अरविंदांसारखी; कृष्णमूर्तींचा अनुभव रमणसारखा, पण माहिती अरविंदांसारखी नाही.

दुसराही फरक आहे. रमण मौन आहेत तसे कृष्णमूर्ती नाहीत. ते कटुभाषी आहेत. म्हणून कृष्णमूर्तींचं वक्तव्य जर तोडलं गेलं, भाग केले त्याचे, तर फार नाहीयेत. म्हणून जे कृष्णमूर्तींना ऐकतात, त्यांना अनुभव येईल की एकच गोष्ट ते चाळीस वर्षं सांगत आले आहेत. पुन:पुन्हा तेच सांगत आहेत. पण सांगताना ते विस्तारून सांगतात, तर्काचा उपयोग करतात. रमण विस्तारही करत नाहीत. त्यांचं वक्तव्य उपनिषदांसारखं आहे – सरळ! उपनिषद सांगतात की ब्रह्म आहे. पण तेही ही काळजी करत नाहीत की का आहे, आहे की नाही, काय तर्क आहे, काहीही नाही. रमण उपनिषदांच्या ऋषींशी जोडले जाऊ शकतात.

'रमणच्या अजातवादावर काही सांगा.'

हो, रमण आणि रमणसारखी आणखीही काही माणसं आहेत, जी सांगतात की जे आहे ते कधी जन्मलं नाही, अज्ञात आहे, ही दुसरी बाजू आहे आणि जिला आम्ही सतत म्हणतो, पण लक्षात घेत नाही, शंभराहून अनेक वक्तव्य आहेत या गोष्टीची की जे आहे ते मरत नाही. अ-मृत आहे, अमर्त्य आहे. याची दुसरी बाजू आहे.

कारण अमर्त्य तोच असू शकतो जो जन्मत नाही. तर रमण असं म्हणतात की जे काही आहे, ते जन्मलेलं नाही म्हणून ते मरणारही नाही. तुम्ही कधी जन्मलात, तुम्हाला माहीत आहे?

तुम्ही म्हणाल, माहीत नाही. जन्माचा हिशेब आहे, जो दुसऱ्यांनी सांगितला आहे. जर मला कुणी सांगितलं नाही की मी जन्मलो, तर मला कसं समजणार की मी जन्म घेतला? ही माहिती आहे जी दुसऱ्यांनी मला दिली आहे. या या तारखेला, या या घरात जन्मला. जर मला असं कुणी सांगितलं नाही तर दुसरा कुठला उपाय आहे माझ्यापाशी आत, ज्यामुळे मला समजेल की मी कधी जन्म घेतला? नाही, तुमच्या आत कोणताही पुरावा नाही की तुम्ही जन्मलात. खरं तर आत जो आहे तो कधी जन्मला नाही, तर पुरावा कसा काय असू शकणार? तुम्ही म्हणता, मी कधीतरी मरेन. पण तुमच्यापाशी मरण्याचा अनुभव नाही. तुम्ही म्हणाल, दुसऱ्यांना आम्ही मरताना बघितलं आहे. पण समजा एखाद्या माणसाला आम्ही कुणी मरतं हे दाखवलंच नाही, यात काही कठीण नाही, तर असा माणूस, ज्याने मरण बघितलेलंच नाही कुणाचं, असा माणूस, असं मानू शकेल की तो मरेल? नाही मानू शकणार. हाही बाहेरील पुरावा आहे. हेही आम्ही दुसऱ्यांना मरताना बघितलं आहे, पण आमच्या आत असं कोणतंही प्रमाण नाहीये, पुरावा नाहीये की आम्ही मरू. म्हणून कदाचित, इतके जण मरतात, तरीही आमच्या मनात असा विचार येत नाही की आम्ही मरू. आम्ही मरत जातो, विचार करत जातो, मरतो, दुसरा कुणी तरी. कारण आतून कोणताही पुरावा नाही की आम्ही मेलो, आम्ही जन्मलो. आतला पुरावा कोणत्या गोष्टीचा आहे? आत केवळ एकच पुरावा आहे की 'मी आहे'. अजून कोणताही पुरावा नाही. साक्ष नाही.

तर गैरसाक्षीच्या गोष्टी मानण्यास रमण मनाई करतात. ते म्हणतात ज्याची पक्की साक्ष आहे, तेवढंच मानणं पुरेसं आहे. 'मी आहे' एवढीच साक्ष आहे आणि अजून थोडे आत प्रवेश कराल तर... सापडेल... मीही नाहीये.

उद्या बोलू...

◆

ओशो – एक परिचय

आत्मसाक्षात्काराच्या जगात ओशोंचे अद्वितीय योगदान त्यांना प्रत्येक श्रेणीच्या पलीकडे घेऊन जाते. ते एक गूढवादी आहेत आणि वैज्ञानिकही आहेत. आणि अशी विद्रोही चेतनादेखील आहेत, जी मानवतेला जगण्याचा नवीन मार्ग शोधण्याच्या आवश्यकतेसाठी प्रवृत्त करते. भूतकाळाला पुढे रेटणे म्हणजे या अनोख्या आणि सुंदर ठिकाणी आपल्या अस्तित्वाच्या विनाशाला आमंत्रण देणे होय.

ओशोंची प्रवचने, जीवनाच्या अर्थाच्या वैयक्तिक शोधापासून ते समाज, राजकारण आणि पर्यावरणाच्या सध्याच्या गंभीर समस्यांपर्यंत सर्व विषयांना स्पर्श करतात. ओशोंनी पुस्तके लिहिली नाहीत; परंतु आंतरराष्ट्रीय श्रोत्यांसमोर त्यांनी दिलेल्या प्रवचनांची ऑडिओ-मुद्रित संकलने पुस्तकरूपात आहेत. ओशो म्हणतात, ''लक्षात ठेवा, मी जे बोलतोय ते केवळ तुमच्यासाठी नाही... मी पुढच्या पिढ्यांसाठीही बोलत आहे.''

'द संडे टाइम्स ऑफ लंडन' ने ओशोंचे वर्णन 'विसाव्या शतकातील एक हजार निर्मात्यांपैकी एक' म्हणून केले आहे. प्रसिद्ध अमेरिकन लेखक टॉम रॉबिन्स यांनी लिहिले आहे, की येशू ख्रिस्तानंतरचा सर्वांत dangerous (खतरनाक) माणूस आहे. भारताच्या 'संडे मिड-डे'ने भारताचे भाग्य बदलविणाऱ्या गांधी, नेहरू आणि बुद्ध अशा दहा लोकांबरोबर ओशो यांचे नाव घेतले आहे.

आपल्या कार्याबद्दल, ओशोंनी म्हटले आहे, ''मी येणाऱ्या सुसंस्कृत पिढीसाठी अनुकूल परिस्थिती तयार करत आहे.'' या नवीन माणसाला ते 'झोरबा द बुद्ध'

म्हणतात, जो 'झोरबा द ग्रीक' प्रमाणे पृथ्वीवरील सर्व सुखांचा उपभोग घेण्याची क्षमता असलेला आणि गौतम बुद्धांप्रमाणे शांततेत, मौनात राहणारा असेल.

ओशोंच्या प्रत्येक पैलूमध्ये पूर्वेकडील कालातीत शहाणपणा आणि पश्चिमेकडील विज्ञान आणि तंत्रज्ञानाच्या सर्वोच्च शक्यतांचा समन्वय आहे.

आधुनिक जीवनाचा वेग लक्षात घेऊन ध्यानाची प्रक्रिया ओशो सुचवतात. ज्या ध्यानप्रक्रियेमुळे एखाद्याला दैनंदिन जीवनात शांतता प्राप्त होईल आणि विचारमुक्त विश्रांतीचा अनुभव घेता येईल, अशा आंतरिक परिवर्तनाच्या विज्ञानातील क्रांतिकारक योगदानासाठीच ओशो ओळखले जातात.

ओशोंच्या दोन आत्मचरित्रात्मक कृती :
ऑटोबायोग्राफी ऑफ ए स्पिरिचूअली इनकरेक्ट मिस्टिक,
(सेंट मार्टिंस प्रेस, यूएसए)
ग्लिम्प्सेस ऑफ ए गोल्डन चाइल्डहुड, (हिंदी पुस्तक : स्वर्णिम बचपन)
(ओशो मीडिया इंटरनॅशनल, पुणे, भारत)

◆

ओशो इन्टरनॅशनल मेडिटेशन रिसॉर्ट

मेडिटेशन रिझॉर्ट दरवर्षी १०० हून अधिक देशांतील हजारो मित्रांचे स्वागत करते. रिसॉर्टचे अद्वितीय कॉम्प्लेक्स अधिक जागरूक, आरामशीर, उत्सवपूर्ण आणि सर्जनशील जीवन जगण्याचा एक नवीन मार्ग स्वत: अनुभवण्याची संधी प्रदान करत असते. चोवीस तास आणि पूर्ण वर्षभर चालणाऱ्या भव्य, वैविध्यपूर्ण इव्हेन्ट्समधून (कार्यक्रमांमधून) तुम्ही कोणताही निवडू शकता – काहीही न करणे आणि फक्त आराम करणे हा त्यांपैकी एक!

येथील सर्व कार्यक्रम ओशोंच्या 'झोरबा द बुद्ध'च्या अंतर्दृष्टीवर आधारित आहेत. झोरबा, हा गुणात्मकरीत्या एक नवीन प्रकारचा असा मनुष्य आहे ज्याच्याकडे दैनंदिन जीवन सर्जनशीलपणे जगण्याची क्षमता आहे. त्याचबरोबर तो मौनात आणि ध्यानात राहू शकतो.

स्थळ

मुंबईच्या आग्नेयेस शंभर मैलांवर असलेल्या पुण्यासारख्या भरभराटीच्या आधुनिक शहरात ओशो इन्टरनॅशनल मेडिटेशन रिझॉर्ट वसले आहे. ते इतर कोणत्याही ठिकाणापेक्षा वेगळे आहे. वृक्षाच्छादित निवासी भागात, निसर्गरम्य वातावरणात २८ एकर जागेत मेडिटेशन रिझॉर्टचा विस्तार आहे.

ओशो ध्यान

सक्रिय आणि निष्क्रिय, पारंपरिक आणि क्रांतिकारी आणि विशेषत: ओशो डायनॅमिक ध्यान यासह प्रत्येक व्यक्तीसाठी दिवसभर चालणारे ध्यान कार्यक्रम इथे उपलब्ध आहेत. ही सर्व ध्यानतंत्रे 'ओशो ऑडिटोरियम' मध्ये होतात. हे ऑडिटोरियम कदाचित जगातील सर्वांत भव्य आणि प्रशस्त ध्यान सभागृह आहे.

ओशो मल्टिव्हर्सिटी

इथे होणारी विविध वैयक्तिक सत्रे, अभ्यासक्रम आणि कार्यशाळा ही सर्जनशील कला ते सर्वांगीण आरोग्य, वैयक्तिक परिवर्तन, मानवी नातेसंबंध आणि जीवनाबद्दलचे शिक्षण देतात.

यात परिवर्तन, कार्य-ध्यान, गूढ विज्ञान, खेळ आणि मनोरंजनासाठी 'झेन' दृष्टिकोनापर्यंत सर्वकाही समाविष्ट आहे. मल्टिव्हर्सिटीच्या यशाचे रहस्य यामध्ये आहे की त्याचे सर्व क्रियाकलाप ध्यानाशी जोडलेले आहेत. माणूस हा नुसता शरीराच्या अवयवांची बेरीज नाही, तर त्यापेक्षा काहीतरी अधिक आहे, असे समजून घेण्यास या कार्यशाळा प्रोत्साहन देतात.

भोजन

विविध जेवणाच्या ठिकाणी दिल्या जाणाऱ्या स्वादिष्ट आणि शाकाहारी, पाश्चात्त्य, आशियाई आणि भारतीय खाद्यपदार्थांत मेडिटेशन रिझॉर्टसाठी केवळ उगवलेल्या सेंद्रिय भाज्या वापरल्या जातात. रिझॉर्टच्या स्वतःच्या बेकरीमध्ये ब्रेड आणि केक वगैरे तयार केले जातात.

सांजक्रियाकलाप

संध्याकाळच्या क्रियाकलाप निवडण्यासाठीची यादी तशी मोठी आहे, ज्यामध्ये नृत्य शीर्षस्थानी आहे. इतर क्रियाकलापांमध्ये ताऱ्यांच्या सावलीत पौर्णिमा ध्यान, विविध कार्यक्रम, संगीतमैफिली आणि दैनंदिन जीवनासाठी ध्यान यांचा समावेश होतो.

सुविधा

मेडिटेशन रिझॉर्टच्या गॅलेरियामधून दैनंदिन वापरातील मूलभूत वस्तू तुम्ही खरेदी करू शकता. ओशोंचे सर्व मीडिया साहित्य मल्टिमीडिया गॅलरीत उपलब्ध आहे. हौशी खरेदीदार मित्रांसाठी, पुण्यात सर्वकाही उपलब्ध आहे. पारंपरिक भारतीय वस्तूंपासून ते आंतरराष्ट्रीय ब्रॅन्डच्या दुकानांपर्यंत.

राहण्याची सोय

ओशो गेस्टहाउसच्या सुरुचीपूर्ण खोल्या आपण राहण्यासाठी निवडू शकता. तुम्हाला जास्त काळ राहायचे असल्यास, तुम्ही 'लिव्हिंग-इन' प्रोग्राम पॅकेजदेखील निवडू शकता. याशिवाय अनेक प्रकारची हॉटेल्स आणि सर्व्हिस अपार्टमेन्ट्सही ओशो रिझॉर्टच्या जवळपास उपलब्ध आहेत.

www.osho.com/meditationresort
www.osho.com/guesthouse
www.osho.com/livingin
Facebook: osho.international.meditation.resort

◆

अधिक माहितीसाठी

ओशो इंटरनॅशनल यांची अधिकृत वेबसाईट : OSHO.com

ही एक बहुभाषिक वेबसाईट असून, यावर मासिके, ओशोंची पुस्तके, ऑडिओ आणि व्हिडीओ स्वरूपातील OSHO Talks इंग्रजी आणि हिंदी भाषेतील डिजिटल स्वरूपात जतन केलेली पुस्तके. तसेच ओशोंच्या ध्यानधारणेच्या प्रक्रियेसंदर्भात विस्तृत अशी माहिती उपलब्ध आहे. यासोबतच ओशो मल्टिवर्सिटी प्रोग्रामची वेळापत्रके व ओशो मेडिटेशन रिसॉर्टबाबत माहिती मिळवता येऊ शकते.

* OshoTimes.com
* OSHO.com/shop
* OSHO.com/iosho
* YouTube : OSHO
* Twitter : OSHO
* Instagram : oshointernational
* Facebook : OSHO.International

Facebook : osho.internatinal.meditation.resort

ओशो का हिंदी साहित्य

उपनिषद
सर्वसार उपनिषद
कैवल्य उपनिषद
अध्यात्म उपनिषद
कठोपनिषद
ईशावास्य उपनिषद
निर्वाण उपनिषद
आत्म-पूजा उपनिषद
केनोपनिषद

महावीर
महावीर-वाणी (दो भागों में)
जिन-सूत्र (दो भागों में)
महावीर या महाविनाश
महावीर : मेरी दृष्टि में
ज्यों की त्यों धरि दीन्हीं चदरिया

कृष्ण
गीता-दर्शन
(आठ भागों में अठारह अध्याय)
कृष्ण-स्मृति

बुद्ध
एस धम्मो सनंतनो (बारह भागों में)

अष्टावक्र
अष्टावक्र महागीता (नौ भागों में)

लाओत्से
ताओ उपनिषद (छह भागों में)

च्वांगत्सु
संसार और मार्ग
सत्य असत्य

मीरा
मैंने राम रतन धन पायो
झुक आई बदरिया सावन की

जगजीवन
नाम सुमिर मन बावरे
अरी, मैं तो नाम के रंग छकी

कबीर
सुनो भई साधो
कस्तूरी कुंडल बसै
कहै कबीर दीवाना
मेरा मुझमे कुछ नही
गूंगे केरी सरकरा
कहै कबीर मैं पूरा पाया
होनी होय सो होय

शांडिल्य
अथातो भक्ति जिज्ञासा (दो भागों में)

दादू
सबै सयाने एक मत
पिव पिव लागी प्यास

पलटू
अजहूं चेत गंवार
सपना यह संसार
काहे होत अधीर

दरिया

कानों सुनी सो झूठ सब

अमी झरत बिगसत कंवल

सुंदरदास

हरि बोलौ हरि बोल

ज्योति से ज्योति जले

धरमदास

जस पनिहार धरे सिर गागर

का सोवै दिन रैन

मलूकदास

कन थोरे कांकर घने

रामदुवारे जो मरे

बाउल संत

प्रेम योग

आनंद योग

अन्य रहस्यदर्शी

भक्ति-सूत्र (नारद)

शिव-सूत्र (शिव)

भजगोविन्दम् मूढ़मते (आदि शंकराचार्य)

एक ओंकार सतनाम (नानक)

जगत तरैया भोर की (दयाबाई)

बिन घन परत फुहार (सहजोबाई)

नहीं सांझ नहीं भोर (चरणदास)

संतो, मगन भया मन मेरा (रज्जब)

कहै वाजिद पुकार (वाजिद)

मरौ हे जोगी मरौ (गोरख)

सहज-योग (सरहपा-तिलोपा)

बिरहिनी मंदिर दियना बार (यारी)

प्रेम-रंग-रस ओढ़ चदरिया (दूलन)

दरिया कहै सब्द निरबाना (दरियादास बिहारवाले)

हंसा तो मोती चुगैं (लाल)

गुरु-परताप साध की संगति (भीखा)

मन ही पूजा मन ही धूप (रैदास)

झरत दसहुं दिस मोती (गुलाल)

अकथ कहानी प्रेम की (फरीद)

झेन, सूफी और उपनिषद की कहानियाँ

बिन बाती बिन तेल

सहज समाधि भली

दीया तले अंधेरा

मनुष्य होने की कला

सदगुरु समर्पण

उस पथ के पथिक

अंतर्यात्रा के पथ पर

विचार-पत्र

क्रांति-बीज

पथ के प्रदीप

पत्र-संकलन

अंतर्वीणा

प्रेम की झील में अनुग्रह के फूल

ढाई आखर प्रेम का

पग घुंघरू बांध

प्रेम के फूल

प्रेम के स्वर

पाथेय

बोध-कथा

मिट्टी के दीये

ध्यान, साधना

ध्यान विज्ञान
ध्यानयोग : प्रथम और अंतिम मुक्ति
मैं कौन हूँ
चित चकमक लागे नाहिं
समाधि के द्वार पर
तृषा गई एक बूँद से
जीवन सत्य की खोज
माटी कहै कुम्हार सूं
जीवन रस गंगा
अमृत की दिशा
समाधि के तीन चरण

साधना शिविर

साधना-पथ
साधना-पथ
अंतर्यात्रा
प्रभु की पगडंडियाँ
साक्षी की साधना
साक्षी की साधना
साक्षी का बोध
मैं मृत्यु सिखाता हूँ
जिन खोजा तिन पाइयां
समाधि के सप्त द्वार (ब्लावट्स्की)
साधना-सूत्र (मेबिल कॉलिन्स)
ध्यान-सूत्र
जीवन ही है प्रभु
असंभव क्रांति
ध्यान दर्शन
ध्यान के कमल
शून्य की नाव
शून्य के पार
सत्य की खोज
संभावनाओं की आहट
समाधि कमल
जो घर बारे आपना
प्रेम दर्शन
गिरह हमारा सुन्न में
अपने माहिं टटोल
जीवन संगीत
रोम-रोम रस पीजिए

योग

पतंजलि : योग-सूत्र (पाँच भागों में)
योग : नये आयाम

तंत्र

संभोग से समाधि की ओर
संभोग से समाधि की ओर
युवक और यौन
क्रांति-सूत्र
तंत्र-सूत्र (पाँच भागों में)

राष्ट्रीय और सामाजिक समस्याएँ

फिर अमरित की बूँद पड़ी
एक एक कदम
देख कबीरा रोया
अस्वीकृति में उठा हाथ
भारत के जलते प्रश्न
समाजवाद से सावधान
समाजवाद अर्थात आत्मघात
स्वर्ण पाखी था जो कभी
नये समाज की खोज
नये भारत की खोज
नये भारत का जन्म
भारत का भविष्य

अंतरंग वार्ताएँ

संबोधि के क्षण

प्रेम नदी के तीरा

सहज मिले अविनाशी

उपासना के क्षण

अनंत की पुकार

प्रश्नोत्तर

नहिं राम बिन ठांव

प्रेम-पंथ ऐसो कठिन

उत्सव आमार जाति, आनंद आमार गोत्र

मृत्योर्मा अमृतं गमय

प्रीतम छवि नैनन बसी

रहिमन धागा प्रेम का

उड़ियो पंख पसार

सुमिरन मेरा हरि करैं

पिय को खोजन मैं चली

साहेब मिल साहेब भये

जो बोलैं तो हरिकथा

बहुरि न ऐसा दांव

ज्यूं था त्यूं ठहराया

ज्यूं मछली बिन नीर

दीपक बारा नाम का

अनहद में बिसराम

लगन महूरत झूठ सब

सहज आसिकी नाहिं

पीवत रामरस लगी खुमारी

रामनाम जान्यो नहीं

सांच सांच सो सांच

आपुई गई हिराय

बहुतेरे हैं घाट

कोंपलें फिर फूट आईं

क्या सोवै तू बावरी

कहा कहूँ उस देस की

पंथ प्रेम को अटपटो

फिर पत्तों की पांजेब बजी

मैं धार्मिकता सिखाता हूँ, धर्म नहीं

ओशो उपनिषद

एक नई मनुष्यता का जन्म

भविष्य की आधारशिलाएँ

विविध

अमृत-कण

अमृत वाणी

कुछ ज्योतिर्मय क्षण

नये संकेत

चेति सकै तो चेति

हसिबा, खेलिबा, धरिबा ध्यानम्

धर्म साधना के सूत्र

मैं कहता आंखन देखी

जीवन क्रांति के सूत्र

जीवन रहस्य

करुणा और क्रांति

विज्ञान, धर्म और कला

प्रभु मंदिर के द्वार पर

तमसो मा ज्योतिर्गमय

प्रेम है द्वार प्रभु का

अंतर की खोज

अमृत वर्षा

अमृत द्वार

एक नया द्वार

प्रेम गंगा

समुंदर समाया बूंद में

सत्य की प्यास

शून्य समाधि

व्यस्त जीवन में ईश्वर की खोज

अज्ञात की ओर	नव संन्यास क्या
धर्म और आनंद	सत्य का अन्वेषण
जीवन-दर्शन	सत्य का दर्शन
जीवन की खोज	घाट भुलाना बाट बिनु
क्या ईश्वर मर गया है	पथ की खोज
क्या मनुष्य एक यंत्र है	जीवन अलोक
नानक दुखिया सब संसार	जीवन की कला
नये मुनष्य का धर्म	जीवन क्रांति की दिशा
धर्म की यात्रा	जीवन गीत
स्वयं की सत्ता	मन का दर्पण
सुख और शांति	आँखों देखी सांच
नारी और क्रांति	आनंद की खोज
सम्यक शिक्षा	स्वर्णिम बचपन
शिक्षा में क्रांति	मेरी प्रिय पुस्तकें
गहरे पानी पैठ	बुद्धत्व का मनोविज्ञान
ज्योतिष विज्ञान	शून्य की किताब

ओशोंच्या साहित्यासंबंधी माहितीसाठी तसेच मागणीकरीता संपर्क :

ओशो मीडिया इंटरनॅशनल

१७ कोरेगाव पार्क, पुणे ४११००१, महाराष्ट्र, भारत

फोन नं. +९१ (२०) ६६०१९९८१

email : distribution@osho.net

श्रोत्यांसमोर प्रत्यक्ष दिलेल्या तत्कालीन प्रवचनांचा समावेश असणारी ही ओशोंची पुस्तकं आहेत. ओशोंची सर्व प्रवचनं पुस्तकरूपात, तसेच, ऑडिओ रेकॉर्डिंगच्या रूपात उपलब्ध आहेत. ही रेकॉर्डिंग्ज, तसंच पुस्तकं यांच्याबाबतची माहिती www.OSHO.com/library या संकेतस्थळावरून प्राप्त करता येईल.